रमलखुणा

जी.ए.
कुलकर्णी

जी. ए. कुलकर्णी यांचे कथासंग्रह

निळासांवळा (१९५९)

पारवा (१९६०)

हिरवे रावे (१९६२)

रक्तचंदन (१९६६)

काजळमाया (१९७२)

सांजशकुन (१९७५)

रमलखुणा (१९७५)

पिंगळावेळ (१९७७)

पैलपाखरे (१९८६)

डोहकाळिमा (निवडक कथा) (१९८७)

कुसुमगुंजा (१९८९)

आकाशफुले (१९९०)

सोनपावले (१९९१)

रक्तमुद्रा (२०२३)

पॉप्युलर प्रकाशन
मुंबई

रमलखुणा

जी. ए. कुलकर्णी

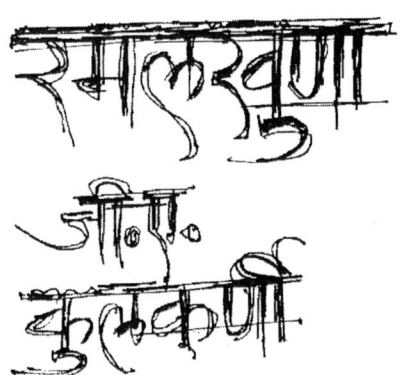

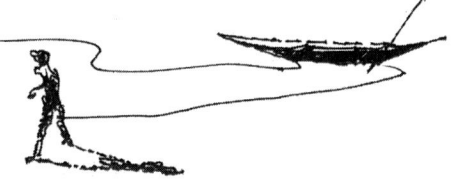

रमलखुणा
(म-५४०)
पॉप्युलर प्रकाशन
ISBN 978-81-7185-992-4

RAMALKHUNA
(Marathi : Short Stories)
G.A. Kulkarni

पहिली आवृत्ती : १९७५/१८९६
          (कॉन्टिनेन्टल प्रकाशन, पुणे)
चौथी आवृत्ती : १९९५/१९१६
तिसरे पुनर्मुद्रण : २००७/१९२८
पाचवी आवृत्ती : २००९/१९३१
चौथे पुनर्मुद्रण : २०१९/१९४०
पाचवे पुनर्मुद्रण : २०२२/१९४४
सहावे पुनर्मुद्रण : २०२२/१९४४
सातवे पुनर्मुद्रण : २०२४/१९४६

प्रकाशक
अस्मिता मोहिते
पॉप्युलर प्रकाशन प्रा.लि.
३०१, महालक्ष्मी चेंबर्स
२२, भुलाभाई देसाई रोड
मुंबई ४०० ०२६

अक्षरजुळणी
अन्वय
वडाळा, मुंबई ४०० ०३१

मुद्रक
मणिपाल टेक्नोलॉजीज लिमिटेड, मणिपाल

'प्रवासी' ही कथा १९७१ साली 'सत्यकथा' मासिकाच्या दिवाळी अंकात तर 'इस्किलार' ही कथा १९७३ साली 'मौज' मासिकाच्या दिवाळी अंकात प्रथम प्रसिद्ध झाली होती. याच मूळ संहिता मानून त्यानुसार 'रमलखुणा' च्या नवीन आवृत्तीत सुधारणा केल्या आहेत. विशेषत: 'इस्किलार' ही कथा पुस्तकरूपाने प्रसिद्ध झाली त्या वेळी 'अनीस' या व्यक्तिरेखेचे नाव 'अर्नास' असे चुकीचे छापले गेले होते व पुढील सर्व आवृत्त्यांत ते तसेच राहिले होते. या आवृत्तीत मूळ संहितेनुसार 'अनीस' असा बदल केला आहे.

बेळगाव नावाच्या गावास

पाऊले जरी दूर भटकत गेली
तरी तुझ्या जुन्या आठवणींची बुत्ती
सतत जवळ राहिली आहे.

No. No. Why further should we roam?
Since every road man Journeys by,
Ends on a hillside far from Home
Under an alien sky.

— Walter de la Mare

प्रवासी

मावळायला आलेल्या सूर्याच्या सोन्याने भरलेल्या नदीच्या संथ पाण्यातून मागे पंखाप्रमाणे रेषा उमटवत नाव किनाऱ्याला लागली व नाविकाने वल्हे वाळूत रुतवून ती थांबवली. बाणासारखा ताठ, उंच नाविक नावेचाच एक जिवंत भाग असल्याप्रमाणे नाव सहज हलवत होता, व त्याच्या हालचालींतील ताबेदार सामर्थ्याकडे पाहत असता प्रवाशाला फार कौतुक वाटत होते.

प्रवासी किनाऱ्यावर उतरला व त्याने समोर निरखून पाहिले. भोवतालच्या गर्द झाडीत एक अस्पष्ट पाऊलवाट दुर्बल सर्पाप्रमाणे वर सरकली होती. पूर्ण अंधार व्हायच्या आत आपण तिथे पोहोचलेच पाहिजे, या निश्चयाने त्याने पाऊल उचलले व तो आत शिरला. झाडांची दाटी वाढू लागली व अंधारावर गिजबिज होत असल्याप्रमाणे रातकिड्यांचा आवाज उमटू लागला. थोडे अंतर गेल्यावर अद्याप आपणाला किती जायचे आहे हे पाहण्यासाठी त्याने समोर पाहिले तेव्हा भीतीने तो जवळजवळ कोसळलाच. समोरील झाडांच्या गर्दीत एक अजस्र डोळा त्याच्याकडेच निश्चलपणे पाहत होता. पण नंतर त्याची भीती विरली व त्याला हायसे वाटले. मंदिराच्या शिखरावर चारही दिशांना दूरवर पाहण्यासाठी कोरलेल्या विशाल डोळ्यांपैकी तो एक डोळा होता. नाविकाने सांगितलेली माहिती येथपर्यंत सत्य होती हे पाहून त्याला उत्साह वाटला व तो वेगाने खडक उतरू लागला. थोड्या वेळाच्या श्रमानंतर तो मंदिराच्या भव्य शिल्पापाशी उभा राहिला. मंदिराच्या परिसरात काटेरी झुडपे जोमाने वाढली होती व पटांगणातदेखील आता निवडुंग निर्भयपणे नांदत होता. पण मंदिराच्या गाभाऱ्यात मात्र दोन समया तेवत होत्या. प्रवासी आत येत असता तेथील नीरवतेत त्याच्या पावलांचा दबलेला प्रतिध्वनी, अदृश्य विलक्षण नगाऱ्यावर अदृश्य हातांचा हलकाच ठेका पडत असल्याप्रमाणे घुमत होता.

उंच चौथऱ्यावर समयांच्या प्रकाशात उभ्या असलेल्या पुरुषभर उंच मूर्तीकडे पाहताना मात्र विस्मय आणि लालसा यांच्या प्रभावामुळे तो खिळल्यासारखा झाला.

नाजूक रेखलेल्या शरीरालाच अष्टभुजांची पालवी फुटल्याप्रमाणे वाटणारी रुद्रकालीची आकृती नृत्यमुद्रा धारण करून उभी होती व तिच्या ओठांवर किंचित हास्य होते. तिच्या कपाळावर असलेल्या देदीप्यमान हिरव्या रत्नामुळे तिच्या अंगावर मृदू कांती पसरली होती व ती एका हिरव्या, नीरव प्रपाताच्या कोमल प्रवाहात अखंड उभी असल्याप्रमाणे दिसत होती.

एवढ्या दीर्घ प्रवासानंतर अखेर ते रत्न पाहाताच, आपला सारा प्राणच हिरवा होऊन रत्न झाला आहे, असे त्याला वाटले. झपाटल्याप्रमाणे तो वर चढला व सारी लालसा बोटांत उतरल्याप्रमाणे त्याने अधीरपणे रत्नास हात घातला. पण रत्न चिरेबंदी असल्याने किंचितही ढळले नाही. डोळे दिपवत असलेल्या प्रकाशाकडे पाहण्याचे टाळत, त्याने हातातील लोखंडी दांड्याने मूर्तीवर प्रहार केला. त्या क्षणी मूर्ती द्विधा झाली व त्याबरोबर रत्नाचा हिरवा गोल त्याच्या हातात आला. त्याचे ताणलेले हावरे शरीर सुखावले व चबुतऱ्यावरच तो समाधानाने विसावला.

परंतु त्याचे समाधान क्षणभरच टिकले व तो भयाने गोठलेल्या डोळ्यांनी पाहू लागला. रत्न निघालेल्या पोकळीत लाल डोळ्यांच्या एका सर्पाचे तोंड दिसू लागले, आणि ते बाहेर येऊ लागताच, सापाचे सुवर्णकांतीचे अंग भग्न मूर्तीवरील तुटलेल्या अलंकाराप्रमाणे वळशावळशाने खाली सरकू लागले. बेभानपणे त्याने लोखंडी दांडा पुन्हा उगारला व त्याच्या पहिल्याच आघाताने सापाचे तोंड अलग झाले. त्याने त्वेषाने उरलेल्या अंगाचे तुकडे केले व दमून तो त्यांच्याकडे पाहत राहिला. सापाचे लाल डोळे काळवंडले, पाहतापाहता अंगावरील सुवर्णकांती विझून गेली व ते जीर्ण, मलिन दोरखंडाप्रमाणे तुकड्यातुकड्यांत विखरून राहिले.

तो तसाच मुक्त मनाने तेथे थांबला असता. पण वरच्या बाजूला मेघगर्जनेसारखा भीषण आवाज आला व अमर्याद गोलाप्रमाणे पसरलेल्या शिखरात काळी वीज निर्माण झाल्याप्रमाणे एक प्रचंड वेडीवाकडी रेषा उमटली. ती पाहताच त्याची विचार करण्याची शक्तीच नाहीशी झाली. जिवाच्या भयाने वेडावून त्याने बाजूच्या गोलाकार खिडकीतून बाहेर उडी घेतली व तेथील गोमुखाचा आधार घेऊन तो अंग चोरून उभा राहिला.

आभाळ कोसळत असल्याप्रमाणे भीषण नाद तसाच होत राहिला. मंदिराच्या भिंती कोसळताच शिखरदेखील खाली आले, आणि अनेक शिलाखंडांत भग्न होऊन, अष्टदिशा न्याहाळणारे अजस्र डोळे अस्ताव्यस्त फेकले गेले.

बराच काळ होऊन गेला तरी त्याला हलण्याचे धैर्य होईना. आता भोवती अंधार मातला व नजर हातभरही पोहोचेना. अंधारात दडलेल्या प्रत्येक वृक्षावर भीषण सोनेरी साप अग्निकुंडासारख्या धगधगीत डोळ्यांनी आपल्यासाठी टपून आहे, ही भीती त्याच्यातून जाईना आणि त्याचे अंग थरथरू लागले. त्याने डाव्या हाताने उजवा हात बळकटपणे धरताच तो स्थिर झाला व त्याचा कंप थांबला. पण अशा कठोरपणे उजवा

हात धरणारा हात आपला नव्हे, हे ध्यानात येताच तो विस्फारित डोळ्यांनी भोवती पाहू लागला. त्याच्यासमोर एक धिप्पाड, दैत्यासारखा माणूस उभा होता व त्याने त्याला आपल्या लोखंडी पंजात पकडले होते. ''माझ्याबरोबर चल! तू अपराधी आहेस!'' गळ्यात घुमणाऱ्या आवाजात तो म्हणाला व त्याने प्रवाशाचे हात दोरीने बांधले. ''मंदिरात शिरून तू रत्नाचा अपहार केलास!''

आता प्रवाशाला पूर्ण असहाय वाटत होते खरे, परंतु त्याच वेळी त्याच्यात निराश धैर्यही निर्माण झाले. तो धीटपणे म्हणाला, ''मी अपहार करणार कसा? मी आत जायच्या आतच मंदिर कोसळलं. केवळ नशीब म्हणूनच मी स्वतः सुखरूप राहिलो!''

त्या माणसाच्या चेहऱ्यावर किंचित हास्य दिसले. ''तू आत गेलास, तू मूर्तीवर चढलास, तू मूर्ती भग्न केलीस, हे सारं मी इथं राहून पाहत होतो.'' तो सहजपणे म्हणाला.

प्रवाशाला जाळ्यात अडकल्याप्रमाणे वाटले. तो गोंधळून म्हणाला, ''पण ते रत्न आता माझ्याजवळ नाही. या मंदिराच्या ढिगाऱ्यात ते कुठेतरी पडलं आहे. शिवाय तू जर पाहत होतास, तर त्याच वेळी तू मला का थांबवलं नाहीस?''

''मी का तुला थांबवावं? अपराध करण्याचं, न करण्याचं तुला स्वातंत्र्य आहेच, मग तूच स्वतः का थांबला नाहीस? आता वेळ व्यर्थ घालवू नकोस. मी केवळ दंडदूत आहे. तुला काय सांगायचं आहे, ते न्यायदात्याला सांग.''

प्रवाशाने त्याला नकळत हातांची हालचाल केली व रत्न गोमुखात टाकले. मग एक निःश्वास सोडून तो त्या साकळलेल्या सावलीसारख्या माणसाबरोबर निमूटपणे चालू लागला.

थोड्या अंतरावर ते एका जीर्ण प्रासादापाशी आले. भोवती अंधार होता तरी प्रासादावर असलेली विनाशाची कळा प्रवाशाला हाडाहाडांत जाणवली. आतील सभागृह मात्र अद्याप सुस्थितीत होते व त्या ठिकाणी पलिते पेटवून भिंतीवर खोबणीत खोचून ठेवले होते. दुसऱ्या बाजूला भिंतीवर झगझगीत रेशमी आणि पूर्ण काळी अशी दोन तऱ्हेची वस्त्रे टांगली होती.

दंडदूताने प्रवाशाला सभागृहात बरोबर मध्यभागी उभे केले. त्याने सैल, पायघोळ असे रेशमी वस्त्र अंगात चढवले व तो तेथील मखमली आसनावर बसला. ''आता मी न्यायदाता आहे. तू मंदिरात चौर्यकर्म केलंस, त्याबद्दल तुला देहान्ताची शिक्षा मिळत आहे!'' तो गंभीरपणे म्हणाला.

प्रवासी वेड्यासारखा पाहतच राहिला. ''तूच दंडदूत, तूच न्यायदाता! मग तूच नंतर वधकदेखील का होत नाहीस?'' तो उपरोधाने म्हणाला.

''खरं म्हणजे मी वधकदेखील आहेच. ही काळी वस्त्रं माझीच आहेत. परंतु न्यायनिर्णय झाल्यानंतरच त्यांचा उपयोग करायचा, अशी माझी परंपरा आहे.''

आता प्रवाशाला निर्वाणीचा संताप आला. हातवारे करत तो कर्कशपणे म्हणाला,

‘‘हे न्यायदान आहे की न्यायाची क्रूर थट्टा आहे? दंडदूतच न्यायदाता होणं हे फक्त रानटी पशूंच्याच बाबतीत शोभून दिसतं!’’

‘‘मृत्यूच्या भीतीनं तुझ्यात उद्धटपणा आला आहे, पण या खेपेला मी त्याच्याकडे दुर्लक्ष करतो,’’ न्यायदाता शांतपणे म्हणाला, ‘‘माणसं निरनिराळी असली तरच न्याय योग्य तऱ्हेनं होतो, असं का तुला वाटतं? वस्त्र म्हणजेच माणूस आणि जितकी वस्त्रं तेवढी माणसं! वस्त्राच्या मागं माणूस म्हणून कोणी स्वतंत्र काही असतच नाही. शिवाय महत्त्वाची गोष्ट अशी आहे. प्रायश्चित्त हे अपराधावर अवलंबून असतं; न्याय देणाऱ्यांच्या संख्येवर नाही. तू अपराध केला आहेस, तो तू करत असताना दंडदूतानं पाहिलं आहे आणि तू स्वतः तो मान्य केला आहेस. मग आता स्वतंत्र तीन माणसं असणं हा वेडा अपव्यय आहे. दंडदूत काय, न्यायदाता काय, वधक काय, आपापल्या व्यवसायात प्रावीण्य मिळवण्यासाठी कष्ट घेतलेली, बुद्धिमान माणसं असतात. अशी तीन माणसं तुझ्यासाठी राबत असावीत, म्हणजे अपराध करून तू मोठं शतकृत्य केलं आहेस, जगावर अनंत उपकार रचले आहेस, अशी का तुझी समजूत आहे? अपराधांचं कसलं आलं आहे कौतुक? मग तुला कारागृहात सावरीच्या कापसाची शय्या आणि पंखा घेतलेली सुस्वरूप दासी सेवेला नको का? सन्मार्गी लोकांकडे दुर्लक्ष करून दुर्जनांबाबत एवढं हळवं होणं, हे तर रानटी पशूंनाही शोभत नाही!’’

न्यायदाता उठला व त्याने रेशमी वस्त्र काढून ठेवत वधकाची काळी वस्त्रे उचलली. ती उचलताच त्याखाली झगझगीत अर्ध्या चंद्रासारखी पाते असलेली फरशी कुऱ्हाड दिसली. त्याने तंग काळे कपडे घातले व डोळ्यांसाठी फट असलेला काळ्या कापडाचाच मुखवटा घातला. फरशी उचलत त्याने कठोरपणे प्रवाशाला म्हटले, ‘‘चल, तुझ्या मृत्यूचा क्षण आला आहे!’’

प्रवासी तेथून बाहेर पडत असता अधीर उत्कंठेने त्याचे हृदय सतत उडत होते, कारण काही क्षणांपूर्वी मागे सतत हालचाल करत असता, इतका वेळ निर्दयपणे मांसात रुतलेली दोरी सैलावल्याची त्याला स्पष्ट जाणीव झाली होती. वधकाने पाच पायऱ्या चढून त्याला एका उंच स्थानी नेले व पुन्हा त्याच कठोर पंजाने त्याची मान लाकडी ठोकळ्यावर ठेवली. काळवंडलेल्या आभाळात अर्धा चंद्र उगवल्याचा भास झाला, व वेगाने फरशी खाली आणण्यासाठी वधक शिल्पाप्रमाणे क्षणभर स्थिर झाला.

त्या क्षणी प्रवाशाचे रक्त पेटल्यासारखे झाले. त्याने आपले हात एकदम पुढे आणले, व वेगाने वधकाचे पाय ओढून, सारे शरीर सामर्थ्याने त्याच्यावर फेकले. वधक वृक्षाप्रमाणे खाली कोलमडला व त्याच्या हातातली फरशी खाली पडली. प्रवाशाने ती उचलली व त्वेषाने वधकाच्या डोक्यात घातली. वधकाची हालचाल थांबताच प्रवाशाला वाटले, हे मात्र अगदी योग्य झाले! आता अपराधीच न्यायदाता आणि वधक झाला आहे!

परंतु दुसऱ्या क्षणी तो वाऱ्याप्रमाणे धावत सुटला व आंधळेपणाने मार्ग तुडवत मंदिराच्या अवशेषापाशी आला. तेथे थबकून त्याने कानोसा घेतला. पण आता रातकिडेही विझून गेले होते. तो चाचपडत गोमुखापाशी आला, पण आत हात घालण्यापूर्वी जणू कौल लावत असल्याप्रमाणे त्याचे मन ताणल्यासारखे झाले. प्राण पणाला लावून हस्तगत केलेले रत्न अद्याप तेथे असेल का? या शंकेने हात क्षणभर निर्जीव झाला. पण आत हात घालताच रत्न हातात आले व त्याच्या पुनःस्पर्शाने त्याचे अंग पुलकित झाले.

समोरील पायवाट अस्पष्ट दिसत होती, पण तिच्या मुखाजवळ असलेला नदीचा प्रवाह मात्र शांतपणे प्रकाशित झाला होता. चढउतार ठेचाळत आलेल्या त्याच्या पावलांना नदीकाठची ओलसर वाळू फार सुखद वाटली. पण समोर दृष्टी टाकताच आपल्या सुभाग्यावर त्याचा विश्वास बसेना. नाविक कोठे दिसत नव्हता. पण त्याची नाव मात्र पाण्यावर निःशब्द तरंगत होती. प्रवाहावरील झळाळीदेखील थरकणार नाही अशा हलक्या पावलांनी तो नावेत आला आणि आवाजाची शपथ घातल्याप्रमाणे तो सावलीसारख्या वल्ह्याने, सावलीसारखी नाव पैलतीराला नेऊ लागला. तेथे असलेल्या विक्राळ रानाकडे त्याने इतर वेळी दृष्टी देखील टाकली नसती, पण तेथे शिरताच गिळून टाकल्याप्रमाणे रानाने आपल्याला झाकून टाकले, याबद्दल त्याला फार कृतज्ञता वाटली.

पण रात्र दाटत चालली, त्या वेळी रानाची भीषणता जास्त स्पष्ट होऊ लागली व अनामिक भीतीने त्याची पावले अस्थिर होऊ लागली. हा साराच प्रांत नवखा असल्याने आपण कोठे जात आहो, हेही त्याला समजेना व त्याच्यातील अस्वस्थता वाढू लागली. त्यातच आता भूक वाढू लागल्याने त्यास फार थकवा वाटू लागला आणि पुढे सरकताना शरीर अडू लागले.

म्हणून दूर अंतरावर प्रकाश दिसताच त्याला फार धीर आला. पाण्याचा शिडकावा झाल्याप्रमाणे त्याचे अंग ताजे झाले व झपाझपा पावले टाकत तो प्रकाशाकडे आला. पण जवळ येताच मात्र त्याला फार निराश वाटले. त्याला वाटले, आजचा दिवसच असा कुजलेला आहे! मी जिवंत माणसाकडे जरी धावत आलो, तरी मला तेथे सांगाडाच भेटेल!

कारण त्याला दिसलेला प्रकाश एका पेटलेल्या चितेचा होता. तिच्याशेजारी केवळ त्या हलत्या प्रकाशाचे वस्त्रच अंगावर घेऊन एक अतिशुष्क, नग्न बैरागी बसला होता. त्याच्या बाजूला जमिनीत एक उंच त्रिशूल खोचलेला होता व त्यावरील ज्वालेच्या प्रकाशामुळे त्यातून तीन बोटे उभारल्याचा भास होत होता. प्रवाशाने जवळ येऊन फरशी बाजूला ठेवली व जमिनीवर अंग टाकले, तरी बैराग्याने त्याच्याकडे पाहिले देखील नाही.

"येथून गाव किती दूर आहे?" प्रवाशाने विचारले, "आज दुपारपासून मी अन्नाचा

कण देखील खाल्ला नाही.''

"तुला खायला हवं? तर मग तू अगदी वेळेवर आलास," बैरागी चितेकडे बोट दाखवत म्हणाला, "काही क्षणांतच गोळे भाजून होतील.''

प्रवाशाने बावरून चितेकडे पाहिले. बैराग्याने पिठाचे सात-आठ गोळे तिच्यात भाजत ठेवले होते. पण त्यापलीकडे अद्याप जळत असलेले प्रेत पाहून त्याला एकदम पोट उलटल्यासारखे झाले व त्याची भूकच मेली.

"म्हणजे तुला अद्याप खरी भूकच लागलेली नाही, नाहीतर तू चेहरा असा वेडावाकडा केला नसतास!" बैरागी म्हणाला, "तसली खरी भूक येते, त्या वेळी आतडी कुरतडत येते. त्या वेळी माणसाकडे नुसतं पाहताना देखील त्याच्या मांसात आपले दात रुतत असतात. मी एकदा अठरा दिवस स्वतःला गुहेत कोंडून घेतलं होतं, त्या वेळी मला तशी भूक लागली होती. मला समोर एका रानझुडपांच्या पानांचा झुबका दिसला, तेव्हा ती कडवट पाने मुंग्याकिड्यांसकट मी हपापून खाऊन टाकली होती. वास्तविक हे गोळे तू खायला हरकत नाही. ही चिता माझ्या पत्नीचीच आहे. आयुष्यभर तिनं आपल्या शरीरानं अनेकांना अनिर्बंध सौख्य दिलं; मेल्यावरही शरीरानं हे सुख द्यायला ती हरकत घेणार नाही.''

प्रवासी बैराग्याकडे अविश्वासाने पाहत राहिला व त्याने हळूच फरशी जवळ घेतली. "पण येथून गाव किती दूर आहे?" त्याने पुन्हा विचारले.

"गाव किती दूर आहे, याचाच शोध घेत मी जन्म घालवला, पावलं झिजवली, पण अद्याप मला बोध झाला नाही!"

प्रवासी उगाच राहिला. अंधार जाण्याला अद्याप बराच अवधी होता व आता विसावू लागलेले शरीर पुन्हा लगेच श्रम सोसण्यास तयार नव्हते. त्याने एक निःश्वास सोडला व बैराग्याची सोबत स्वीकारली.

"तू कोण आहेस?" बैराग्याने विचारले.

"मी एक प्रवासी आहे. यात्रा करत आहे," त्याने थोडा विचार करत म्हटले.

"फरशी घेऊन?"

"तुझा त्रिशूल तशी माझी फरशी!" तो तुटकपणे म्हणाला.

बैराग्याने मान डोलावली. तो म्हणाला, "तू अवश्य यात्रेला जा, शहाणा होशील. पवित्र ठिकाणं किती अपवित्र असतात, एकशेआठ उपाधी चिकटलेले आचार्य किती उथळ असतात आणि त्या ठिकाणी गर्दी करणारी माणसं किती क्षुद्र, मूर्ख असतात, याचं तुला दर्शन होईल. आणि स्थान जेवढं प्राचीन, तेवढी मलीनता अधिक; काळानं जेवढ्या जोमानं पाठीत पाऊल रुतवलं असेल, तेवढा आम्हांला त्या लांछनाचा अभिमान अधिक! जा, तू अवश्य जा. तुझा लाभच होईल!"

प्रवासी तसाच जाळाकडे पाहत राहिला. त्याची भूक आता दडपून गेली होती, पण

डोळ्यांवरची ग्लानी उतरेना. त्याने अंगावरील एकवस्त्राची उशी केली. फरशी अगदी अंगाशी ठेवली व त्याने जमिनीवर ऐसपैस अंग पसरले.

"तुला कसाही पहाट होईपर्यंत वेळ काढलाच पाहिजे, तेव्हा मी तुला काही कथा सांगू का?" बैराग्याने विचारले.

"कथा नवी आहे की जुनी आहे? तिला काही अर्थ आहे का?" फारशी उत्सुकता न दाखवता प्रवाशाने पडल्यापडल्या विचारले.

"हे बघ, कथा काय आहे हे सांगणाऱ्याइतकंच ऐकणाऱ्यावरही अवलंबून असतं. आणि अर्थाविषयी म्हणशील तर सगळ्याच कथा अर्थपूर्ण असतात किंवा अगदी वेडगळ, अर्थहीन असतात. ऐकून तरी बघ."

यावर प्रवासी काही बोलला नाही, पण बैरागी कथा सांगू लागला :

"एकदा एक पर्वत उद्यानात फिरत होता. तेव्हा एक शिळा पाण्याच्या काठी पडून आपले रूप न्याहाळत होती. पर्वत जवळ आला तरी ती उठून बसली नाही. तेव्हा पर्वताला या अनादराचा संताप आला व त्याने शिळेला शाप दिला, 'तू मानवी स्त्री होशील!'

"हा शाप किती दारुण आहे याची शिळेला कल्पना होती. प्रत्येक शिळेत एक मूर्ती दडलेली असते. जिच्यावर ऊन-पाऊस, यौवन-जरा यांचा यत्किंचितही परिणाम होणार नाही, अशी एक असामान्य सौंदर्याची मुद्रा असते. उलट, स्त्री होणं म्हणजे क्षणिक विकारावर गवताच्या काडीप्रमाणे हलणं, काळाच्या टाकीचे घाव सहन करत कुरूप, जराग्रस्त होणं, दुर्गंधरसाचं स्थान होणं! ती पश्चात्तापानं पित्याला शरण गेली तेव्हा त्यानं तिला उःशाप दिला, 'तुला एका राजपुत्राचा पदस्पर्श होईल तेव्हा तू मुक्त होशील.'

"ती एका सुंदर स्त्रीच्या स्वरूपात रानात राहू लागली. तेव्हा एक शबरी तिची दासी होती. एक दिवस दासीने बातमी आणली की, एक राजपुत्र त्या मार्गाने येत आहे. तिनं रानफुलं गोळा केली व ती राजपुत्राच्या पायावर ठेवून त्यावर डोकं टेकलं. त्या पावलांचा स्पर्श होताच सुंदर स्त्रीच्या जागी एक शिळा दिसू लागली व भोवतालच्या शिळांमधून आनंदोद्गार प्रकट झाले. पर्वतानं आपल्या कन्येला प्रेमानं मिठी मारली व म्हटलं, 'तू परत आलीस, पण तू काही काळ मानव होतीस, हा तुझ्यावर अद्याप कलंक आहे. तेव्हा तू दोन सागर जिथं मिळतात, तिथं वास्तव्य कर. दशसहस्र वर्षांत सागराच्या लाटांनी तुझा कलंक धुऊन जाईल. परंतु दुर्दैवानं तोपर्यंत ते स्थान मानवांना पवित्र राहील आणि तिथं दर्शनाला येणाऱ्या अनेक मानवांचा सहवास तोपर्यंत तुला असहायपणे सहन करत जगावं लागेल."

"मी असलीच एक कथा ऐकली आहे, परंतु –" प्रवासी सांगू लागला.

पण त्याला मध्येच थांबवत बैरागी म्हणाला, "ती कथा निराळी; ती एका मानवानंच सांगितली आहे. ही माझी कथा एका शिलाखंडानं रेषाटिंबांनी आपल्या

अंगावरच लिहून ठेवली व मी पाहिली. आणखी एक कथा ऐक :

"एक ऋषी होता. तो स्नानाला निघाला असता त्याची विषयवासना जागी झाली व त्यानं आपल्या पत्नीशी संग केला. पण स्नानाहून परत येताना त्याला अतिपश्चात्ताप होऊ लागला व पत्नीसमोर जाण्याची त्याला शरम वाटू लागली. तेव्हा आश्रमाच्या दारात येताना तो संतापानं म्हणाला, 'माझ्या रूपानं आलेल्या परक्यास तू भोग दिलास, पण मला ते अंतर्ज्ञानानं समजलं. तेव्हा तू चिरंतन शिळा होऊन राहशील!'

"त्याच्या पत्नीनं त्याच्याकडे विस्मयानं पाहिलं पण नंतर विस्मयाची जागा क्रोधानं घेतली. ती म्हणाली, 'तुम्हाला अंतर्ज्ञान आहे आणि मला ते नाही, असा का तुम्हाला भ्रम आहे? तुम्ही शाप उच्चारलात, तर माझाही शाप ऐका! मी शिळा झाल्यावर तुम्ही ती शिळा पर्वतशिखरापर्यंत ढकलत न्याल, पण तिथं जाताच मी पुन्हा पायथ्याशी येईन. मी चिरंतन शिळा असता तुम्ही चिरंतन हा निष्फळ प्रवास करत राहाल!' "

यावर प्रवासी काही बोलणार तोच सुरकुतलेला हात उचलत बैराग्याने त्याला थांबवले व म्हटले,

"बोलू नकोस, कारण तू काय सांगणार हे मला माहीत आहे. असलीच कथा तू ऐकली आहेस, पण ती कथा निराळी. ही कथा निराळी. सांगणारे जेवढे असतात, तेवढी रूपं एकच कथा धारण करते. आता तुला एक निराळी गोष्ट सांगतो. ती आहे उत्तरेकडच्या बर्फाळ, उग्र प्रदेशातील! ऐक :

"एका माणसाचं आपल्या वृद्ध आईबापांवर अतिशय प्रेम होतं. त्यांची शरीरं वार्धक्याने दुबळी झाली होती, त्यांची दृष्टी गेली होती व मऊ करण्यासाठी राठ चामडी चघळून चघळून त्यांचे दात झिजून गेले होते. पण तो माणूस मात्र त्यांना जाड कातड्यांच्या शिप्तरात बसवून आपण जाईल तिथं त्यांना मोठ्या कष्टानं ओढत नेत असे. त्यांनी अनेकदा डोळ्यांत अश्रू आणून त्यास सांगितलं, 'बाबा रे, हा वेडेपणा सोड. इतरांच्याप्रमाणं तू आम्हांला बर्फात टाकून जा. आता आम्ही ओझी झालो आहोत. आता आम्हांला शिकार करता येत नाही, की चामडी मऊ करता येत नाहीत. तेव्हा आम्हांला तू शांतपणं का आयुष्य संपवू देत नाहीस?' पण तो माणूस त्यांना हट्टी भक्तीनं आपल्या मागून ओढत नेत असे. जाताना उंचसखल भागात हाडं हिसकळून आईबापांना यमयातना होत आणि प्राण डोळ्यांत जमा होत. मग त्या भागातील अन्नच नाहीसं झालं. आता शिकारीसाठी श्वापद दिसेना. सगळीकडे फक्त बर्फाचं भीषण दारुण वादळ दिसे. तो माणूस सुकून सांगाड्यासारखा झाला, तर आईबापांच्या अंगावरील कातडं आकसून एका अरुंद पिशवीत कोंबल्याप्रमाणं त्यांना वाटू लागलं व एक श्वासोच्छ्वास म्हणजे मृत्यूचं जवळ आलेलं एक पाऊल, अशी त्यांची स्थिती झाली. काही काळानंतर त्याला काही अंतरावर सावल्यांप्रमाणं आकृती दिसल्या. दीर्घ उपासमारीनंतर वसती दिसताच त्याच्या क्षीण शरीरात आशा फुलली व जवळजवळ निर्जीव झालेल्या आईबापांची शरीरं

प्राणपणानं ओढत तो वसतीत आला. पण तो जवळ येताच हात क्षीणपणं उचलून त्याचं स्वागत करणारी माणसं एकदम भूत पाहिल्याप्रमाणं गप्पगार झाली. ती सगळी उपासमारीनं सांगाड्यासारखी झाली होती व त्यांच्या प्राणांचे अवशेष फक्त डोळ्यांत अस्पष्टपणे उरले होते. त्यांच्यातील एक म्हणाला, 'तू येत आहेस हे पाहून आम्हांला वाटलं होतं, तू आमच्यासाठी अन्नाची गाठोडी आणली आहेस! तर तू मिरवत आलास ही म्हातारी मढी!'

'' 'पण मी आईबापांना बर्फात कसं टाकून देऊ?' तो माणूस म्हणाला.

''ते शब्द ऐकताच पहिल्याचा राग अनावर झाला. तो म्हणाला, 'या जगात आईबाप असलेला तूच काही पहिला अद्वितीय माणूस नव्हेस; आमचं आमच्या आईबापांवर प्रेम नाही असंही नाही; पण तुझं प्रेम आहे ते अडाण्याचं आहे! या प्रदेशात राहताना तू या प्रदेशाचा धर्म विसरलास. तू द्रोही आहेस. तुझ्यासारखी माणसं स्वतः तर अडकतातच, पण इतरांनाही विश्वासघातानं अडकवतात!' त्यानं आपला भाला काढला व आईबापांवर हिवाळ्यात उन्हाळ्याचं प्रेम दाखवणाऱ्या त्या माणसाला भोसकून ठार मारलं.''

''काय रानटी, निर्दय माणसं आहेत ती! आपल्या वृद्ध मातापितरांना ती अशा क्रूरपणे बर्फात टाकून देतात तरी कशी?'' प्रवाशाने म्हटले.

''निर्दय? हो, निर्दय. चांगला शब्द वापरलास,'' बैरागी समाधानाने म्हणाला, ''शब्द चांगला आहे. मी दक्षिणेत प्रवास करत असता तिथल्या एका वन्य जमातीत काही काळ राहिलो होतो. तेथील नायकानं देखील नेमका हाच शब्द वापरला होता. त्या जमातीतील लोक नरमांस खात, पण त्यांतील अत्यंत क्षुद्रानंही मेंढीला किंवा कोंबडीस हात लावला नसता. त्यांच्यात मी काही दिवस तरी सुखानं राहिलो असतो, पण आपल्यात माणसं मेली की आपण त्यांची प्रेतं जाळून टाकतो, असं मी एकदा सहज बोलून गेलो. ते ऐकताच काठ्या-दगड घेऊन ती माणसं माझ्यामागं लागली. त्यांच्या वृद्ध नायकानं मला वाचवलं नसतं तर माझी यात्रा तिथंच संपली असती. मला हाकलून घालताना तो नायक तिरस्कारानं म्हणाला, 'तू कुठल्या रानटी माणसांतून आला आहेस कोणास ठाऊक! स्वतःच्या प्रेमाच्या माणसांना ओंडक्याप्रमाणं जाळून टाकणं, यापेक्षा जास्त निर्दय प्रकार असणं शक्य नाही. आम्ही आमच्या माणसांची प्रेतं एका मोठ्या झोपडीत जपून ठेवतो, मांस विरेल तसं ते काढून टाकतो आणि मग स्वच्छ सांगाडे सदैव आमच्यात राहतात. तेव्हा तू चालता हो! तुझ्यासारख्या असंस्कृत, निर्दय जनावराला आमच्यात जागा नाही!' तात्पर्य काय, अंगणातला गुण परसात देखील गुणच ठरेल असं नाही!

''तुला दोन भाबड्या माणसांची गोष्ट माहीत आहे? एका माणसाला आपला मुलगा अमर व्हावा असं वाटत होतं, तर त्याच्या एका वैऱ्याला तोच मुलगा अगदी अल्पायुषी

व्हावा अशी इच्छा होती. दोघांनी अगदी कंदमुळं भक्षण करून घनघोर तपश्चर्या केली, तेव्हा देव प्रसन्न होऊन त्यांच्यासमोर उभा राहिला. त्यानं त्या दोघांच्या प्रार्थना ऐकून घेतल्या. अशा प्रसंगी कोणताही प्रामाणिक माणूस गोंधळात पडला असता. पण देवाच्या चेहऱ्यावरील प्रसन्नता किंचितही कमी झाली नाही. त्यानं एकाला विचारलं, 'तुला अमरपण पाहिजे?' व त्या माणसानं मान डोलवली. त्यानं दुसऱ्यास विचारलं, 'तर तुला अल्पायुष्य पाहिजे?' तेव्हा त्यानंही मान डोलवली. तेव्हा देवानं – तो मुलगा राहिला बाजूलाच – एकाला अमर केलं व दुसऱ्याला अल्पायुषी करून टाकलं. याही गोष्टीला तात्पर्य आहे : देवाच्या शब्दांवर कधी विश्वास ठेवू नये. कारण, काही झालं तरी तोच शब्दनिर्माता! तो कोठल्या शब्दाला काय अर्थ लावेल, हे भाबड्या माणसाला काय समजणार, कपाळ! दुसरं, देवानं एका हातानं दिलं, तरी पुष्कळदा ते दुसऱ्या हातानं हिरावून घेतलं जातं. पण उजवा हात देत असता डाव्या हातावर लक्ष ठेवूनही काही फायदा नाही माणसाला. कारण, हे सोपं व्हावं म्हणून तर माणसाला फक्त दोन डोळे असतात, तर देवाला अनेक हात असतात. एकदा पत्नीला अग्निदिव्य करायला सांगताच पतीनं देखील आपल्याबरोबर दिव्य करावं, असा तिनं आग्रह धरला ती गोष्ट तुला माहीत आहे? एकदा काय झालं...''

आता बैराग्याचे शब्द अस्पष्ट होत गेले व प्रवाशाचे डोळे थोडे जडावले. त्याला समोर उद्याचे आयुष्य दिसू लागले. रत्न विकत घ्यायला देशोदेशीचे धनाढ्य व्यापारी येतील व समोर सोन्याचा पिंपळ उगवल्याप्रमाणे सगळी सोन्याची नाणीच दिसतील. मग संगमरवरी भव्य प्रासाद; सोन्याच्या सुरईतील गडद लाल मद्य व ते ओतून देणाऱ्या गौरांगी युवती व त्या वेळी होणारी त्यांच्या सुकुमार हातांची हंसाच्या मानेसारखी हालचाल आणि त्यांतील एका मानिनीच्या ओठाचा रक्तस्पर्श...

हाताला एकदम दाहक स्पर्श होताच प्रवाशाचे डोळे खाडकन उघडले. तो उठून बसला व त्याने तात्काळ फरशी उचलली. बैराग्याने एक निखारा त्याच्या हातावर फेकला होता.

''घाबरू नकोस, तू चांगला सुरक्षित आहेस,'' बैरागी म्हणाला, ''स्मशान ही तात्पुरत्या झोपेची जागा नव्हे. शिवाय भूक त्रस्त करत असता झोपू नये, कारण मग मनात पिशाच नाचतं. तुला अद्याप प्रवास करायचा आहे. आता झोपलास की मग सूर्य कलल्याखेरीज हलणार नाहीस.''

प्रवासी उठून बसला व त्याने अंग ताणून सैल केले. बैराग्याचे म्हणणे बरोबर होते. आता पहाट होण्याला फारसा वेळ नव्हता, पण होता तो कसाबसा ढकलण्यासाठी तो म्हणाला, ''तुम्ही फार हिंडला असाल, फार पाहिलं असेल नाही?''

''दिसलं पुष्कळ, पण मला पाहता आलं नाही; घडलं पुष्कळ, पण जाणता आलं नाही; केलं, पण फारसं उमगलं नाही,'' बैरागी म्हणाला, ''काही कण मात्र हाडांत

व्रणांप्रमाणं रुतले. सगळीकडे वेडाचे झटके येणारं तेच रक्त आहे, सगळ्यांची शेवटी तीच राख होते, सर्व स्त्रिया अंधारात सारख्याच असतात. पशू म्हणून पाहिल्यास माणूस सर्वांत बुद्धिमान पशू आहे, परंतु दैवी अंश या दृष्टीनं बघितल्यास त्याच्यापेक्षा हीन, क्षुद्र जीव नाही. सर्व यात्रा करून तू जे शिकशील ते सारं मी तुला इथल्या इथं, हे गोळे संपेपर्यंत सहज सांगू शकेन. सांगू?''

प्रवासी किंचित हसला व म्हणाला, ''नको. माझा मार्ग कुंपणाच्या दुसऱ्या बाजूचा आहे. मला आयुष्याविषयी आसक्ती आहे. लाल रंगाचं मद्य, युवतींचा शृंगार, सजवलेले प्रासाद यांचा पूर्ण उपभोग मला हवा आहे. स्वच्छ निळ्या पाण्यात माझी हंसाकृती नौका डौलानं चालली आहे, व माझे सेवक शुभ्र वल्ही लयबद्ध तऱ्हेनं हलवत आहेत, माझे देखणे, विजेत कोरल्याप्रमाणे दिसणारे घोडे जमिनीला नाममात्र स्पर्श करत लाटांप्रमाणे आयाळ उडवत वाऱ्यासारखे धावत आहेत, असलं वैभव मला हवं आहे. सर्व स्त्रिया अंधारात सारख्याच असतील. पण प्रत्येक भोगक्षण मात्र अद्वितीय असतो. असले अनंत अनुभव मला आयुष्यात वेचायचे आहेत –''

''होय, तू वेचशील आणि मग तू इथं येऊन पडशील व कोणीतरी तुझ्यावर पिठाचे गोळे भाजून भूक भागविण्याचा अतिक्षुद्र, पाशवी अनुभव वेचेल!'' बैरागी तिरस्काराने म्हणाला.

प्रवाशाने खांदे उडवले व म्हटले, ''तसं होईलही. पण मला त्याची चिंता कशाला हवी? फळ खाल्ल्यानंतर फळाची साल गजराज खातो की ती स्मशानातील कोल्हं चघळतं, याचं सुखदुःख कसलं? तुमच्या पत्नीला मी पाहिलं नाही, पण मला वाटतं, आमच्यात एक गुण समान आहे. तिच्याचप्रमाणे मलादेखील मृत्यूसमयी पश्चात्ताप वाटणार नाही!''

''म्हणजे तू एकंदरीनं वस्त्रांचा किडा आहेस!'' चेहऱ्यावरील सुरकत्या विसकटून हसत बैरागी म्हणाला, ''सगळेच किडे, पण त्यात दोन प्रकार असतात. एक शरीर पोखरत आत जातो, तर दुसरा वरच्या वस्त्रातच कसर निर्माण करत सुखानं जगतो. माझा जन्म पहिल्यात झाला. जर वस्त्रांविषयी तुला एवढी आसक्तीच असेल, तर समोर माझी झोपडी आहे. तिच्यात निरनिराळी वस्त्रं आहेत. त्यांतील काही तुला उपयुक्त होतील. तुझ्या जगात निव्वळ यात्रिक असून चालत नाही, तर दरोडेखोरासारखं न दिसता यात्रिकाप्रमाणंच दिसावं लागतं!''

यापुढील प्रवासात निराळ्या कपड्यांची गरज लागणार, हे प्रवाशाला जाणवले होतेच. तो उठला व झोपडीत आला. तेथे एका स्वच्छ ओट्यावर व्यवस्थित बांधून ठेवलेल्या विविध वस्त्रांच्या घड्या होत्या. यात्रिकाची वस्त्रे, विद्वानांच्या सभेत सन्मानार्थ दिल्या जाणाऱ्या भरजरी शालजोड्या त्यात होत्या. परंतु त्यांतच योद्ध्याचे कवच आणि राजदरबारीदेखील शोभेल असा लहान हिरे जडवलेला मखमली पोशाख पाहताच

प्रवाशाला विलक्षण विस्मय वाटला. त्याने यात्रिकाची दोन वस्त्रे उचलली व बाजूचा कमंडलू घेतला.

"आता मी मला स्वतःलाच ओळखू शकणार नाही," आपल्या नव्या वेषाकडे समाधानाने पाहत तो उद्गारला.

तो बैराग्याजवळ येताच त्याला पुन्हा कुतूहल वाटले व त्याने विचारले, "तुम्ही कोण आहात?"

"मी तुझ्यापुढं बसलेला मीच आहे. माझ्यावरील इतर काती मी तेथे टाकल्या आहेत. अद्यापही एक आवरण आहेच, पण तीदेखील एक कातच आहे. ती टाकली की मग मी कोण, काय असं विचारायला काही उरतच नाही. मग मी कोण, त्यांतील कोणती कात म्हणजे मी, याचा तूच विचार कर."

आता प्रवाशाला बैराग्यासमोर बसणे दडपणाचे वाटू लागले. अद्याप अंधार संपला नव्हता; पण पहाटेचा वारा वाहू लागला होता. प्रवासी उठला व बैराग्याला नमस्कार करून तडक चालू लागला.

"अरे, इथून जाताना एक तरी शिकून जा," बैराग्याने मोठ्याने हाका मारत म्हटले.

प्रवासी थबकला आणि तेथूनच ऐकू लागला.

"फक्त वडाचंच मूळ गंगेप्रमाणे आभाळातून पृथ्वीवर येतं. दुसरं, सापाचं मुख, घाण मांजराचा पृष्ठभाग, विहिरीचा तळ, ज्वालामुखीचं शिखर, खेचराची मागची बाजू, हत्तीची पुढची बाजू आणि स्त्रीचा मध्यभाग, याबाबत आयुष्यात अतिसावध राहा!" बैरागी मध्येच मोठ्याने हसला. "हो, आणखी एक. चितेवर पीठ भाजत असता ते नेहमी दगडावर ठेवून भाजत जा. नाहीतर त्याला अतिमलिन वास येतो! त्या वासाची सवय नसेल तर पोट उमळल्यासारखं होतं!" आणि त्यावर बैरागी पुन्हा हसू लागला.

त्या हसण्याच्या आवाजाने आलेली अस्वस्थता झटकत, मागे न वळता प्रवासी सरळ चालू लागला.

प्रवाशाने एक दिवसाचा सूर्यप्रकाश तुडवला, पण एवढ्या वाटचालीत त्याला कोठे एखादे घर दिसले नाही, की एक माणूस भेटले नाही. सर्वत्र आता डोळे त्रस्त करू लागलेली गुंतवळ्यासारखी गर्द झाडी होती. भूक भागवण्याचा हेतू नसेल तरच रानफळांना रुची असते, हे त्याला अनुभवाने कळले व या विशाल, निर्विकार रानातून बाहेर पडण्यास वाट नाहीच की काय, अशी हताशता त्याला वाटू लागली.

अखंड निर्दयपणे सतत सोबत असलेल्या गर्द झाडीत एका खोपट्यासारखे काही दिसताच प्रवाशाचे मरगळलेले मन किंचित टवटवले व त्याच्या पायांत नवा जोम आला, आणि झपाझपा पावले टाकत तो तिकडे वळला. पसरलेल्या काटेरी झुडपांतच पानेफांद्या

घालून केलेला एक आडोसा होता व त्याच्या शेजारी शुभ्र पिंजारलेल्या केसांचा एक जटाधारी बसला होता. प्रवासी चालत असता एकदम थबकला व क्षणभर त्याला भोवतालच्या जगाचा विसर पडला. बाजूला एका विशाल वृक्षावर उंच जागी एक हवाफूल उमललेले होते. त्याचा रंग हस्तिदंती असून त्याच्या मध्यभागी विलक्षण रसरशीत लालसर जीभ असल्यामुळे, ते फूल एखाद्या अप्सरकन्येने तोंड उघडल्याप्रमाणे दिसत होते. सतत हिरव्या रंगाच्या पडद्यावर हे देखणे चित्र पाहताच प्रवासी मोहून गेला व आजच्या वणवण दिवसातील एका क्षणाने आपल्याकडे लवून दरबारी मुजरा केल्याप्रमाणे त्यास वाटले. पण तो लगेच पुढे गेला व खोपट्याजवळ आला. जटाधारी प्रवाशाकडे स्थिर नजरेने पाहत होता, परंतु प्रवासी अगदी जवळ आला तरी त्याने एक शब्ददेखील उच्चारला नाही.

''मी एक प्रवासी आहे,'' अखेर प्रवासीच म्हणाला, ''मला काही खायला मिळालं तर हवं आहे.''

त्याच्याकडे त्याच स्थिर नजरेने पाहत जटाधाऱ्याने मान हलवली व तो एकदम हसू लागला.

''मी भुकेनं व्याकूळ झालो, तेव्हा तुमच्याकडे याचना केली. त्यात हसण्याजोगं काय आहे?'' प्रवाशाने रागाने विचारले.

''अरे, हसू नको तर काय करू तूच सांग!'' जटाधारी म्हणाला, ''मी स्वतःच दोन-तीन दिवस काही खाल्लं नाही. तू इकडे येत असताना मला एकदम आशा वाटली होती, याच्याजवळ भाकरीचा तुकडा, अर्धं फळ, मूठभर दाणे – काहीतरी निघेल! आणि आता तूच माझ्याकडे अन्नाचा घास मागतोस!'' जटाधारी पुन्हा हसला, ''येथे तुला फार तर चार शब्द बोलायला-ऐकायला मिळतील. सातआठ दिवस मीही कोणाशी बोललो नाही. तेव्हा तू थांबतोस का थोडा वेळ?''

प्रवाशाने निराशेने एक सुस्कारा सोडला व तो मटकन खाली बसला. पण त्यालादेखील किंचित हसू आल्याखेरीज राहिले नाही. तो म्हणाला, ''येथे तुमची झोपडी आहे. ऐन रानात तुम्ही एकाकी राहता, घरी वाटीभर अन्न असणारच, असा माझा विश्वास होता. तुम्हीच जर उपाशी आहात तर मग या ठिकाणी तुम्हाला आयतं अन्न कोण आणून देणार आहे?''

''तुझं म्हणणं खरं आहे. इथं भोवती अनेक कोसांवर वसती नाही. पण त्यापलीकडे अनेक लहानलहान गावं विखुरली आहेत. तिथं कुठंतरी लग्न झालं, कोणीतरी मृत्यू पावलं, नव्या मुलाचा जन्म झाला, कोणी दीर्घ काळानंतर परदेशाहून परतलं, तर सगळ्या प्रेतयात्रा, वराती, मिरवणुकी मुद्दाम याच रस्त्याने नेल्या जातात. त्या इथं, या खोपटापाशी थांबतात. त्या इकडे येतात ते मुद्दाम माझ्यासाठी, कारण मी एक गीतकार आहे. मग मी त्यांची सुखदुःखं, भूतकाळातील करुण आठवणी, भविष्यातील

आकांक्षा-स्वप्नं स्वतः अनुभवतो व त्यांना माझ्या गीतांच्या पिंजऱ्यात पकडून त्यांच्यापुढं ठेवतो. मग कृतज्ञतेनं ती माणसं मला काही अन्नवस्त्र देतात. मग खंडित झालेला कोणाचा अखेरचा प्रवास किंवा नव्यानं सुरू झालेली आनंदयात्रा पुन्हा चालू होते व ती माणसं निघून जातात. माझे शब्द, माझे सूर यांवरच मी आतापर्यंत जगत आलो आहे. पण गेल्या आठदहा दिवसांत कोणीच मेलं नाही, कोणी जन्माला आलं नाही, कुठं लग्न नाही, कुठं नवा तलाव नाही, गृहपूजा नाही, काही नाही.'' जटाधाऱ्याने प्रवाशाकडे पाहिले व तो किंचित काळ स्तब्ध राहिला. प्रवासी काही बोलत नाही, हे पाहून तो उत्साहाने म्हणाला, ''मी तुझा फार कृतज्ञ आहे.''

''कृतज्ञ? कशाबद्दल?'' प्रवाशाने आश्चर्याने विचारले.

''अशा वेळी 'माणूस काही काव्यावर जगत नाही' असं न म्हटल्याबद्दल!'' जटाधारी हसून म्हणाला, ''नाहीतर म्हशी बोडण्याखेरीज काहीच काम न येणारा एखादा गावडादेखील मोठ्या ऐटीत म्हणून जातो, 'कवितांनी कधी पोट भरत नाही!' ''

प्रवासी आता मनमोकळेपणाने हसला. ''छट, असली हजार माणसांनी आपल्या अर्ध्या सोंडी खुपसलेली, हजार जणांनी ढुंगण पुसलेली मलिन चिंध्यांसारखी वाक्यं मी कधीच वापरत नाही! मला शब्द हवेत नव्या नाण्यांसारखे कलदार. मला वाक्य हवं ते सुरीच्या नव्या धारेसारखं स्वच्छ, जिवंत.''

''होय, मला वाटलंच होतं. तू प्रवासी असशील पण तू काही नेहमीचा, वाट गिळत एखाद्या स्थळावर किंवा क्षेत्रावर अंग आदळून येणारा प्रवासी नाहीस. तू ते हिरामाणिक फूल पाहायला थांबलास, त्याच वेळी ती गोष्ट माझ्या ध्यानात आली.''

''हां, माझा शस्त्रास्त्रांशी थोडा परिचय आहे. मला काव्यशास्त्रही अगदीच अज्ञात नाही,'' प्रवासी म्हणाला, ''पण ते सगळं अगदी बिंदूएवढं. आपलं अमर्याद अज्ञान समजण्याइतकंच. पण मला एक सांगा. तुम्ही गीतं गाता, त्यांतील सुखदुःख सारी उसनी, परक्यांनी भोगलेली. त्यात खरेपणा नाही. जगातल्या कोणत्याही प्रेमगीतापेक्षा एखाद्या स्त्रीच्या ओठाचा प्रत्यक्ष स्पर्श जास्त जिवंत असतो, नाही का?''

''तसं असेलही, मला माहीत नाही. आणि तुला तरी ते कसं माहीत आहे कुणास ठाऊक!'' विचार करत जटाधारी म्हणाला, ''कारण, ओठांचा स्पर्श घेणाऱ्याला त्याचं गीत गायचीही देणगी मिळाली आहे, धनुर्भंग करणाऱ्याला त्याबद्दल गायचं दैवी सामर्थ्यसुद्धा प्राप्त झालं आहे, असं क्वचितच घडतं! पण कदाचित तुझं म्हणणं खरंही असेल. माझ्याकडे तू लक्षपूर्वक पाहिलंस का?'' जटाधाऱ्याने आपल्या पायांकडे बोट दाखवताच प्रवाशाने निरखून पाहिले व त्याचे अंग शहारले. ते पाय वाळून गेलेल्या, जाड वेलीसारखे निर्जीव, कुरूप होते.

''पाहिलंस?'' खिन्नपणे जटाधारी म्हणाला, ''हे पाय घेऊन मला कोणत्या कुरुक्षेत्रावर युद्धकौशल्य दाखवता येईल? मला कोणत्या राजकन्येचा पण जिंकता येईल?

सागराच्या लाटांशी झुंजून विक्राळ जलचरांची हत्या करता येईल? की मस्त हत्तीच्या गंडस्थलावर पाऊल ठेवावं त्याप्रमाणं अजिंक्य पर्वतशिखरावर पाऊल रोवून मला खालच्या जगाकडे अभिमानानं पाहता येईल? परंतु एका दृष्टीनं मला त्याचं दुःख नाही. हसू नको. यात दुःख न मानायला मी शिकलो आहे, असं म्हण हवं तर. जर मी प्रत्यक्ष योद्धा असतो तर एकच एक योद्धा झालो असतो, एकच आरोहक, एकच सागरसाहसी; परंतु आता मात्र आदिकालापासूनची सारी युद्धं माझी आहेत, मानवाच्या साऱ्या साहसात मी हजर आहे. मी असा अत्यंत क्षुद्र झाल्यामुळं मी अतिमहान झालो आहे —''

''मीदेखील या रस्त्यानं जाताना तुमच्याकडे आलो आहे, मग माझं गीत तुम्हाला गाता येईल?'' प्रवाशाने विचारले.

''का नाही? तू प्रसंग सांग, मी गीत गाईन. किंवा मी प्रसंगदेखील निर्माण करू शकेन. तू आपल्या पित्याच्या अपमानाचा सूड घ्यायला निघाला आहेस; तू एका राजकन्येच्या स्वयंवराला यात्रिकाच्या वेषात चालला आहेस; तुझ्या प्रियेने तुझा विश्वासघात केला म्हणून तू विरक्त झाला आहेस; नगरात तू राजरस्त्यावर उभा असता, मिरवणुकीतून चाललेला शृंगाररथ तुझ्या गळ्यात माळ घालतो व तू नवा सम्राट होतोस; किंवा मिरवणुकीतील तोच हत्ती उधळतो व त्याच्या पायाखाली तू चिरडला जातोस; तुझ्याच रक्ताचा भाऊ तुझ्या पाठीत कट्यार भोसकतो; नकळत तुझ्या हातून तुझ्या आईची हत्या होते; किंवा एका असामान्य सुंदर रमणीच्या चेहऱ्यासाठी तू अगदी अभंग मनाने, आनंदाने आपल्या देशाशी द्रोह करशील...''

प्रवासी एकदम मोठमोठ्याने हसू लागला व म्हणाला, ''यातील काहीसुद्धा खरं नाही. मी आपला भटकत चाललो आहे इतकंच!''

''काही खरं नाही, म्हणजे ते प्रत्यक्ष घडलं नाही इतकंच,'' त्याचे शब्द बाजूला सरकवत असल्याप्रमाणे हात झाडत अधीरपणे जटाधाऱ्याने म्हटले, ''प्रत्यक्ष म्हणजे अगदीच क्षुद्र गोष्ट आहे. समिधेचा अग्नीशी जेवढा संबंध, तेवढादेखील प्रत्यक्षाचा सत्याशी संबंध नसेल. मी आहे एक कवी. माझ्यापुरतंच बोलायचं झालं, तर जे शक्य आहे ते सत्य आहेच.''

प्रवासी थोडा वेळ गप्प राहिला. खोपटाभोवती बोरा-करवंदांची अनेक काटेरी झुडपे होती. त्यातून आता रखरखलेल्या उन्हात किड्यांचा कर्कश आवाज सुरू झाला होता. मध्येच त्याला एका कुत्र्याच्या पिलाचा धडपडणारा कोवळा आवाज ऐकू आल्यासारखे वाटले. त्याला किंचित उत्सुकता वाटली व त्याने कान देऊन पुन्हा ऐकले. पण उन्हात वितळून गेल्याप्रमाणे तो आवाज आता विरून गेला होता. त्याने एक सुस्कारा सोडला व आता पुन्हा वाट तुडवू लागावे, असे त्याला वाटले. पण पाय मात्र हलण्यास तयार होईनात. आजचे आपले अन्न कोठे वाढून ठेवले आहे हे नशीबच जाणे, असे त्याला वाटले व त्याने तेथेच थोडा वेळ काढण्याचे ठरवले.

‘‘भोवतालचे लोक आडवाटेनं इथं येण्याची वाट पाहत राहण्यापेक्षा तुम्ही का त्या एखाद्या गावात जाऊन राहत नाही? मग हा वनवास तरी चुकला असता,’’ त्या प्रवाशाने म्हटले.

‘‘मला वाटलंच होतं, तू हे विचारणार!’’ मान हलवत जटाधारी विषण्णपणे म्हणाला, ‘‘तसा मी काही काळापूर्वी एका गावातच राहत होतो. मी काही इथेच बोरा-करवंदांच्या जाळ्यांप्रमाणं या जमिनीतून उगवलो नाही! त्या ठिकाणी मी राहत असता माझ्याकडे कोणी येण्याआधीच मीच सगळं स्वतः पाहत, टिपत माझी गीतं गात होतो. त्या वेळच्या माझ्या गीतांत धार, धग होती. परंतु त्यांच्यातील आनंद त्या माणसांना पेलवेना. त्यांतील दुःख सहन होईना. आपणाला काहीसुद्धा दिसत नाही, अशी काही माणसांची तक्रार असते. माझं दुर्दैव निराळंच होतं. मला अति दिसत असे. दाहक द्रवाच्या थेंबाप्रमाणे माझे शब्द हाडापर्यंत जळत जाऊन हाडात उतरत. परंतु त्या माणसांना नेमकं तेच नको होतं. पृष्ठभागावर ओरखडा न उठवता सळदिशी सरकणारा नटवा सुबक आनंद, किंचित ओलसरपणा निर्माण करून क्षणात पुन्हा हवेत वाफ होऊन जाणारं आटोपशीर समजूतदार दुःख त्यांना हवं होतं. त्यांची भूक केवळ चुरमुरे-बत्ताशाची होती. आता माझ्याकडे बघ म्हणजे तुला माझं दुःख समजेल –’’

जटाधाऱ्याने छातीवरील मलिन चिंधड्या धडपडत्या बोटांनी बाजूला केल्या, तेव्हा तेथे पापण्या नसलेल्या स्थिर डोळ्यांची एक रांग उघडी झाली. एकदम अनेक डोळे त्याच्यावर रोखले जाताच प्रवाशाच्या अंगावर झर्रदिशी काटा उभा राहिला व तो जागच्याजागी खिळल्यासारखा झाला. जटाधाऱ्याने चिंध्या व्यवस्थित केल्या व एक निःश्वास सोडला.

‘‘पाहिलंस? कमरेपर्यंत मला असे सर्वत्र डोळे आहेत. त्यांना पापण्या नाहीत व त्यांना वस्त्रांचा आडोसा अडवत नाही. त्यामुळं मला अति दिसतं. प्रत्यक्ष ती भोगणाऱ्यांपेक्षाही जास्त उत्कटपणं मला त्यांची सुखदुःखं भोगावी लागतात. शब्द म्हणजे क्षुद्र शिंपले असं हताशपणं वाटावं, असल्या यातना, असले परके आनंद मला पेलावे लागतात. आणि तू म्हणतोस, प्रत्यक्ष ओठांचा स्पर्श माझ्या गीतापेक्षा जास्त जिवंत असतो म्हणून! अरे, नुसते ओठाला ओठ भिडवणं एवढंच ज्याला माहीत असतं, त्याला ओठाला ओठ भिडवण्याचं खरं सुख पुरं माहीत नसतं! पण मला अनेकदा वाटतं मात्र, तेवढ्यावरच समाधान मानणाऱ्यांपैकी मी झालो असतो, तर माझी ही निर्मम यातना चुकली असती, माझ्या वाट्याला रांगणारं, सरपटणारं सामान्य सुख जास्त आलं असतं!

‘‘मी गावात राहत होतो व अंगावरील डोळे कोणाला दिसू नयेत, याची अतिशय खबरदारी घेत होतो. पण अखेर त्यांना ती गोष्ट समजली की काय कुणास ठाऊक! त्यांनी एकदा भररात्री मला उचललं आणि या रानात आणून टाकलं. मी तिथं राहत असता मला

कधी कोणी लग्नप्रसंगी किंवा बारशाला प्रत्यक्ष बोलावलं नाही, पण आता विशेषप्रसंगी त्यांना इथं आल्याखेरीज राहवत नाही. पण इथंही माझी गीतं ऐकून झाली की मात्र, जणू आपल्याच अंगावर अनेक डोळे कायमचे उमलतील या भीतीनं ती माणसं लगबगीनं निघून जातात. आमचं एकमेकांशिवाय चालू शकत नाही आणि आम्ही एकत्र राहू शकत नाही –'' कडवटपणे हसत जटाधाऱ्याने छातीवरील चिंध्या जास्तच आवळून घेतल्या.

प्रवासी आता झट्कन उठला व जाण्यासाठी त्याने फरशी उचलली. आता किड्यांच्या आवाजावर कुत्र्याचे ओरडणे स्पष्टपणे पुन्हा ऐकू आले. त्याचे कुतूहल जागे झाले.

''आणखी थोडा वेळ थांब,'' जटाधारी म्हणाला, ''माझ्यासाठी एक गोष्ट कर. साताठ दिवसांपूर्वी कुत्र्याचं एक पिल्लू दोरी तोडून भटकत माझ्याकडे आलं. ते भोवती झुडपांत हिंडत असता त्याची दोरी काट्यात अडकून ते रात्रंदिवस असं आतडं तोडीत ओरडत आहे. तेव्हा तू त्याला मोकळं कर आणि तुला तुझ्या मार्गावर जर कुठं वसती दिसलीच, तर तेथे त्याला सोडून दे. मला बसल्या जागेवरून हलवत नाही, आणि त्याचं ते मृत्यूला जवळजवळ ओढणारं ओरडणं ऐकवत नाही!''

प्रवासी तेथून जायला उतावीळ झाला होता. तो झुडपात शिरला व इकडेतिकडे पाहू लागला. एक बारीक दोरी करवंदाच्या जाळीत गुंतवळून बसली होती व वळतवळत पलीकडे गेली होती. तिच्या मागाने तो पुढे गेला, तेव्हा काही अंतरावर काटेरी फांद्यांजवळच हताश होऊन बसलेले मुठीएवढे एक पिल्लू, वाक्याच्या शेवटी पूर्णविरामाप्रमाणे, निर्विकार बसले होते. प्रवाशाने त्याला उचलताच जुनी ओळख असल्याप्रमाणे ते त्याला बिलगले. त्याने दोरी सोडवली व तो जटाधाऱ्याजवळ आला.

''फार उपकार झाले बघ!'' जटाधारी म्हणाला, ''नाहीतर ते माझ्या कानांसमोरच उपाशी मेलं असतं. आता तू जातो आहेस. या मार्गानं तू पुन्हा कधी येणार नाहीस, याची मला खात्री आहे. तेव्हा जाताना मी तुला काय देऊ? तुला द्यावं असं एखादं जिवंत गीतही माझ्याजवळ उरलं नाही! पण ऐक. समोर ते बोराचं झुडूप आहे. त्यात एक बोर आहे. गेले चार दिवस मी त्याच्याकडे निरखून पाहत आहे. प्रथम त्याला टचटचीत हिरवा रंग होता. काल सकाळी तो सोनेरी पिवळसर झाला आणि आज ते गडद तपकिरी होऊन राहिलं आहे. ते पिकलेले बोर तू घे आणि आपल्या वाटेनं जा. तुला सुखाचा प्रवास लाभो!''

कुत्र्याला एका हाताने छातीवर सांभाळत प्रवाशाने ते बोर तोडले व देठाला धरून ते अगदी आपल्या तोंडाजवळ आणले. ते पाहून जटाधारी किंचित उतावीळ झाला व त्याने हावरेपणाने अंग हलवताच त्याच्या चिंध्यादेखील हलल्या. प्रवासी थोडा हसला व त्याने ते बोर जटाधाऱ्याला देताच त्याने ते चटकन तोंडात टाकले.

''म्हणजे तुम्हालादेखील, एका आपत्क्षणी का होईना, सत्य बोरापेक्षा प्रत्यक्ष बोरच जास्त मोलाचं वाटलं तर!'' प्रवासी म्हणाला. त्याने कुत्र्याच्या मोठ्या, नितळ, ओलसर डोळ्यांकडे पाहिले व म्हटले, ''खरं शहाणं म्हणजे हे पिल्लूच दिसतं! त्याला सत्य-

प्रत्यक्षाच्या गुंतवळ्यात अडकून पडायचं नाही. त्याच्या डोळ्यांसमोर असतो तो केवळ चालू क्षण!''

प्रवाशाने वर पाहिले. जटाधाऱ्याचा ओशाळलेला चेहरा पाहताच, आपण ते शब्द उच्चारायला नको होते, आपण त्याच्या दुबळ्या पायांवरच प्रहार केला, असे त्याला वाटले व तो फार शरमला.

''मी आता जाणार. अजून वाट लांब आहे. पण तुमचं पुढं काय? जर पुढं वाटेत वसती लागलीच, तर तिथं काहीतरी अन्न पाठवायला सांगेन मी,'' तो कळवळून म्हणाला.

''नको. ती तसदी कशाला घेतोस?'' डोळे मिटून घेत जटाधारी म्हणाला, ''आता माझं नाहीतरी संपत आलं आहे. मघा मी तुला डोळे दाखवले, परंतु सारं काही सांगितलं नाही. त्या रांगेखालचे सारे डोळे आता मरून गेले आहेत, आणि इतरही आता निर्जीव होत आहेत. प्रत्येक आयुष्यात असा एक विषण्ण, अटळ क्षण येतोच, की ज्या वेळी माणसाला अगदी खोल आतड्यात जाणवतं की आता सारं संपलं आहे, विझलं आहे. डाव आटोपत आला आहे. माझ्या वाटणीची सारी गीतं गाऊन झाली आहेत. नाहीतर तू जात असता मी तुला एक क्षुद्र रानबोर दिलं असतं का? मी तुला एक गीतच ऐकवलं असतं. गेल्या चारपाच दिवसांत इकडे एकही मिरवणूक नाही की प्रेतयात्रा नाही. म्हणजे कुठंच काही घडलं नाही, असं का तुला वाटतं? माझ्या समोरचा रस्ता रिकामा आहे, म्हणून जीवन गोठून बसलं आहे असं नाही. मुलं जन्मतात, माणसं प्रेमात पडतात, मरतात, विवाह होतात, भेटी होतात, ताटातुटी घडतात. पण त्यांनाही माझं त्राण संपत आल्याचं समजलं असावं. माझे डोळे मरू लागले तेव्हाच माझा रस्ता रिकामा होऊ लागला. तेव्हा आता दोनचार दिवसांचं आणखी ठिगळ जोडून आयुष्याचं काय साधणार आहे? मी जगेन तर गीत गाणारा म्हणूनच जगेन. त्याखेरीज मला काय किंमत आहे? हे दुबळे पाय, हे निरुपयोगी हात! एखाद्या रक्तशोषकापेक्षा मला जास्त मोल नाही. मी तुझ्या बोराकडे हावरेपणानं पाहताच तू मला हसलास. मी एखाद्या क्षुद्र माणसासारखा वागलो, नाही? अरे, माझी गीतं काढून घेतली, तर मी क्षुद्रातला क्षुद्रच माणूस आहे. काही काळापूर्वी मी पंचपक्वान्नं बाजूला सारून उपाशीच गीत गात राहिलो असतो; आता मी एका रानबोराकरता क्षणभर प्राण टाकला! आता धडपड करून हे असलं आयुष्य वाढवू? नाही, आता मला किंचितही वात सारायची नाही. आता सारं संपलं आहे व मला शांतपणं जाऊ दे. तूही आता तुझ्या मार्गानं निघून जा.''

काहीतरी कायमचे सरत आल्याच्या जाणिवेने जी हुरहूर निर्माण होते, तिच्यामुळे प्रवासी खिन्न झाला. तो काही बोलणार तोच जटाधाऱ्याने त्यास थांबवले व म्हटले, ''आता बोलू नको, फक्त एक ऐक. कुत्र्याची लांब दोरी तशीच राहू दे. दोरी जवळ ठेवायचीच तर ती लांब असावी. लांब दोरीत लहान दोरी असतेच. लहान दोरीचा उपयोग

फार तर गळफासापुरताच होईल. पण लांब दोरी मात्र गळफासाबरोबरच रमणीच्या सज्जात चढण्यासही उपयुक्त असते!''

प्रवाशाने कुत्र्याला छातीशी धरले व खालच्या मानेने चालू लागून तो रस्त्यावर आला. वळण घेण्यापूर्वी त्याने एकदा मागे पाहिले. बोरे, करवंदे यांच्या जाळींची गर्दी वाढली होती व त्यात गुरफटून गेल्याप्रमाणे जटाधारी दिसेनासा झाला होता. प्रवाशाला वाटले, पुढल्या वर्षी बोरांची झुडपे फळांनी भरतील. बोरांचा रंग प्रथम टचटचीत हिरवा असेल. मग तो सोनेरी पिवळसर होईल. आणि एक दिवस तो पिकलेला गडद तपकिरी होऊन बसेल. मात्र तेव्हा शेजारी तो जटाधारी नसेल. आणि आपणही त्या वेळी या वळणावर असणार नाही. ते आता सारे कायमचे मागे गेले!

पुन्हा सतत हिरव्या रंगांचे किनारे सुरू झाले आणि अनिवार्य प्रायश्चित्त भोगायचे असल्याप्रमाणे पावले चालू लागली. उन्हात आता उग्र उर्मटपणा येऊ लागला होता. एवढे गडद रान, पण त्यात कुठे पाखराचा शब्द नव्हता, की कोठे रंगीत पंखांची क्षणभर दिसणारी हालचाल नव्हती. या क्षणी आपण जिवंत आहो, यापेक्षा त्याची जास्त अपेक्षा नसल्याप्रमाणे कुत्रे डोळे मोठे करून प्रवाशाच्या कुशीत गोठून गेल्याप्रमाणे गप्प होते. प्रवाशाने त्याला एकदा-दोनदा बोटाने डिवचले. पण काटेरी कुंपणाचा अर्थ लावत असतानाच सारा आवाज संपून गेल्याप्रमाणे कुत्र्याकडून कसलाच शब्द आला नाही. आता प्रवाशाचे पायदेखील भेंडाळल्यासारखे होऊ लागले, आणि प्रवासाला निश्चित दिशा नसल्याने त्याचे लक्षही भरकटू लागले. कोसळणारे मंदिर, फरशी उचलून क्षणभर स्थिर झालेला वधक, हिरव्या ज्योतीसारखे रत्न, चितेवरील पिठाचे गोळे... चेहऱ्यावर आदळणाऱ्या पानांबरोबर आठवणी बाजूला करत तो पुढेपुढे अंग ढकलत चालला.

शेवटी त्याने एका झाडाखाली अंग टाकले व तो थोडा वेळ श्रांत पडून राहिला. वाऱ्याचा वेग आता किंचित वाढला होता. आणि रान बोटे मोडत असल्याप्रमाणे झाडांच्या फांद्या एकमेकावर आदळू लागल्या होत्या. त्या गर्दीत वरून एक मोठे फळ टपदिशी खाली पडताच प्रवासी अधीरपणे उठला व त्याने ते उचलून त्यात दात रुतवले. पण त्या चवीने त्याचे ओठ आकसले, कारण ते फळ अति कडू होते. त्याने रागाने उद्गार काढला व ते फळ फेकून दिले.

''तुला भुकेने अति त्रस्त केलेलं दिसतं,'' कोणीतरी बाजूलाच म्हणाले, ''नाहीतर ते फळ उचलायची तू तसदी घेतली नसतीस. कावळादेखील त्याला स्पर्श करत नाही.'' कोणीतरी त्याच्या बाजूलाच म्हणाले.

प्रवाशाने चमकून मागे पाहिले. झाडाच्या बुंध्यामागे एक उंच माणूस उभा होता. त्याने बाहेरच्या बाजूला लोकर असलेल्या कातड्याचे कपडे घातले होते. त्याच्या

कमरेला वाघाच्या कातड्याचा पट्टा होता व त्यात एका बाजूला रुंद पात्याची उघडी सुरी होती.

"होय, तुझं म्हणणं खरं आहे. मी नवखा आहे, आणि मी कालपासून काही खाल्लंही नाही," प्रवासी हताशपणे म्हणाला, "एवढी वाट तुडवली, पण एक वसतीदेखील मला आढळली नाही."

"इथं तुला काही अंतरापर्यंत मुळीच वसती दिसणार नाही. हे रान तसं काही माणसाला फारसं धार्जिणं नाही. एखाददुसरं घर असेल कुठंतरी, पण ते तुला या रस्त्यावरून दिसेलच असं नाही. माझा एवढा मोठा वाडा जवळच आहे, पण पाहा, तुला त्याची एक खिडकी तरी इथून दिसते का?"

"मग मला तिथं काही घासभर खायला मिळेल का?" निराश व्हायला तयार असलेल्या, दुबळ्या आवाजात प्रवाशाने विचारले. त्याने उत्सुकतेने त्या माणसाच्या चेहऱ्याकडे पाहिले, तेव्हा त्याला क्षणभर आपल्या प्रश्नाचा विसर पडला. कारण त्याला जाणवले की हा माणूस पूर्ण आंधळा आहे.

"घासभर?" तो माणूस हसून उत्साहाने म्हणाला, "अरे, राजपुत्रांना घ्यायला कमीपणा वाटणार नाही, असं खाणं मी तुला देईन. अशा एकट्यादुकट्या माणसाला आदरातिथ्यासाठी घरी घेऊन जाणं, हा तर माझा मोठा आनंद आहे. एकदा तिथं आलेला माणूस वाडा सोडून जातच नाही. पाहा तरी तू एकदा! तिथं दुर्मीळ फळं माझ्याजवळ आहेत. तुला हवं तर हरिणाचं, मोराचं मांस मिळेल किंवा तुझी इच्छा असेल तर इतर पक्वान्नं मिळतील. मी व्यवसायानं शिकारी आहे."

दृष्टी नसलेला शिकारी म्हणताच प्रवाशाला नवल वाटले व त्याने विचारले, "तुला डोळे नाहीत आणि तू शिकारी आहेस? तू कसली शिकार करतोस?"

तो माणूस हसला व त्याचे स्वच्छ दात लांबट पांढऱ्या शिंपल्याप्रमाणे चमकले. "ते मी सारं तुला वाड्यात सांगेन!"

खालची जमीन अगदी परिचयाची असल्याप्रमाणे झाडांचे बुंधे, त्यांची वर आलेली मुळे टाळत शिकारी पुढे निघाला. प्रवाशाने कुत्र्याला उचलले व तो मागोमाग चालू लागला. त्यांनी झाडांच्या गर्द राईतून एक वळण घेतले, तेव्हा समोर एक भव्य वाडा दिसताच प्रवासी चकित झाला. एवढ्या एकाकी रानात अशी एखादी वास्तू असेल, अशी त्याला कल्पनाही आली नव्हती. वाड्याला अनेक खिडक्या होत्या, पण त्या सगळ्या चिरेबंद झाकल्या होत्या. समोरील दरवाजाचा मजबूत पितळी कोयंडा काढून शिकाऱ्याने दार ढकलताच, काहीतरी चिरडत जात असल्याप्रमाणे कर्कश आवाज झाला. प्रवाशाने कुत्र्याला उंबऱ्याजवळ ठेवले व त्याच्या दोरीचे टोक चौकटीच्या एका पितळी आकड्यास बांधले.

"चल लवकर आत. दरवाजा उघडा राहिलेला मला खपत नाही!" शिकाऱ्याने

एकदम अधीरपणे म्हणताच प्रवासी लगबगीने आत आला व आतील गडद अंधारात खिळल्यासारखा झाला. शिकाऱ्याने मागच्यामागे दरवाजा ढकलत अडणा अडकवला.

"आत अंधार आहे, पण मला त्याची सवय आहे. मी पुढे जाऊन दिवे लावतो. तू असाच हळू समोर चाल," शिकाऱ्याने म्हटले व तो चटकन नाहीसा झाला.

बाहेर रखरखीत ऊन होते, पण या दाट कोंडलेल्या अंधारात कोठे प्रकाशाचा कण नव्हता. हात पुढे करून चाचपडत प्रवासी थोडा पुढे सरकला, पण पायाखालची जमीन काचेची असल्याप्रमाणे निःशब्द, विलक्षण गुळगुळीत भासताच त्याच्या मनात भीती निर्माण झाली व तेथूनच मागे वळून निसटावे, असे त्याला वाटले. पण तेवढ्यात अनेक ठिकाणी तेजस्वी प्रकाशाचे पंखे उमटले, आणि त्या प्रकाशात भोवती पाहताच विलक्षण भयाने त्याच्या अंगातील शक्तीच ओसरून गेली. भोवती इंद्रजाल निर्माण झाल्याप्रमाणे त्याच्याच सहस्र आकृती उमटल्या. त्याने बावरून डोळ्यांवर बोटे धरताच कानाकोपऱ्यात अनंत हालचाली झाल्या व प्रकट झालेल्या आकृत्यांनी निरनिराळ्या तऱ्हांनी बोटे उचलली. कारण, भोवती सर्वत्र निरनिराळ्या कोनांत बसवलेले, छतापर्यंत पोहोचलेले भव्य आरसे होते. सर्वत्र प्रकाश होता, पण तो नेमका कोठून येत आहे, हे समजत नव्हते आणि या साऱ्यावर धुपाचा गंध असलेल्या धुराचे तलम पदर तरंगत होते. प्रवाशाने सारे धैर्य एकवटले व तो मागे वळून धावला. तोच दोन आरसे सहजपणे त्याच्या समोर सरकले व त्यांवर आदळून प्रवासी मागे फेकला गेला.

आता भोवतालच्या आकृतींत शिकाऱ्याचे चित्र हजारपटीने उमटले. तो मोठमोठ्याने हसू लागताच ती चित्रे देखील अनेक तोंडांनी हसू लागली व सारा वाडा त्या हसण्याने भरून गेला.

"आता तो मार्ग बंद झाला!" दूर कोठून तरी शिकारी म्हणाला, "हे आरसे अनेक तऱ्हांनी सरकतात व तुला कुठंही वीसपंचवीस पावलांखेरीज चालता येणार नाही. आज मी इतकी वर्षं या वाड्यात काढली, पण दरक्षणाला हा व्यूह रचणाऱ्या माझ्या गुरूच्या कल्पनाशक्तीची मला धन्यता वाटते! इथून निघायचा मार्ग माहीत असलेला मीच एकटा उरलो आहे!"

"म्हणजे मला तू कपटानं इथे आणलंस तर!" प्रवासी विषादाने म्हणाला, पण त्याचा आवाज भीतीने दुबळा झाला होता.

"नाही; माझा प्रत्येक शब्द सत्य होता. मी दिलेलं वचन पाळायला पूर्ण तयार आहे," शिकारी म्हणाला, "तुला खायला रुचकर पदार्थ मिळतील. मी सांगितल्याप्रमाणे तुला हरिणाचं, मोराचं मांसदेखील मिळेल. एवढंच नाही तर खालच्या तळघरात का होईना, पण तुला जन्मभर ऐषआरामात जगता येईल. पण त्याबद्दल माझी एक लहानशी अट आहे. मला त्यासाठी तुझे डोळे काढावे लागतील."

"काय? आणि मूठभर अन्नासाठी मी जन्माचा आंधळा होऊ? अशक्य!"

आवेशाने प्रवासी म्हणाला.

आरशांचे कोन बदलले व काही आरसे नीरवपणे सरकले. शिकारी आता जवळच कोठेतरी उभा असल्याचा भास झाला. अनेक ठिकाणांहून त्याचा हात हलला. प्रवाशाकडे बोट रोखून तो म्हणाला,

''साध्या क्षुल्लक गोष्टीविषयी तू वेडेपणा करू नको! मी माझ्या स्वतःच्या अनुभवावरून सांगतो. डोळे काढताना विशेष यातना होत नाहीत. आणि दृष्टी गेल्यानं काही नुकसानही होणार नाही. उलट, तुझी दृष्टी जास्त निवळेल. तुझ्या समोरील एक आभास कायमचा नाहीसा होईल. एक पायरी चढून तू जास्त खऱ्या गाभ्याकडे येशील. असं पाहा, आता तू डोळे असताना एक वस्तू लाल रंगाची आहे असं म्हणतोस. पण हा लाल रंग म्हणजे काय? केव्हाचा? सकाळचा सोनेरी प्रकाश पडला की एक रंग, दुपारी एक रंग! पाण्यावरच्या छटा कशा झरझर बदलतात, हे तू कधी पाहिलं नाहीस? मग चांदण्यात पाण्याचा रंग कसा? आणि सर्वत्र अंधार पडला की तुझा तो रंग कुठं जातो? अरे वेड्या, या डोळ्यांमुळंच तुझ्याभोवती अनंत फसवी प्रतिबिंबं निर्माण होतात आणि मग हे खरं – नव्हे, नव्हे ते खरं, असं म्हणत तू आयुष्य उधळून टाकतोस. आताच बघ, तुझ्या पाठीवर एक मोठी, काळी पाल आहे –''

प्रवाशाने चटकन उडी मारली व निरनिराळ्या प्रतिबिंबांत स्वतःकडे निरखून पाहिले. पण पाठीवर काही नाही म्हणताच त्याला हायसे वाटले. पण शिकारी मात्र अनावरपणे हसू लागला व त्याच्या हसण्याचा आवाज मंद पसरत असलेल्या धुपाच्या वलयांबरोबर तरंगत राहिला.

''घाबरू नकोस! इथं पाल, सरडा राहू देच, पण एका चिलटालाही प्रवेश मिळणार नाही!'' शिकारी म्हणाला, ''पण पाहिलंस? एवढी साधी गोष्ट समजावून घ्यायला देखील तुला प्रतिबिंबालाच विचारावं लागतं. आणि ज्या डोळ्यांनी तू प्रतिबिंबांना शरण जातोस, त्यांना स्वतःचं रूप पाहायलादेखील एका प्रतिबिंबाचीच गरज असते. मग तुला काय उपयोग आहे असल्या दुबळ्या फसव्या इंद्रियाचा?

''मी इथं दिव्यांचा स्वच्छ प्रकाश निर्माण केला, तो कशासाठी? माझ्यासाठी नव्हे, तर तुझ्यासाठी. मी स्वतः आता प्रकाशमुक्त असल्यानं त्या रंगीत कारागृहातून सुटलो आहे. पण तू मात्र भोवती पाहा. अनंत रेषेपर्यंत ही प्रतिबिंबांची गर्दी तुला दिसेल. व त्यात देखील एकाचं आणखी एक, त्या दोघांची अनेक, अशी भुतावळ तुला दिसेल. शिवाय तुझा डोळा म्हणजेदेखील एक आरसाच! आरशातील प्रतिबिंब पाहणारा एक फसवा आरसाच! आणि या मायाबाजारात एकेक वस्त्र बाजूला करत सत्याकडे जाऊ पाहणारा तू वेडा तर नाहीस ना? तू कोण आहेस एवढं तरी कधी तुला तुझ्या डोळ्यांनी समजावून दिलं आहे का? या विविध प्रतिबिंबांपैकी तुझं खरं प्रतिबिंब कोणतं? ते किती वेळ स्थिर राहतं? की तू दरक्षणी बदलणाऱ्या प्रतिबिंबाबरोबर नाचरेपणानं स्वतः बदलत असतोस?

या अगणित प्रतिबिंबांची जर बेरीज करता आली, तर त्यातून तू निर्माण होशील का? हे झालं तुझ्यासारख्या एका बिंदूप्रमाणं असलेल्या एका व्यक्तीविषयी. मग तुझ्या भोवतालच्या, तुला ज्ञात झालेल्या जगाविषयी तर पाहायलाच नको! एखाद्या चित्रनळीत किंचित हालचालीनं चित्रं बदलतात, तसं सारं गारूड घडत असतं. आधीच आपण एखाद्या आरशातील पडछाया, आणि खेळ पाहतो तो देखील छायांचाच! युद्धक्षेत्रावर तुंबळ युद्ध होतं व अठरा अक्षौहिणी सैन्य नाश पावतं. एक असामान्य सुंदरी कुंडलं हलवत डोळे मोडते व तिच्या चेहऱ्यासाठी हजार तारवं समुद्रात ढकलली जातात, आणि आभाळाला भिडलेल्या मनोऱ्यांची नगरं अग्नीत नष्ट होतात. एक सिंहासन वर येतं, दोन साम्राज्यं नष्ट होतात. लक्षावधी घोडे उजाड माळावरून वणव्याच्या लाटेप्रमाणे धावू लागतात व खंड बेचिराग होतात! प्रतिबिंबांचा प्रतिबिंबांशीच संघर्ष! आरशातील उत्पात आणि कल्लोळ! मग या साऱ्यांविषयी कोणीतरी गातं, लिहितं. पुन्हा छायेची आणखी पडछाया! आणि ते आम्ही भाबडी माणसं वाचतो व त्याची छाया कवटाळून अभिमानाने जगतो. फेसाच्या एका बुडबुड्यातून दुसऱ्या बुडबुड्यात जाताना आपण विश्व पादाक्रांत करीत चाललो आहोत, असं मानणारे आपण – किती वेडे आहोत, नाही? बरं, ही सारी प्रतिबिंबं पायाखाली तुडवून नष्ट करण्याचं तांडवसामर्थ्य तरी आपल्यापैकी एकात आहे? छट! उलट, त्या जाळ्यात सापडून संपून जाण्यातच आपल्याला धन्य वाटतं! पण छायांचं हे विश्व नष्ट करण्याचा एक सोपा मार्ग आपल्या हातात आहे – तो म्हणजे डोळे काढून टाकणं! माझ्या गुरूनं हे जेव्हा मला सांगितलं तेव्हा मीदेखील तुझ्यासारखाच उसळलो होतो. पण आता बघ. माझ्यासमोर गडद काळा पडदा आहे, त्यामुळं वस्तू सूर्यप्रकाशाबरोबर छिनाल होऊन बहुरूपी होत नाहीत. दृष्टी आत वळते. सत्याचं स्वरूप एक आवरण निघाल्याप्रमाणे जास्त उजळ होतं. मला दृष्टी नाही, परंतु मला तुझ्या अतिसूक्ष्म हालचालीदेखील जाणवतात; मी किंचित आवाजदेखील टिपू शकतो. डोळे असते तर हे सूक्ष्म ध्वनी मला जाणवलेच नसते. जितकी ज्ञानेंद्रियं जास्त तेवढी प्रतिक्रिया खंडित, दुबळी, विस्कळित होते. असा एक काळ यायला हवा, की ध्वनी, स्पर्श, गंध हीदेखील पूर्णपणं झिडकारून टाकायला हवी. मनात मग फक्त उत्कट संवेदना, बुद्धीची निरंजन ज्योत यांनीच एकमेकांशी संवाद साधला पाहिजे. पण हे फार दूरचं स्वप्न आहे. आज माझा प्रयोग केवळ दृष्टीविषयी आहे. विचार कर आणि निर्णय घे. तुला यातना होणार नाहीत, तुला पुढील आयुष्याची विवंचना पडणार नाही, याचं मी तुला आश्वासन देतो. मला प्रथम इथं आणलं तेव्हा मला असंच वचन मिळालं व ते शेवटपर्यंत पाळलं गेलं. मीदेखील शपथ देऊन ते पाळीन. जर समजूतदारपणानं वागलास तर आजचा दिवस दोघांनाही अत्यानंदाचा होईल, कारण तू माझा शंभरावा अतिथी आहेस. इतर वेळी मला एकाकी वाटसरू, गुराखी, धनगर यांच्यावर अवलंबून राहावं लागलं; पण तुझ्या बोलण्याच्या आवाजावरून तू निराळा जाणवतोस. तुझ्या याचनेतदेखील ताठरपणा

होता. शंभराव्या प्रसंगी तू यावास हे माझं भाग्यच आहे. ही देणगी मला प्राणमोलाची आहे. तेव्हा तुझा निर्णय काय आहे ते सांग.''

''छट! ते कदापि शक्य नाही!'' प्रवासी अनावरपणे ओरडला. पण त्याची दृष्टी समोरील कोपऱ्यात होती. तेथील अंध शिकाऱ्याची आकृती कमी रेखीव पण जास्त गोलाकार होती. प्रवाशाने काळजीपूर्वक आपली फरशी उचलली व वेगाने तिकडे फेकली. पण ती पंधरावीस पावलेही पुढे न जाता एका आरशावर आदळली व खाली पडली.

''म्हणजे तुझ्याजवळ काहीतरी अस्त्र आहे तर!'' शिकारी म्हणाला, ''पण एक गोष्ट आताच ध्यानात घे. या आरशांवर कसल्याच लोखंडी आयुधांचा परिणाम होत नाही. दुसरं, मी तुझ्यासमोर प्रत्यक्ष उभा राहायला वेडा नाही! असा मी ज्या वेळी तुझ्यासमोर प्रत्यक्ष उभा असेन, त्या वेळी माझी सुरी प्रथम तुझ्या छातीत रुतून तू आडवा झालेला असशील! पण तोपर्यंत तुला प्रतिबिंबांशीच लढत राहावं लागेल. आणि वेड्या, प्रतिबिंबं फसवी असतात, म्हणून तर ती डोळे असणाऱ्यांपुढं अमर असतात! ठीक आहे, जर तू विचार करून हा निर्णय घेतला असशील तर माझा नाइलाज आहे. मी तुला सांगितलं की, मी शिकारी आहे. मी स्वतः हरीण, मोर असल्या क्षुद्र शिकारी करत नाही. मी शिकार करतो ती माणसांची! सावजाला पूर्ण सावध करून, इशारा देऊन! आता मात्र तू सावध राहा! कोणत्याही क्षणी तुझ्या मृत्यूचा क्षण येईल! तू तयार आहेस?''

त्याच्या बदललेल्या स्वरातील भयानक कठोरपणा ऐकून प्रवाशाच्या अंगावर काटा उभा राहिला. त्याने पुढे सरकून आपली फरशी झटकन उचलली व एका कोपऱ्यात आसरा घेतला.

''आता तू पुढं सरकला आहेस, तू तुझं अस्त्र उचलून घेतलं आहेस, पण तुझ्या हालचालीत विलक्षण भय आहे,'' दुरून कोठेतरी शिकारी म्हणाला. एका आरशातील प्रतिबिंबात सुरी घेतलेला एक हात पुढे होताच अनेक प्रतिबिंबांनी अनुकरण केले. दुसऱ्याच क्षणी एक सुरी वेगाने प्रवाशाच्या दिशेने आली व अगदी त्याच्या गळ्याजवळून सरकून मागच्या आरशावर आदळून खाली पडली. प्रवाशाने कोपऱ्यात अंग आकसले, व भराभर दोन आरसे सरकवून तो सावधपणे उभा राहिला.

''आता तू दोन आरसे सरकवून उजवीकडे आला आहेस व तुझा श्वासोच्छ्वास वेगानं होत आहे,'' शिकारी म्हणाला. त्याच्या शब्दांमागोमाग एक सुरी आली व प्रवाशाच्या कमरेला ओझरता स्पर्श करून पायावर पडली.

प्रवाशाचा पीळ आता सुटत चालला व तो बेभानपणे आरसे सरकवत, काही वेळा त्यांच्या फटींतून सैरावैरा धावू लागला. त्याचा चेहरा श्रमाने, भीतीने ओलसर झाला व त्याचे हातपाय कापू लागले. शिकारी कोठे तरी पुढे सरकला व त्याची आकृती हताश होऊ लागलेल्या प्रवाशाभोवती उमटली. प्रवाशाने श्वास रोखून धरला व हलकेच अंग खाली सरकवत तो जमिनीवर पसरला व स्तब्ध झाला.

‘‘ठीक आहे, तुझं त्राण संपत आलं आहे. मलाही आता घाई नाही. मी वाट पाहीन. तासन्‌तास वाट पाहण्याचा गुण असल्याखेरीज माणूस कधी शिकारी होतच नाही!’’

भोवतालची त्याची प्रतिबिंबे नाहीशी झाली व काही आरसे सरकले. प्रवासी अगदी गोठल्याप्रमाणे निश्चल पडून राहिला व त्याने ओलसर चेहरा पुसून घेतला. आता छतावरील आरशातील प्रतिबिंब तेवढेच त्याला पूर्णपणे साक्षी होते. पण या पूर्ण हताश क्षणी त्याचे मन मात्र पूर्ण स्वच्छ होते. येथून सुटण्याचे अनेक मार्ग त्याच्या दृष्टीसमोर आले, पण सगळेच प्रतिबिंबाप्रमाणे क्षणभर दिसून नाहीसे झाले. हात वर करताच विविध पडछायांनी साद देणाऱ्या उंच गुळगुळीत भिंती अगदी वरपर्यंत पोहोचल्या होत्या व त्यावर माशीदेखील सरकू शकली नसती. आधारासाठी त्यांच्यात कोठे खिडक्या, कोनाडे, खुंट्या असण्याची शक्यता नव्हती. पण भोवती, वर मार्ग नसला, तरी तो खाली निघणार नाही कशावरून! त्याला या कल्पनेने किंचित उत्साह वाटला व तो उठून बसला. पण त्याबरोबर कोपऱ्या-कोपऱ्यात आपणावर पाळत ठेवणारे अनेक पहारेकरीदेखील उठून बसले, हे पाहून तो एकदम भेदरला व पुन्हा आडवा झाला. मग त्याला जाणवले – हे पहारेकरी नव्हेत; ही आपलीच चित्रे आहेत! आपण साधी हालचालदेखील हजार अंगांनी करत आहोत! त्याने चेहरा पुन्हा कोरडा केला व गुळगुळीत जमिनीवर तीनचार ठिकाणी हलकेच फरशी आपटून पाहिली.

‘‘नाही. तिथं तुला मार्ग मिळणार नाही. तिथं सगळीकडे पाचसहा हात खडक आहे,’’ दूर कुठेतरी हसत शिकारी म्हणाला.

त्याबरोबर श्वास रोखून प्रवासी कोपऱ्यात अडकलेल्या श्वापदाप्रमाणे निश्चल झाला व त्याचे मन मूढ बनले. त्याला वाटले, वधकाचा नाश करण्यास समर्थ ठरलेली फरशी, निर्जीव प्रतिबिंबांनी वेडावणाऱ्या या आरशांपुढे दुबळी ठरली! या क्षणी त्यांच्यात खिंडार निर्माण करू शकणारी वस्तू अष्टभुजेच्या रत्नापेक्षाही अमूल्य आहे! आणि त्या रत्नासाठी आपण अर्धा देश तुडवला, प्रवास केला! आधी एका कस्तुरीमृगासारख्या स्त्रीसाठी जीव पणाला लावून भ्रमंती केली; नंतर त्या तेजस्वी रत्नासाठी आयुष्य वाऱ्यावर सोडले! म्हणजे परवाचे स्वप्न आज नाही, आजचे स्वप्न आता नाही. उसळत्या तारुण्यात स्त्रीची अभिलाषा; दारिद्र्यात रत्न मूल्यवान; भुकेच्या वेळी रत्नापेक्षा बोर मूल्यवान; आणि आता एका तरी आरशाला तडा पाडू शकेल असले आयुध मूल्यवान! म्हणजे आपली सारी स्वप्ने म्हणजे फक्त भोवतालच्या स्थितीमुळे आपल्यावर चढलेला बुरखा आहे – आणि तो गोळा करत त्यावर जगणारे आपण दोन पायांचे अहंमन्य कीटक! प्रतिबिंबच का होईना, पण अभंग श्रद्धेने ज्यापुढे हा शरीराचा मांसाचा कपटा फेकून द्यावा, असे प्रतिबिंबदेखील आपल्या वाट्याला येत नाही. एखाद्या झगझगीत हिरव्या खड्यासाठी एकदा प्राण पणाला लावावेत, तर एकदा एका निरुपयोगी बीच्या भोवती असलेल्या नखभर गरासाठी ते धपापू लागावेत, आणि आता शून्याच्या तुकड्याप्रमाणे असलेल्या

एका हातभर भगदाडासाठी रक्त आटवत बसावे... क्षणाक्षणाला बदलत जाणाऱ्या शेणामेणाच्या वाड्यात नांदणारी आपण माणसे...

प्रवाशाच्या थकलेल्या मनात हलकेच तरंग उमटत होते. बैराग्याच्या गोष्टी, अष्टभुजेमधून निघालेला लाल डोळ्यांचा सर्प, जटाधाऱ्याचे मरत चाललेले डोळे, हंसाकृती नौकेतून विहार करताना गळ्याभोवती पडलेला रमणीचा गौर हात व त्यातील पात्रामधील लाल मद्य... सारे काही थेंबाथेंबाने या शून्यतीर्थात विसर्जित होऊ लागले. भोवती सर्वत्र वेडावणारी फसवी प्रतिबिंबे, आपणही कसले तरी प्रतिबिंब; प्रतिबिंबाची अनेकवार वर्तित झालेली पुन्हा प्रतिबिंबेच... ती आपल्याच मृत्यूची वाट पाहत आरशातल्या भिंतीतल्या भिंतीतल्या भिंतीतल्या भिंतीतून आपल्याकडे पाहत आहेत...

तो तसाच पडून असता त्याच्या हाताला कसलातरी ओझरता मऊ उष्ण स्पर्श होताच तो चमकला व ताडदिशी उठून बसला. कुत्र्याचे पिल्लू त्याच्याभोवती हिंडत एका सांदरीतून पुढे जायला मार्ग शोधत होते व त्याच्या गळ्याची दोरी आरशांच्या मागेमागे कोठेतरी गेली होती. त्या घटनेचा अर्थ ध्यानात येताच प्रवाशाच्या अंगात वीज चमकल्यासारखे झाले व त्याच्या तोंडून नकळत हर्षाचा उद्गार बाहेर पडला.

''प्रवासी, तू एकदम उभा राहिला आहेस. तुझा कसलातरी नवा प्रयत्न आहे,'' शिकारी दुरून म्हणाला, ''पण लक्षात ठेव, इथून निसटणं सोपं नाही. गेली अनेक वर्षं अत्यंत विचारानं हे स्वप्न मी रचत आलो आहे. आतापर्यंत मी नव्याण्णव माणसांचे डोळे काढले आहेत; मी शंभराव्या माणसाकडून पराभव स्वीकारणार नाही!''

शिकाऱ्याचे शब्द संपले, तोच त्याच्या मागून वेगाने सुरी आली व कुत्र्याच्या दोरीवर आदळत ती छेदून जमिनीवर पडली. प्रवाशाने प्राणपणाने दोरी घट्ट धरली व तो जमिनीवर आडवा पडला. त्याने एका हाताने कुत्र्याला आवरण्याचा प्रयत्न केला, पण ते दोन आरशांच्या सांदरीतून निसटले व पलीकडे नाहीसे झाले.

प्रवाशाने दोरी मनगटाला बांधून घेतली व तो तिच्या मागाने हलकेच पुढे सरकू लागला. वाटेत आरसे सरकवताना त्याचा श्वास आपोआप रोखला जाऊ लागला. त्या क्षणी त्याचे शरीर धनुष्याप्रमाणे ताणले जाई व दुसऱ्या क्षणी सैल पडून नीरवपणे पुढे सरकू लागे.

''प्रवासी –'' शिकारी कर्कशपणे ओरडला. त्याच्या आवाजात आता अनिश्चितता होती, ''तुझ्याबरोबर आणखी काय आहे? कोण आहे?'' आता पुन्हा एक सुरी आली, पण ती प्रवाशापासून काही अंतरावर पडली. ''या माझ्या वाड्यात काहीतरी अज्ञात हिंडत आहे. इथं एक कीटक शिरणार नाही, अशी चिरेबंद व्यवस्था मी केली होती. तू स्वतःबरोबर काय आणलं आहेस आत? येथील वातावरण केवळ माणसांचं आहे. त्यांच्या सूक्ष्म हालचालीनं, आवाजानं त्यांच्या सुखदुःखमय इत्यादी भावना मला अत्यंत तरलपणं समजतात. मी सारं आयुष्य त्यासाठी वेचलं आहे. पण आता या कोळ्याच्या

जाळ्याला कसलेतरी चमत्कारिक, अज्ञात हेलकावे बसत आहेत –''

शिकाऱ्याचा आवाज आता वेडावाकडा फाटत असल्याप्रमाणे वाटू लागला, व तो आत्यंतिक निराशेने स्वतःशी हुंदके दडपत असल्याप्रमाणे घोगरा झाला होता. आता तर अनेक आरसे बेभानपणे वेगाने सरकत असल्याचा सतत आवाज होऊ लागला, व सुऱ्यांचा स्फोट झाल्याप्रमाणे त्या वेगाने ठिकठिकाणी आदळू लागल्या.

आता प्रवाशाचे अंग उतावीळपणे थरथरू लागले, व तो एखाद्या जलचराच्या नीरवतेने पुढे सरकू लागला. दोरी वळत गेली होती तेथील आरसे सरकवत पुढे जाताना तो मोकळी झालेली दोरी मनगटाला गुंडाळत होता. काही वेळाने एक आरसा हलकेच सरकवताच समोर भव्य दरवाजा दिसला, आणि त्याचे सारे शरीर एकदम सैल पडले. त्याने थरथरत्या हातांनी अडणा उचलला. पण दरवाजा उघडताच झालेला कर्कश आवाज एखादा कडाच भंगत असल्याप्रमाणे त्याला प्रचंड वाटला, व त्या भीषण आवाजाने सारा वाडाच कोसळतो की काय, अशी त्याला भीती वाटली.

''म्हणजे तू दरवाजाजवळ पोहोचलास की काय?'' शिकारी दुरून ओरडला. अनेक आरसे वेगाने सरकले व शिकारी धावत येत असल्याप्रमाणे त्याची पावले वाजू लागली. स्फोटाने उडाल्याप्रमाणे प्रवासी बाहेर आला व त्याने बाहेरून कोयंडा अडकवला. पण त्या क्षणी मात्र इतका वेळ प्राणपणाने ताणून कोंडून ठेवलेली त्याची सारी शक्ती ओसरली व तो मरगळलेल्या पावलांनी पायरीवरच घसरला.

येताना आत कोठेतरी शिकाऱ्याने आणखी एक सुरी फेकली, तेव्हा चिरून फुटल्यासारखा आर्त आवाज झाला व लगेच विरून गेला. पण त्या आवाजाने प्रवाशाचे मन मात्र फाटल्यासारखे झाले. अंगात उरलेला एक क्षणाचा दीन आवाजदेखील आता सुरीने अंग चिरून कोरून बाहेर काढल्याप्रमाणे कुत्रे ओरडले व कायमचे गप्प झाले.

प्रवाशाला वाटले, हे कुत्रे कुठले, कोणाचे, कुणास ठाऊक! आपण त्याला एक घास अन्न दिले नाही, की पाण्याचा थेंब पाजवला नाही, पण आपले सारे आयुष्य मात्र त्या मुठीएवढ्या कुत्र्याचे कायमचे ऋणी झाले! आयुष्यातील ऋणे कधी फेडता येतात का? मृत्युरेषेपलीकडे जर कुठे आयुष्यातील असल्या ऋणांची मिटवण असलीच, तर आपले काळीज काढून त्याला दिले तरी ते ऋण संपणार नाही!

''एक कुतरडे! एक भिकार, घाणेरडे कुतरडे!'' आतल्या बाजूने दरवाजावर डोके आपटत शिकारी ओरडला व मोठ्याने हुंदके देऊ लागला. ''प्राणमोलाची व्हावी अशी शंभरावी शिकार – ती मिळाली एका क्षुद्र कुत्र्याची! इतकी वर्षं व्यूह रचला, किंचित आवाजानंही माणसांची मनं जोखली; आणि ते सारं नष्ट केलं, ते या लाचार, स्वजातीयांशी वैर करणाऱ्या मलिन जनावरानं! माझंच चुकलं! सारं काही संपूर्णपणं चुकलं! इतकी वर्षं हाडं झिजवल्यावर हलाहल मिळालं काय – तर आपलं सर्वस्वी चुकलं, हे विषारी ज्ञान! मी सगळं माणसांचंच जग गृहीत धरलं, त्यावर निष्कर्ष बसवले,

त्यातून तत्त्वज्ञान निर्माण केलं. त्यालाच सगळं काही चिरेबंद करून लहानशी फटदेखील ठेवली नाही. पण विश्वात मानव हा काही एकटाच जीव नाही हे मला सुचलं नाही, मला सुचलं नाही...''

शिकारी आता मोठमोठ्याने हुंदके देऊन रडू लागला.

वयाने मोठा माणूस रडताना किती भकास वाटतो, हे प्रवाशाला पूर्वी एकदाच अनुभवाला आले होते. द्यूत खेळत असता त्याच्या बापाने फाशाच्या एका संख्येवर सारी संपत्ती पणाला लावली होती. दुसऱ्या क्षणी पूर्णपणे कंगाल झाल्यावर, तो अंगणातल्या पारिजातकाच्या झाडाखाली गुडघ्यात मान घालून मोठ्याने रडत बसला होता. त्या वेळी प्रवाशाला फारफार कमीपणा वाटला होता. हाताने मिळवलेली संपत्ती त्याच हाताने घालवली, यात आक्रंदण्यासारखे काय आहे? ज्याला पश्चात्ताप इतका सहजवश आहे, त्याने द्यूत कधी खेळूच नये. समोर पश्चात्ताप दिसला की त्याच्यामागे कसल्यातरी सुखाचे प्रेत आहे, याची माणसाने खात्री बाळगावी. सदाचार-दुराचार यांच्या काटेकोर हिशेबी जमाखर्चाने पदरात माप टाकणे, ही चोख रुक्ष व्यापारी वृत्ती हा धर्माचा स्वभाव आहे. पण कर्मनिरपेक्ष वैभवी फळ देण्याचे किंवा निदान त्याची अपेक्षा करण्याचा धुंद आनंद देण्याचे औदार्य फक्त जुगारातच असते. त्यामुळे उधळ्या दिलदार माणसाचे ज्याप्रमाणे कधी पैपैची गाठ मारीत बसणाऱ्या पारोशा, कुंथणाऱ्या माणसाशी पटत नाही, त्याप्रमाणे एक धर्म सोडला तर जुगाराचे धर्माशी कधी पटलेच नाही! वास्तविक जुगाऱ्याला एखाद्या योद्ध्यापेक्षाही कणखर मन लागते, योग्यापेक्षा जास्त समभाव लागतो. कार्यकारणाच्या क्षुद्र हिशेबापलीकडचा मदिर, अमर्याद आनंद मिळवताना तशीच किंमतही द्यावी लागते. उडी मारून फळ तोडताना परत पायाखाली स्थिर भूमी लागणारही नाही याची स्पष्ट जाणीव नसेल तर तो जुगारी कसला? आतादेखील शिकाऱ्याचे रडणे ऐकून प्रवाशाला इतका वेळ त्याच्याविषयी वाटत आलेल्या भीषण दराऱ्याऐवजी मळकट तुच्छता वाटू लागली. हा कसला वैरी? हे तर उसवत निघालेले बुजगावणे आहे! जीव ओवाळून टाकावा असे स्पप्न शेवटपर्यंत टिकत नाही. पराभव असो, विजय असो, त्या क्षणीही उग्र आदर वाटावा असा वैरीदेखील कधी भेटत नाही. सारं काही पडछाया, प्रतिबिंबे, भुसा भरलेल्या उसवलेल्या बाहुल्या. अर्थहीन थयथय नाचणारी रंग विटलेली सोंगे...

आता दरवाजामागील आक्रंदणे थांबले व शिकारी धावत मागे गेल्याचा आवाज होऊन सारे शांत झाले.

प्रवासी मोठ्या प्रयत्नाने उठला. आपण येथे येऊन गेलो याची एक पाऊलखूण म्हणून आत कोठेतरी लहानशी काळी स्तब्ध छाया मागे राहिली आहे, नाहीतर हे सारे खरेच घडले का, असा आपल्याला भ्रम झाला असता, असे प्रवाशाला वाटले. तो स्वतःशीच गुंगून वाड्यासमोरील गवतातून जात असता अगदी कानाशीच वेगवान वारा सरला, व भीषण सुरी त्याच्यासमोरच जमिनीत रुतली. प्रवाशाने विस्फारित दमलेल्या

डोळ्यांनी वर पाहिले. वाड्याच्या उंच छपरावर पाय रुंद करून शिकारी उभा होता. व त्याच्या कातडी पट्ट्याला अनेक सुऱ्या वर्तुळाकार अडकवल्या होत्या. प्रवासी धावत जाऊन एका झाडामागे आश्रय घेत असता त्याच्या पायांनी विसकटलेल्या गवताच्या आवाजाने शिकाऱ्याने आणखी एक सुरी फेकली. मग मात्र झटका आल्याप्रमाणे शिकारी पिसाळला. त्याने उरल्यासुरल्या सुऱ्या सर्वत्र वेड्यावाकड्या भिरकावल्या व एखाद्या लोहपक्ष्याचे पंख फाटल्याप्रमाणे त्या अंगणभर अस्ताव्यस्त पडल्या. शेवटची सुरी त्याने दोन्ही हातात धरली. पण तिचे टोक त्याने स्वतःच्या गळ्याकडे वळवताच प्रवाशाचे अंग शहारले, व तिची मृत्युवेधी धार त्याला स्वतःला हाडाहाडांत जाणवली. शिकाऱ्याने एका आघाताने गळ्यात सुरी खुपसताच त्याचे गुडघे एकदम मोडल्याप्रमाणे दुबळे झाले. त्याचे ताबा सुटलेले शरीर छपराच्या कडेला किंचित घोटाळले व दुसऱ्या क्षणी ते फेकून दिलेल्या चिंध्यांच्या गुंडाळीप्रमाणे अंगणात कोसळून निश्चल झाले. भग्न मूर्तीतून सर्प निघाल्याप्रमाणे थोड्या वेळाने त्याच्या तोंडून रक्ताचा अरुंद पट्टा निघाला, अनिश्चितपणे पसरत त्याने एक लहान वेटोळे केले व तोही मग स्थिर होऊन गेला.

आता प्रवाशाच्या पायांत वात शिरल्याप्रमाणे झाले व तो धावत सुटला. आता सूर्यास्त होत आला होता. काही उंच झाडांच्या टोकांवरील सोनेरी वर्ख पुसल्यासारखा शेंडेप्रकाश सोडला तर सर्वत्र करडे झाले होते व बाहेर येण्यासाठी टपूनच बसल्याप्रमाणे झाडांच्या बुंध्यांत अंधार जमला होता. प्रवाशाला वाटले, प्रवास संपतो पण रस्ता संपत नाही असे म्हणतात, परंतु आपला रस्ताही संपेना की प्रवासही आटोपेना! आता हे दमून निर्जीव झालेले शरीर, मळलेले, ओरबाडून निघालेले पाय, हे काही नको. आता हाडे पसरायला कोठेतरी निवांत सुरक्षित जागा मिळाली की पुरे. मग ती जागा पेटलेल्या चितेशेजारी स्मशानात असली तरी चालेल! चितेचा जाळ झाला तरी तो अग्नीच आहे. मग त्यावर भाजलेल्या पिठाचा गोळा – अगदी फक्त एकच – चाखून पाहायला तशी काहीच हरकत नाही! पण हा विचार येताच त्याला शरम वाटली व तो शिणलेले अंग अतिप्रयत्नाने पुढे ढकलू लागला.

आणि आता झडप घातल्याप्रमाणे रानातील रात्र खाली उतरली. आता प्रवाशाचे शरीर बधिर होऊ लागले व कालचा बैरागी भेटला तरी चालेल, असे वाटण्याइतके त्याला एकाकी वाटू लागले. त्याची नजर भोवताली प्रकाशाच्या कणाचा शोध घेताघेता मध्येच थबकली. प्रथम त्याला वाटले, आपण अतिशय दमून गेल्यामुळे आपल्याला दृष्टिभ्रम होत आहे. पण निरखून पाहिल्यावर तो भ्रम नाही अशी त्याची खात्री झाली. समोर आता झाडे विरळ होत गेली होती व अस्पष्ट प्रकाशात एक अरुंद पायवाट एका वेशीच्या प्रचंड प्रवेशद्वाराकडे गेली होती. मोठ्या निश्चयाने पावले ओढीत तो वेशीतून आत आला. त्याने खांद्यावर फरशीची जागा बदलली व निथळता चेहरा पुसला. वेशीतून आत पाऊल टाकताच त्याच्या जिवात जीव आला. पण या अवेळ रात्री वेशीचा दरवाजा सताड उघडा

असावा व त्या ठिकाणी कोणी रक्षक नसावा, याचे त्याला नवल वाटले व तो थोडा अस्वस्थ झाला. पण तो तसाच पुढे गावात आला.

आता जवळजवळ मध्यरात्र असल्याने सर्वत्र शांत होते; पण या शांततेवर कसल्या तरी विलक्षण भयाची छाया आहे, अशी त्याला अकारण जाणीव होऊ लागली.

कोठेतरी प्रकाशाचा तुकडा दिसेल या आशेने तो गावातील रुंद, स्वच्छ पण निर्जन रस्त्यावर हिंडू लागला. आता मात्र आपण अति दमून गेलो आहो, आणि घासभर अन्नासाठी आतडी गोळा होत आहेत, असे त्याला फार जाणवू लागले. पण रस्त्यावर फक्त त्याच्याच पावलांचा आवाज उमटत होता. अपरात्री एक परका मनुष्य हिंडत आहे म्हणून एखाद्या कुत्र्याने त्याच्यावर वस्सकन तोंड टाकले नाही, की कोणी माणसाने त्याला हटकले नाही.

शेवटी त्याने एक दरवाजा ठोठावला. तो आवाज जड वस्तू हलकेच पाण्यात सोडल्याप्रमाणे नाहीसा झाला, पण आत काहीच हालचाल ऐकू आली नाही. त्याने आणखी काही दरवाजे ठोठावले. एका ठिकाणी एक आकृती खिडकीपाशी आली, पण त्याला पाहताच वितळून नाहीशी झाली.

आता मात्र त्याला भयभीत वाटू लागले व आता जर अन्न-निवारा मिळाला नाही तर आपण जगणार नाही, अशी कुरतड त्याच्या मनात सुरू झाली. इतकी घरे आहेत, इतकी माणसे त्यात राहत असतील, शिसरे भरून त्यांच्याकडे अन्न असेल, मग एकाही माणसाने दार का उघडले नाही? त्या निर्दय माणसांविषयी त्याला एकदम संताप वाटू लागला, व साऱ्या गावाविषयी तळतळाट दाखवत तो वेशीच्या दारापाशी आला. पण तो जवळ येताच, अजस्र भिंती अनिवार्य संथ गतीने हलू लागाव्यात, त्याप्रमाणे वेशीचे दरवाजे सरकले व धाड्दिशी बंद झाले. त्याने वेगाने जाऊन त्यांना थांबवण्याचा प्रयत्न केला, पण कड्यांसारख्या दरवाजांची गती सूतभरदेखील थांबली नाही. आता त्याच्यातील शक्तीच ओसरली, व त्याने हताशपणे सभोवार पाहिले. वेशीच्या प्रवेशद्वारावर एक उंच मनोरा खूप वरवर गेला होता व त्याच्या अगदी टोकावर, अंगावर चांदण्याचा मंद शिडकावा असलेली, लालसर चमकणारी आकृती असून, ती खाली त्याच्याचकडे पाहत होती.

प्रवासी परत गावाकडे वळताच अदृश्य हातांनी ढकलल्याप्रमाणे दरवाजे पुन्हा उघडू लागले. त्यांतून निसटण्यासाठी तो अतिवेगाने धावताच ते तसेच पूर्णपणे बंद झाले. आता त्यांच्याकडे पाठ वळवून तो पुन्हा रस्ते तुडवू लागला. पाय ओढत तो गावच्या मध्यभागी चौकात आला. तेथे एक रुंद चबुतरा होता व शेजारच्या झाडाच्या सावलीची विक्षिप्त चित्रे त्यावर मंदपणे हलत होती. त्याने फरशी चबुतऱ्याला टेकवली, झाडाखाली शिणलेले अंग टाकले व निराशेने संतापशब्द उच्चारले.

अतिभुकेमुळे आलेली ग्लानी डचमळल्यासारखी झाली व प्रवाशाने मोठ्या अनिच्छेने डोळे उघडले. शुभ्र दाढी असलेला, वार्धक्याने वाकलेला एक माणूस

त्याच्याकडे पाहत होता. इतका जराग्रस्त का होईना, या गावात एक माणूस हयात आहे, याचे त्याला समाधान वाटले व तो उठून बसला.

''पृथ्वीवरील सारी शहरं सोडून तू याच नगरात नेमका आलास!'' निःश्वास सोडत वृद्धाने म्हटले.

''मी काही मुद्दाम या नगराचा शोध घेत इथे आलो नाही. मला कुठंतरी तात्काळ आसरा हवा होता. रान ओलांडत असता रात्र पडली व मी इथं आलो. हे गाव खरं भीषण आहे. इतक्या दारांवर मी ठोठावून पाहिलं. पण एका घरात काही दिवा लागला नाही की कोणी कनवाळूपणानं मला अन्नाचा घास दिला नाही! इथून ताडकन चालतं व्हावं म्हटलं तर वेशीचा दरवाजा खाडकन बंद होतो. माझ्याशी बोललेलं, इतकंच नव्हे, तर मला प्रथम दिसलेलं माणूस म्हणजे तुम्हीच!''

''तुला वाटतं या गावात कोणी माणसंच नाहीत किंवा ती मध्यरात्री शांतपणं झोपली आहेत?'' वृद्धाने विचारले, ''आता मी तुझ्याशी बोलत आहे, पण भोवतालच्या सगळ्या खिडक्यांतून अनेक भयभीत चेहरे तुझ्याकडे रोखून पाहत आहेत, याची तुला कल्पनाही नसेल!''

प्रवाशाने बावरून भोवताली पाहिले व म्हटले, ''मग त्यांतील कोणीच का मला घासभर अन्न देत नाही? मी कोणी शापित आहे की व्याधिग्रस्त आहे?''

''तू शापित नाहीस, तर हे नगर शापित आहे!'' वृद्ध म्हणाला, ''तू आत आल्यावर वेशीवरच्या मनोऱ्याकडे पाहिलंस ना? तिथं असलेल्या लाल दैत्याच्या क्रौर्याखाली सारं नगर जाळ्यातील जनावराचं आयुष्य जगत आहे! त्या वेशीतून रात्री कोणीही आत येऊ शकतो, पण कोणालाही तेथून बाहेर पडता येत नाही. आणि बाहेरून आलेला परदेशी सूर्योदयापलीकडे जिवंत राहू शकत नाही, कारण त्या वेळी हा लाल राक्षस मनोऱ्यावरून खाली येतो व त्या उपऱ्या माणसाचा शिरच्छेद करतो. हा चबुतरा बघ. यावर साचलेले डाग वाळलेल्या रक्ताचे आहेत, कारण हीच शिरच्छेदाची जागा आहे. या नगरातील कोणीतरी रहिवाश्याने स्वेच्छेनं मृत्यू स्वीकारला, तरच अशा परक्या माणसाला जीवदान मिळतं. पण इतकी वर्षं आली-गेली, अनेक वाटसरू आले, पण एक प्रसंग सोडला तर त्यांतील एकही जिवंत राहिलेला मला आठवत नाही. आणि त्या एका प्रसंगीदेखील एका पूर्ण वेड्या स्त्रीनं मृत्यू स्वीकारला होता! अरे, जिथं आतड्याचेच संबंध नाहीत, तिथं वाटेच्या वाटसरूसाठी कोण बरं मृत्यू स्वीकारणार? आणि असल्या परक्याला अन्नपाणी तरी कोण देणार? कारण तशी मदत केली, तरी त्या घरातील कोणाचा तरी उजवा हात छाटला जातो.''

''म्हणजे आता मी भुकेनं मरणार की शिरच्छेदानं मरणार, एवढाच क्षुद्र फरक राहाणार म्हणायचा!'' प्रवासी विषादाने म्हणाला.

''तुला या साऱ्या नगरात निर्भयपणं अन्नपाणी देऊ शकेल असा एकच माणूस आहे

– तो म्हणजे मी!'' वृद्ध म्हणाला, ''समोर घर दिसतं ना, त्याच्या उघड्या पडवीत मी आता जन्म काढतो. एके काळी या नगरातील भव्य प्रासाद मला अपुरा वाटत असे, तर आता ही वीतभर जागादेखील अधिक वाटते. मला आता स्वतःचं घरदार नाही. मी याचकाप्रमाणं अन्न गोळा करीत भूक मारीत असतो. तेव्हा माझ्यातील उरलेला तुकडा घास तुला चालत असेल, तर माझ्याबरोबर चल.''

''पण मग तुम्हांला तुमचा उजवा हात गमवावा लागणार नाही का?'' त्याने आश्चर्याने विचारले.

''ते सारं मी तुला नंतर सविस्तर सांगेन. तू आता निःसंकोचपणं माझ्याबरोबर चल.''

मग वृद्धानेच प्रवाशाला उठायला मदत केली. प्रवाशाने फरशीच्या दांड्याचा आधार घेत पडवीपर्यंत पावले ओढली. तेथल्या अर्धवट प्रकाशात त्याने शिळे, खडखडीत तुकडे कसेबसे खाल्ले व पाणी प्याल्यावर त्याला आपण किंचित जिवंत असल्यासारखे वाटले.

''आता सारं ऐकून घे,'' वृद्ध सांगू लागला, ''किती अमंगळ वर्षांपूर्वी ही आपत्ती कोसळली, याची आठवणदेखील आता मरून गेली आहे. एके काळी भरभराटीला आलेलं हे नगर – येथील मंदिरात रत्नदीप लावले जात – आता अगदी उजाड, स्मशानासारखं झालं आहे. या रक्तदैत्याचं नाव आहे महाकाल. तो मनोऱ्यावर आला आणि मुळं मरत चाललेल्या झाडाप्रमाणं नगर मरत चाललं. त्याला इथं कुठं काय चाललं आहे, येथून बाहेर पडण्याचा कोण प्रयत्न करीत आहे, याची अगदी सूक्ष्मदेखील वार्ता समजते. वास्तविक या माहितीची काहीच गरज नाही, कारण इथून कोणाची सुटका होणार तरी कशी? नगराभोवती ज्या महानदीचा वेटोळा आहे, तिच्यात भयंकर जलचर आहेत. त्यातच भर म्हणजे नगराच्या पश्चिमेला अशीच एक वेस आहे. तिथं त्याचाच भाऊ अकाल अखंड पहारा करत असतो. महाकालाच्या वेशीतून कोणालाच बाहेर जातायेता येत नाही. तर अकालाच्या वेशीतून कोणालाच आत येता येत नाही. दिवसा दोन्ही वेशी चिरेबंद झाकल्या जातात. नगरातील माणसं भेदरत सूर्यप्रकाश जगतात आणि सूर्यास्ताची वेळ झाली की जीव आकसून अंधाऱ्या घरात जाऊन लपतात. रात्री मुक्तपणं, निर्भय मनानं संचार करतो तो मीच एकटा, कारण मला तर निद्राच नाही. मला सारं अखंडपणं प्रत्यक्ष पाहावंच लागतं. मी अनेकजणांची शिरं धडावेगळी झालेली पाहिली आहेत. पसाभर पाणी दिल्यामुळं तो पसा असलेला हात छाटला गेलेला मी बघितला आहे. आता माझे डोळे दगडाचे झाले आहेत, आणि आता तर त्यांना निद्रादेखील नाही.''

''पण या शहरात अद्यापही सहस्रावधी माणसं जगत असतील. त्यांनी प्राणपणानं यत्न केला, तर या क्रूरांचा नाश करणं अशक्य नाही. मग ती माणसं असलं भेदरट,

किडकं आयुष्य का जगतात?''

वृद्धानं मान हलवत एक निःश्वास सोडला. त्याचे विरल शुभ्र केस हताशपणे हलले. तो म्हणाला, ''तेही दुर्दैवानं शक्य नाही! त्यांचा मृत्यू दोनपैकी एका मार्गानेच होईल, असं ब्रह्माकार कापालिकाचं भविष्य आहे.'' वृद्धाने क्षणभर विचार केला व मनाशी निश्चय करत म्हटले, ''तू काही इथून सुखरूप बाहेर पडणार नाहीस; या झाडाची सूर्यप्रकाशात पडलेली सावली पाहायलादेखील तू जिवंत राहणार नाहीस. तेव्हा ते भविष्य तुला सांगूनही काही लाभ होणार नाही. पण सांगतो. इथून पूर्व दिशेला अनेक योजनं अंतरावर भर अरण्यात अष्टभुजा रुद्रकालीचं मंदिर आहे. तिच्या कपाळावर एक अद्वितीय रत्न आहे. ते रत्न मूर्तीवरून काढल्यास त्याखालून एक सुवर्णसर्प निघेल. जर त्या सापाचा दंश झाला तरच या दोन भावांचा मृत्यू घडेल –''

थरथरत प्रवासी ताडकन उभा राहिला व त्याच्या तोंडून शब्द उमटेना. अतिप्रयत्नाने त्याने स्वतःला सावरले व तो बधिर मनाने मटकन खाली बसला.

''का? तुला ते मंदिर माहीत आहे?'' अधीरपणाने वृद्धाने विचारले. पण प्रवाशाच्या तोंडून शब्द आला नाही. वृद्ध पुढे म्हणाला, ''एके काळी मी या वैभवशाली नगराचा अधिपती होतो. पण जिथं पाऊल टाकायचं, ती भूमी जर आपल्या सत्तेची नसेल, तर तिथं जायचं नाही, अशी माझ्या राजकुलाची परंपरा होती. त्यामुळे मी कधी वेशीबाहेर गेलो नाही; मी ते मंदिर पाहिलं नाही.'' वृद्ध उद्वेगाने हसला. ''म्हणजे ज्या वेळी शक्य होतं, त्या वेळी मी बाहेर गेलो नाही व आता इच्छा असता बाहेर जाण्याची शक्यता उरली नाही! त्या दोघांच्या मृत्यूचं वर्म मला माहीत असूनही मला त्याचा काडीचाही उपयोग नाही. काहीतरी चमत्कार घडेल, एखादा तरी प्रवासी इथून बाहेर पडेल, त्या सुवर्णरंगी सर्पाला मुक्त करेल, या आशेनं मी हे वर्म अनेकांना सांगितलं, पण त्यांतील एकदेखील सुटला नाही! तेव्हा तुझ्याबाबत तरी मी कशाला अपेक्षा धरावी? पण एक अंगवळणी पडलेली, मरत्या आशेची सवय म्हणूनच मी तुला हे सांगितलं, इतकंच!''

पश्चात्तापाने प्रवाशाचे अंग शेवाळल्यासारखे झाले होते व त्याला मान वर करवेना. काही क्षणांनंतर तो उतावीळपणे म्हणाला, ''पण तुम्ही दोन मार्ग म्हणालात तो दुसरा मार्ग कोणता आहे? आता माझं आयुष्य एक-दोन प्रहरांपेक्षा जास्त नाही. जर त्याचा काही उपयोग करता आला, तर मी माझा प्राण वेचायला तयार आहे!''

वृद्धाने ममतेने त्याच्या खांद्यावर हात ठेवला व त्याच्याकडे रोखून पाहात म्हटले, ''तिथंदेखील तुला काहीच करता येणार नाही! दुसरा मार्ग असा आहे. जर त्यांच्या हातून माझा वध झाला तरीदेखील त्यांचा तात्काळ नाश होईल. परंतु दुर्दैवानं ही गोष्ट त्या दोघांनाही माहीत आहे. मी परक्या प्रवाशाचा वेष घेतला, निरनिराळ्या रूपात परक्यांना अन्नपाणी दिलं, क्षुद्र मणी, काचेचे तुकडे घेऊन अकालकडे गेलो. माझ्याऐवजी जर इतर कोणी हे अपराध केले असते तर त्याच्या शरीराच्या चिंधड्या उडाल्या असत्या. पण त्या

दोघांना दैवाचाच आधार आहे! माझ्यावर आघात करण्यासाठी त्यांनी शस्त्र उचललं की माझ्या सान्निध्यात महाकालाची बोटं नीलमण्याची असल्याप्रमाणं झळझळू लागतात, तर अकालाची बोटं तापलेल्या तांब्याची असल्याप्रमाणं लालभडक होतात. हा इशारा मिळताच छद्मीपणानं हसत ते शस्त्र मागं घेतात. त्यामुळं एखाद्याला वाचवण्यासाठी मी पुढं झालो तर मृत्यू मला स्पर्श करत नाही, पण मी त्याला मृत्यूपासून वाचवूही शकत नाही! मला इथून जाता येत नाही, आणि आयुष्यभरची शिक्षा साहवत नाही, संपत नाही!''

''परंतु हे सारं विस्तारानं तुम्हाला कसं काय समजलं?'' प्रवाशाने अनावर उत्सुकतेने विचारले.

''मलाच तर हे सारं समजायला हवं, नाही का? हे तर सारं माझंच पापकर्म आहे!'' शरमेने खाली मान घालत वृद्ध म्हणाला, ''महाकाल, अकाल हे माझे जुळे मुलगे आहेत!''

अकस्मात आघात झाल्याप्रमाणे प्रवासी शून्यपणे पाहतच राहिला. समोर मंद चांदण्यात चबुतऱ्याजवळच्या झाडाची सावली हलत होती व त्यामुळे त्यावरील प्रकाश तुकड्यातुकड्यांनी फुटल्यासारखा होऊन, पुन्हा एक होत होता. पण काही काळ गेल्यावर प्रवाशाला काळजाचा चटका बसल्यासारखे झाले. हळूहळू सरकत आहे तो क्षण मृत्यूला आपल्याजवळ आणत आहे, याची त्याला जिव्हाळी जाणीव झाली.

''म्हणजे येथील प्रत्येकाला मृत्यूखेरीज मुक्तताच नाही म्हणायची!'' तो निर्जीवपणे म्हणाला.

''तसं नाही. पण त्यामुळंच तर येथील आयुष्य अती तापाचं होतं. कोणत्याच तऱ्हेची आशा उरली नाही की माणसाची शिलावस्था होते, किंवा प्रत्यक्ष सूर्याकडे उघड्या डोळ्यांनी पाहाण्याचं निराश धैर्य तरी निर्माण होतं. परंतु येथे तसं नाही. इतरांच्या बाबतीत एक अतिसूक्ष्म, रेशमाच्या धाग्यासारखी आशा अद्याप थरथरते.

''नगराच्या पश्चिम वेशीवर अकाल आहे. त्याला विविध रत्नांची अति आसक्ती आहे. जर त्याचं समाधान होईल असं रत्न त्याला दिलं, तर तो कदाचित मुक्तता देऊ शकेल. पण निरनिराळी रत्नं घेऊन माणसं त्याच्याकडे गेली व ती त्यानं क्षुद्र खड्यासारखी भिरकावून देऊन माणसांची निर्दयपणे हत्या केली. पण आपल्याला कधीतरी तसलं रत्नं मिळेलही, ही भेकड आशा धरून ही माणसं दिवसाला दिवसाचं ठिगळ जोडत जगत आहेत!''

प्रवाशाला एकदम उत्साही वाटले. दाट काळवंडलेल्या पाण्यात दडपत जात असता वर उचंबळल्याप्रमाणे त्याला मुक्त वाटले व तो हर्षाने हसताच वृद्धाने त्याच्याकडे चमकून पाहिले.

''माझ्याजवळ एक रत्न आहे,'' प्रवासी म्हणाला, ''त्याच्या अमर्याद किमतीच्या

आधारे वैभवात जगावं, अशी माझी इच्छा होती. पण भोग उपभोगण्यास प्राण तरी प्रथम सुरक्षित पाहिजेत. मी ते रत्न मुक्ततेच्या मोबदल्यात अकालाला अर्पण करणार आहे.''

''तरुणा, मी अनुभवानं शहाणा झालो आहे. माझ्या डोळ्यांवरचे अनेक पापुद्रे सोलले गेले आहेत. तेव्हा माझं ऐक. मला तुझं रत्न पाहू दे. अत्यंत तेजस्वी, आंब्या-नारळाएवढी रत्नं तिरस्कारानं फेकून दिलेली मी पाहिली आहेत. तेव्हा भोळी आशा उराशी बाळगू नको! बघू तुझं रत्न!''

परंतु प्रवासी किंचित रेंगाळला व विचार करू लागला. आपणाला ते रत्न दाखवावे की नाही याबद्दल त्याला शंका वाटत आहे, हे वृद्धाने ओळखले व तो उत्तेजित होऊन म्हणाला, ''त्याबद्दल तू शंका बाळगू नकोस, कारण तुझ्या रत्नाचा मला काहीच फायदा नाही. जरी प्रत्यक्ष उत्तर ध्रुव खुडून त्याच्यापुढं नेला तरी तो मला वेस ओलांडू देणार नाही. तेव्हा तू निर्भयपणं मला रत्न दाखव.''

वृद्धाचे शब्द ऐकून प्रवासी ओशाळला. त्याने कमरेला गुंडाळलेला पट्टा उलगडला व त्यातील रत्न बाहेर काढले. ते त्याने तळहातावर धरताच लहान हिरव्या सूर्याचा उदय झाल्याप्रमाणे झाले. पडवीभर हिरवट प्रकाश उजळला आणि वृद्धाच्या कोरड्या ताठर डोळ्यांत हिरवे प्रकाशकिरण दिसले. त्यांना नकळत त्यांच्या मागील घराची खिडकी उघडली व तेथे जमलेल्या अनेक डोळ्यांत रत्नाचा प्रकाश कणाकणाने तेजाळला.

वृद्ध आश्चर्याने स्तब्ध झाला होता. अनेक क्षण रत्नाकडे पाहिल्यावर तो म्हणाला, ''धन्य आहे हे तेज! माझं राजकुल इतकं प्राचीन, पण याची बरोबरी करील असं एकही रत्न माझ्या भांडारात नव्हतं. हे तुला कुठं, कसं मिळालं?''

त्या प्रश्नाने प्रवासी पुन्हा शरमला व त्याने उत्तर देण्याचे टाळले. पण वृद्ध आपल्याच विस्मयात गढला होता. ''या रत्नाच्या आधारे एका संपूर्ण घरकुलाला मुक्तता करून घेता येईल, असा मला विश्वास वाटतो!''

त्याचे शब्द तोंडातून उमटले असतील-नसतील, तोच मागच्या घरात दिवे लागले व घराचा दरवाजा उघडला. आतून प्रकाशाचा एक पट्टा निःशब्दपणे रस्त्यावर आदळला. ते पाहून वृद्धाला आश्चर्याचा धक्का बसला आणि तो वेड्या मुद्रेने पाहू लागला. गेल्या अनेक वर्षांत रात्री कधी कोणत्या घरात दिवा लागला नव्हता, की त्याचा प्रकाश असा बेदिक्कत रस्त्यावर आला नव्हता. तो पाहत असतानाच घरातून दोन तरुण बाहेर आले व प्रवाशाला उचलून त्यांनी जवळजवळ फरफटतच आत आणले. त्याने धडपडत आपली फरशी उचलली, पण त्यापेक्षा जास्त प्रतिकार त्याच्याकडून झाला नाही. गोंधळून वृद्धही त्याच्या मागोमाग आत गेला. तेव्हा दरवाजा फटदिशी बंद झाला व रस्त्यावर निसटून आलेला प्रकाशही पुसला गेला.

त्यास आत आणल्यावर दोन तरुणांनी प्रवाशास एका आसनावर सुखाने बसवले. रत्नासह वस्त्र कमरेला गुंडाळत प्रवाशाने फरशी हातात घेतली व भोवती निरखून पाहिले.

एखाद्या जीर्ण कारागृहातील विसरून गेलेल्या खोलीत आपण अचानक आलो, असा भास होण्यासारखी दैन्याची कळा सर्वत्र होती. समोर दोन तरुण उभे होते. त्यांच्यामागे चटईवर मान गुडघ्यात गेलेला, कवटीसारख्या चेहऱ्याचा एक कोरडा म्हातारा बसलेला होता. दुसऱ्या बाजूला एक स्त्री उभी होती. तिच्यात पक्व फळाचा रेखीव, अनुभवी डौल होता, हे त्या वेळीही प्रवाशाच्या नजरेतून निसटले नाही. तिला बिलगून कुरूप, रानटी बाहुल्यांसारखी दोन मुले उभी होती. पण या सगळ्याच माणसांच्या चेहऱ्यावर निर्जीवपणाची कळा होती व सांदरीत पडलेल्या कंदांना अंधारात कोंभ फुटतात तसला रोगट अशक्त पिवळसर रंग होता.

"भलतं साहस करून जीव फुकट दवडू नका!" प्रवासी फरशी सावरत म्हणाला, "अशा तऱ्हेनं माझं रत्न तुम्हांला मिळेल असं तुम्हांला वाटत असेल, तर तो तुमचा भ्रम आहे. त्यासाठी मी माझे प्राण पणाला लावले होते. त्याच रत्नाच्या आधारे मी सम्राटाचे विलास भोगणार होतो. पण आता प्राण वाचवावा हाच एक विलास व्हावा, अशी परिस्थिती निर्माण झाली आहे! तेव्हा निष्कारण साहस करू नका! एकदा मी एका घावानं चवताळलेल्या घोड्याची मान तोडली आहे. ही फरशी हातात नसतानाही मी पाहतापाहता तुमच्या शरीराचे अस्ताव्यस्त तुकडे करू शकेन!"

पण कसल्याही भीतीच्या पलीकडे गेल्याप्रमाणे भोवतालचे चेहरे तसेच निर्विकार कातड्याच्या मुखवट्यासारखे राहिले.

"आम्हांला कसलंही साहस करायचं नाही. एक याचना मात्र आहे," तरुणांपैकी थोरला म्हणाला, "तुमच्याजवळच्या रत्नानं तुमची तर मुक्तता होईलच, पण त्याबरोबर आमचीदेखील मुक्तता करून, आम्हांला या यमयातनेतून सोडवावं! तुमचं रत्न हिरावून घ्यावं, अशी आमची अभिलाषा नाही."

प्रवाशाचा द्वेष ओसरला व फरशीवरील त्याची बोटे सैलावली. ते अनेक आर्त डोळे त्याच्याकडे पाहत होते. त्यांतील दैन्य त्याला साहवेना.

"ते रत्न अमूल्य आहे. त्याच्या मोबदल्यात अकाल तुम्हांला वेशीतून जाऊ देईल, असा मला भरवसा वाटतो," वृद्ध खिन्नपणे म्हणाला, "पण एका गोष्टीचा तुम्हांला पूर्ण विसर पडलेला दिसतो. तुम्ही एका परक्या माणसाला घरात घेतलंत, त्याला प्रकाश दिलात, त्याबद्दल कोणाचा तरी उजवा हात छाटला जाईल! त्याशिवाय विशेष म्हणजे कोणीतरी प्रवाशासाठी मृत्यू स्वीकारल्याखेरीज, हा प्रवासी तरी कसा तुमच्याबरोबर येईल? महाकाल त्याला जाऊ देईल का?"

त्या शब्दांनी त्या खोलीत गिधाडांच्या छाया पडल्याप्रमाणे झाले व स्त्रीच्या तोंडून दुःखोद्गार बाहेर पडला. सगळ्यांचे चेहरे प्रथम व्यग्र झाले, पण हळूहळू त्यांवर धूर्तपणा दिसू लागला, आणि ते सगळे टपून असल्याप्रमाणे एकमेकांच्या नजरा टाळत एकमेकांकडे पाहू लागले.

''आणि त्या गोष्टीचा निर्णयदेखील तात्काळ घ्यायला हवा. सूर्योदय आता फारसा दूर नाही,'' वृद्ध जणू स्वतःशीच म्हणाला.

''प्रवाशाला वाचवणं हे तर आपलं पहिलं कर्तव्य आहे, नाहीतर आपल्याला रत्नाचा लाभ होणारच नाही. कोणीतरी आत्मदान करून इतरांना वाचवण्याचा हा क्षण आहे. इतके दिवस आपण अति प्रेमानं या घरट्यात वाढलो, एकमेकांच्या सावल्यांचीदेखील सुखदुःख सांभाळली,'' थोरला म्हणाला. पण कोणाकडे सरळ पाहाण्याचे धैर्य त्याला होईना. ''मला वाटतं –'' तो शरमेने क्षणभर रेंगाळला, ''मला वाटतं, तुम्ही आता साऱ्या घराला वाचवावं,'' तो म्हाताऱ्याला म्हणाला.

''होय, तुमचं वय झालं आहे. तुमच्या बरोबरीची माणसं मरून त्यांचं खत होऊन गेलं. आणि आता तुमचं आयुष्य तरी कसलं झालं आहे? हाडंकातडं कसंबसं चिकटून आहे, आणि कोणीतरी उचलल्याखेरीज शरीराची हालचाल नाही. त्याला एवढी किंमत फार नाही,'' धाकटा धैर्याने म्हणाला. त्याने बोलताना कानातला अत्तराचा फाया बाहेर काढला. तो किंचित हुंगून त्यानं तो परत कानात ठेवला व म्हाताऱ्याकडे पुन्हा पाहिले.

म्हाताऱ्याचा चेहरा ताठून तकतकीत झाला व त्याने उगारलेला हात थरथरू लागला. तो कापऱ्या आवाजात ओरडला, ''कृतघ्न! कुलांगार! त्यापेक्षा मी निपुत्रिक मेलो असतो तरी मला दुःख वाटलं नसतं! माझ्याविषयीच्या मायेचं राहू देत, पण निदान स्वार्थासाठी तरी तुम्ही मला जगवलं पाहिजे. मी आयुष्यभर सतत भोगलं. जणू टाकीनं घडवत आल्याप्रमाणं माझं आयुष्य आकार धारण करत आलं आहे. असलं अनुभवसंपन्न आयुष्य तुम्हांला मिळणार तरी कुठं? प्रत्येक अनुभवाला अश्रूंची किंमत द्यावी लागते. आणखी एक पाहा. या नगरात मी बंद आहे खरा, पण बाहेरच्या जगात सात सागरांतून माझी जहाजं किनाऱ्याला लागतात. अशी दहा नगरं मी निर्माण करू शकेन एवढी माझी संपत्ती तिथं आहे. मी असल्याखेरीज त्या संपत्तीचा तुम्हांला काय लाभ आहे? तू एका व्यापारात पैशाचा अपहार केलास, पूर्णपणं जाणून अनेकांना लुबाडलंस तेव्हा तुला बाहेर कोणी कुत्रं जवळ करणार नाही! एक मुलगा अधम तर दुसरा गणिकांच्या मागं सारंगी घेऊन हिंडणारा निर्लज्ज साजिंदा! कृतघ्न! पितृघातकी!'' संतापाने म्हातारा बाजूला थुंकला. संपत्तीचा उल्लेख करताच ऐष-आरामाच्या चित्रांनी थोरल्याचे डोळे दिपले व मिंधेपणाने तो गप्प झाला.

''त्यापेक्षा त्या क्षुद्र स्त्रीला बळी जाऊ देत!'' म्हातारा हाताने दाखवत म्हणाला, ''स्त्री काय, एक नसेल तर चुटकीसरशी दुसरी मिळेल, आणि दोन स्त्रियांत दोन घोड्यांपेक्षा जास्त फरक नसतो. सोन्याच्या नाण्यांचे पैंजण वाजू लागले की ते स्वीकारायला जिची पावलं नाचू लागत नाहीत, अशी स्त्री अद्याप जन्मायची आहे!'' म्हाताऱ्याचा आवाज एकदम कुत्सित झाला. ''एक क्षुद्र भिक्षुक घराण्यातील ही दरिद्री मुलगी. आपद्धर्म म्हणून तिला घरात आणवं लागलं. आता आपद्धर्म म्हणूनच तिला

घराबाहेर जाऊ दे!''

आसुडाचा प्रहार झाल्याप्रमाणे ती स्त्री उसळली व मुलांना बाजूला सारत पुढे आली. पण प्रथम संतापाने तिच्या तोंडून शब्द बाहेर पडेनात. तिने उकळत्या डोळ्यांनी आपल्या नवऱ्याकडे पाहिले, पण त्याने तिच्या नजरेला डोळे भिडवले नाहीत.

''अंगावर कुऱ्हाड पडली तर तिची धार रक्तानं ओली होणार नाही, असं आयुष्य मरत आलं, तरी तुमच्या जिभेतलं विष मात्र जात नाही!'' ती तडकल्याप्रमाणं म्हणाली, ''म्हणूनच बिचाऱ्या बायकोनं स्वतःला जाळून घेतलं. सात समुद्रांवरील जहाजांची तुम्हांला फार घमेंड आहे. पण भाऊ ऐन वेळी मेला म्हणून आयतं लोणी हातात पडलं! आणि तो भाऊ तरी किती सोईस्करपणं मेला! सकाळी तुमच्याकडे जेवायला आला आणि संध्याकाळी त्याचं प्रेत बाहेर आलं! माझादेखील आपद्धर्म होता म्हणूनच मी हा उंबरा ओलांडला! नाही तर क्षुद्र, मळकट कामं करायला म्हणूनदेखील मी तुम्हांला सेवक म्हणून जवळ येऊ दिलं नसतं! सोन्याच्या नाण्यांचे पैंजण वाजत असता आमची पावलं नाचत असतीलही, पण आमची पावलं तशी नाचू लागली की तुम्ही निर्लज्जपणं त्या तालावर नाचू लागला, याची काही तुम्हांला शरम नाही? आणि त्यात माझी पावलं कशी आहेत हे इतर पुरुषांच्या डोळ्यांत बघा. मी रस्त्यानं चालले की त्यांच्या डोळ्यांत जी वासना उमटते ती मला माहीत नाही असं का तुम्हांला वाटतं? ती तर स्त्रीच्या जीवनाचं मायामूळ आहे. या रूपावर बाहेरच्या जगात सात समुद्रांतील जहाजं तर जाऊ देतच, सात समुद्रच मी नाचवीन! तिथं माझ्या सौंदर्याची जास्त कदर असलेले, पाठीला कणा असलेले पुरुष मला नजरेनजरेला भेटतील!'' तिने नवऱ्याकडे तिरस्काराने पाहिले व छद्मीपणाने हसली. ''त्यापेक्षा तुमच्या बंधूनं का मृत्यू स्वीकारू नये? त्याला कसली जबाबदारी नाही, त्याचा कुणाला कसला काडीचादेखील उपयोग नाही. खुळ्यासारखी गाणी गात बसण्याखेरीज त्यानं आयुष्यात काहीसुद्धा केलं नाही. देवानं संगीताची देणगी दिलेल्या पाखरालादेखील श्रम केल्याखेरीज टीचभर पोट भरता येत नाही, आणि याची गाणी तर अशी की ती ऐकून पाण्यातील माशाला तहान लागेल! वेश्यांच्या पैशावर पोट जाळत, वेलबुट्ट्यांचे कपडे घालून व कानात फाया घालून पोळासारखं भटकत हिंडण्यापेक्षा त्यानं जावं! म्हणजे आयुष्यात एक तरी सत्कृत्य केल्याचं श्रेय मिळेल त्याला.''

तिचे शब्द धाकट्याने शांतपणे ऐकून घेतले. बोलावे की न बोलावे याचा थोडा विचार करीत त्याने चेहरा विटल्यासारखा केला. तो म्हणाला, ''त्या राजरोस धंद्याबद्दल तुला एवढा का राग आहे कोणास ठाऊक! लग्नापूर्वी तू आपलं घर कसं सांभाळत होतीस, हे सांगायला आता शंभर लोक सहज जमू शकतील! हा, एक गोष्ट मला मान्य आहे. या वेश्या खेडवळ, आडदांड आहेत. यांना छक्केपंजे मात्र जमत नाहीत हे खरं. तुझ्या अनेक भुका कोणत्याही मार्गानं भागल्या की सावलीला समाधानानं पडणाऱ्या जनावरासारखं

तुझं मन – मी काय म्हणतो याचा तुला अर्थदेखील समजणार नाही! व्यवहाराच्या दृष्टीनं माझं जीवन निष्फळ असेल. तुझ्याप्रमाणे दोन ओबडधोबड खुरटी पोरं जगावर सोडण्याचं शतकृत्यदेखील मी केलं नाही. पण ऐकून घे. माणसं सुखदुःखं भोगतात आणि नाहीशी होतात. पण त्या सुखदुःखांची गीतं ती माणसं गेल्यावरही चिरंतन राहातात. शब्द उच्चारणारा विरून जातो, पण शब्द अमर होतो. मला अजून पुष्कळ पाहायचं आहे. पण ते सगळं अलिप्त राहून. धुंद होऊन नृत्य करणारा नर्तक त्याच क्षणी नृत्याचा आनंद भोगू शकत नाही. त्या क्षणीही अलिप्तता अशक्य असल्यामुळं खऱ्या अर्थानं नर्तकाला स्वतःचं नृत्य कधीच समजत नाही. ते त्याला इतरांच्या डोळ्यांत पाहावं लागतं. मला सगळं काही पाहाणारा डोळा व्हायचं आहे. चंद्राप्रमाणे पृथ्वीवरील जीवनाच्या आकर्षणात राहूनदेखील चंद्राप्रमाणे मी अलिप्त राहणार आहे. मला मृत्यूचा कवी व्हायचं आहे; मृत्यू अनुभवायचा नाही!''

''पुन्हा खुळचट शब्दांचा नुसता बुजबुजाट आहे!'' ती स्त्री तिरस्काराने म्हणाली.

''तुला या शब्दांची फार आवड दिसते. मागं तू एकदा अंगाला भिडण्याचा प्रयत्न केला होतास, तेव्हादेखील माझ्या शब्दांना तू हेच म्हणाली होतीस!'' धाकटा विषारी हसून म्हणाला, ''त्यापेक्षा तुझी मुलगी पाठव. एवढं वय झालं तरी डुकराप्रमाणं चरत राहण्याखेरीज तिला काही येत नाही! असलं पोर आणून सोडलंस, आता त्याची विल्हेवाट तरी लाव!''

''तिला हात लावशील तर गळाच चिरून टाकीन! माझा प्राण, माझं रक्त तिच्यात आहे!'' स्त्री कर्कशपणे म्हणाली.

''होय, ते मात्र खरं आहे! या घरातलं तिच्यात काही नाही! लग्नानंतर सहाच महिन्यांत तू प्रकट केलेली ती तुझ्या प्राणरक्ताची अमोल देणगी आहे!''

नवऱ्याचा चेहरा मळकट लालसर झाला. तो चिडून म्हणाला, ''बस्स! पुरे आता! आणि तुझी नजर माझ्या मुलावर नको! तो निःसंशय माझा आहे!''

त्यावर धाकट्याने बसल्याबसल्याच खोट्या नम्रतेने त्याला नमस्कार केला व म्हटले, ''हे मात्र त्रिवार सत्य आहे, याबद्दल मी माझा प्राण द्यायला तयार आहे! आत्ताच या पोरानं माझे, शेजाऱ्यापाजाऱ्यांचे पैसे चोरायला सुरुवात केली आहे!''

प्रवासी मूढ झाल्याप्रमाणे सारे ऐकत होता. ही समोरची माणसे या क्षणापर्यंत एकत्र सुखी आयुष्याचे सोंग करीत दिवसाला दिवस जोडत जगत होती, यावर त्याचा विश्वास बसेना. स्मशानात विझत चाललेल्या चितेभोवती काही माणसे बसलेली असावीत, मग विजेचा झक्कन प्रकाश क्षणभर दिसताच त्यात त्यांच्या दैनंदिन चेहऱ्याऐवजी, मांसहीन कवट्या, त्यांचे खिजवत असलेले हसणे आणि डोळ्यांच्या जागी शून्य वर्तुळे दिसावीत व प्रकाश नाहीसा होताच पुन्हा मुखवटे परत यावेत, तसे त्याला वाटले. आयुष्याला मंद नाडीच्या चिंधीने चिकटलेला म्हातारा, आतून किडत आलेले मुलगे, चिरलेल्या

पेरूसारखी दिसणारी लाल-मांसल निर्लज्ज बेधडक स्त्री आणि ही गोठलेली, मातीच्या गोळ्याप्रमाणे सुकत चाललेली पोरं...

प्रवाशाला हे प्रकाशातील क्षणिक दृश्य असह्य झाले, आणि आता काय करावे हे त्याला समजेना.

तोच सोप्याचा आणखी एक दरवाजा उघडला व त्या मुलांच्याच वयाचा एक मुलगा हातात फळ घेऊन बाहेर आला. त्याने सर्वांकडे निर्विकारपणे पाहिले. त्या सगळ्यांत तो प्रवाशाकडेच उत्सुकतेने सरकू लागला. तो जात असता एकदम जागी झाल्याप्रमाणे मुलगी पटकन पुढे आली व दातओठ आवळत तिने त्याच्या उजव्या हाताला चिमटा घेतला. त्या मुलाचा चेहरा वेदनेने वेडावाकडा झाला, तेवढ्यात तिच्या भावाने त्याच्या हातातील फळावर झेप घेतली. फळ वाचवताना मुलाला वेदना विसरावी लागली व अंग ओढत तो प्रवाशासमोर उभा राहिला. मग प्रवाशाच्या ध्यानात आले व त्याचे अंग शहारले. मुलगा तिरप्या तऱ्हेने सरकत होता, कारण त्याच्या डाव्या अंगावरून वारे गेले होते, आणि तो भाग दुर्बलपणे थरथरत होता. त्याचा चेहरा स्वच्छ अनासक्त होता, आणि डोळे नितळ, काजळाच्या गोळ्यासारखे असले तरी त्यांच्यात जाणीव भरण्यापूर्वीच ते उघडे झाल्याप्रमाणे अगदी रिते होते. मुलगा हसला आणि ते हसणे पाहून प्रवाशाचे काळीज फाटल्यासारखे झाले. मुलगा हसला व त्याने हातातील फळ प्रवाशाला दिले.

कानातील डूल सहज हलावा त्याप्रमाणे आलेल्या त्या सहज भोळ्या हसण्याने भारावलेला प्रवासी समोर फळ दिसताच हादरला. साऱ्या आयुष्यात आपण होऊन कोणी प्रेमाने त्याला काही खायला दिले, अशी ही पहिलीच वेळ! नाही तर पोटात चिमूट टाकण्यासाठी सदैव यातना, प्रतीक्षा किंवा अत्याचार! त्याच्या आयुष्याची पहिली वर्षे एका प्रचंड जुन्या वाड्यात गेली होती. आई-बापांच्या स्मृतीचा मनात कोठेही डागदेखील नव्हता. रात्री-अपरात्री जाऊन गोठ्यात जनावरांपुढे चारा टाकणारी माणसे त्याने दिवसभरात काही तुकडा मोडला का नाही, याबद्दल बेफिकीर असत. अंगणातल्या घोड्यावरचे वस्त्र दररोज बदलले जात असे, पण सणासुदीलाही कधी अंगाला कोरे कापड लागले आहे, असे त्याला आठवत नसे.

आणि असल्या भयाण ठिकाणी, असल्या क्षणी या निरागस पोराने कसली अपेक्षा न ठेवता हे फळ पुढे केले!

प्रवाशाने आपुलकीने ते फळ घेतले पण परत त्याच्या हातावर ठेवले व त्याच्या मऊ केसांतून हात फिरवला.

"हे भूत कशाला आलं इथं? तो दरवाजा कडी न लावता कोणी ठेवला?" स्त्री हात नाचवत म्हणाली, आणि तिने त्याच्यावर झडप घातली.

"टाक नेऊन त्याला आत! घरचा कलंक सगळ्यांसमोर उघडा व्हावा, असा आम्हांला शापच आहे की काय, कुणास ठाऊक!" म्हातारा म्हणाला.

प्रवाशाने वृद्धाकडे प्रश्नार्थक मुद्रेने पाहिले. वृद्ध किंचित चाचरत म्हणाला, ‘‘हा याच घरातला. याच्या मुलीचा मुलगा. तिला तिच्या प्रियकरानं फसवलं. एकदा रंगीत पाखरं विकणारा एक माणूस या नगरात आला. त्यानं सगळी पाखरं पिंजऱ्यातून मोकळी करावीत, या अटीवर मुलीनं त्याला वाचवलं व आपण होऊन शिरच्छेद स्वीकारला. हा दुर्दैवी मुलगा तिचं अपत्य आहे.’’

‘‘तिच्या पापाचं अपत्य, आमच्या घराण्याची शरम!’’ कपाळावर हात मारत थोरला म्हणाला.

‘‘आणि एका उपऱ्या, भिकारड्या पाखरेवाल्यासाठी ती मेली!’’ स्त्री म्हणाली. ‘‘आज ती असती तर एवढ्यात आपण वेशीबाहेर पडलो असतो!’’

तिने त्या मुलाचा हात धरून दरदर ओढताच प्रथमच त्या रित्या डोळ्यांत भयाचे प्रतिबिंब दिसले.

‘‘थांब, थांब!’’ एकदम ओरडत थोरला म्हणाला. ‘‘आपण सगळेच वेडे आहोत! आपल्याला हे प्रथमच कसं समजलं नाही?’’

‘‘खरंच!’’ धाकटा हर्षाने म्हणाला, ‘‘इतके दिवस एखाद्या जळूप्रमाणं हे पोर चिकटलं, आता त्याला आमच्यासाठी काही करायला काय हरकत आहे? हातात निखारे धरणारं, सापाशी खेळणारं हे पोर, त्याला थोडा तरी समज असता तर आमच्या निर्णयाबद्दल त्याला कृतज्ञताच वाटली असती!’’

सगळ्यांचे चेहरे एकदम उजळले व त्यांच्यातील ताण संपला. थोरल्याच्या चेहऱ्यावर पश्चात्ताप दिसला. तो म्हाताऱ्यापाशी गेला व नम्रपणे म्हणाला, ‘‘मला क्षमा करा! माझ्या तोंडून भलतेच शब्द गेले!’’

म्हाताऱ्याने आपले भरून आलेले डोळे पुसले व त्याचा खांदा थोपटत म्हटले, ‘‘तो क्षणच असा होता की त्याखाली आपण सगळेच चिरडून गेलो. कोणाचाच स्वतःवर ताबा राहिला नाही.’’

‘‘आता झालंगेलं विसरून गेलं पाहिजे. ते सगळे वरवरचे बुडबुडे होते. आता आपण घाई केली पाहिजे, कारण वेळ फार थोडा उरला आहे!’’ स्त्री उतावीळपणे म्हणाली व त्याबरोबर सगळ्यांनी प्रवाशाभोवती गर्दी केली. म्हातारादेखील भिंतीचा आधार घेत धडपडत उभा राहिला.

‘‘पण परक्याला घरात घेतल्याबद्दल प्रायश्चित्त कोण घेणार?’’ वृद्धाने विचारले. सगळेजण बावरले. पण म्हातारा धूर्तपणे हसला. ‘‘आता त्याची काळजी नको!’’ तो म्हणाला, ‘‘अशा प्रसंगीच माझ्यासारखा अनुभवी माणूस उपयुक्त ठरतो! हात छाटून घेणारा, आणि बळी जाणारा, ही दोन स्वतंत्र माणसंच हवीत, असा काही दंडक नाही. प्रथम त्यानं पोराचा हात छाटावा व मग त्याचा शिरच्छेद करावा, म्हणजे झालं.’’ म्हाताऱ्याच्या डोळ्यांत कावेबाजपणाची चमक दिसली व त्याने सगळ्यांकडे विजयाने

पाहिले. सगळ्यांच्या चेहऱ्यांवर कृतज्ञता दिसली व थोरल्याने तर त्याच्या पायांवर डोके ठेवले. "तुमच्या ज्ञानाचं मार्गदर्शन आम्हांला असंच नेहमी लाभो!" तो गहिवरून म्हणाला.

समोर ठेवलेले अन्न पाहतापाहता पुष्ट, वळवळणाऱ्या अळ्यांनी भरून जावे त्याप्रमाणे प्रवाशाला एकदम मलिन वाटू लागले. त्याला आता आनंदाने स्वच्छ झालेले चेहरे पाहवेनात. आतून सडत चाललेली ही प्रेते हसतात, बोलतात इतकेच! त्यांच्या सान्निध्यात त्याला आता कोंदल्यासारखे वाटू लागले. त्याने फरशीवर बोटे आवळली व एकामागोमाग सगळ्यांची खांडोळी करावी, असा एक विचार त्याच्यात सळकला.

"आता सूर्योदयाला फारसा वेळ नाही. अद्याप तुम्हांला वेशीपर्यंत जायचं आहे." वृद्ध उभा राहत म्हणाला. त्याने प्रवाशाच्या खांद्यावर हात ठेवला. पण त्याचा आवाज आता रुद्ध झाला होता. शब्दांकरिता चाचपडत तो म्हणाला, "इतक्या वर्षांनी सुखरूप बाहेर पडणारा तूच पहिला प्रवासी आहेस. तुझ्यात अद्याप त्वेष आहे, दंडात सामर्थ्य आहे. तेव्हा माझी याचना विसरू नको. कधीतरी रुद्रकालीच्या मंदिरात जा आणि – आणि –" पण पुढे त्याला बोलवेना व तो मूकपणे प्रवाशाच्या खांद्यावर हात थोपटत राहिला.

प्रवाशाचा सारा संताप विरून गेला आणि शरमेने तो निर्बल झाला. या वृद्धाला एकदा सारे सांगून मनाची गाठ सोडवून घ्यावी, असा त्याला विलक्षण मोह झाला. पण त्याच एका आशेवर जगत असलेल्या त्या जर्जर शरीरावर आघात करण्यास त्याचे मन कठोर होईना. भोवताली आत सडत असलेली प्रेते आणि त्यांच्यात उभा असलेला, वृद्धाची वंचना करणारा मीदेखील तसलेच एक प्रेत!

तेवढ्यात त्या पोराने आपली सुटका करून घेतली व सरकतसरकत तो वृद्ध आणि प्रवासी यांच्यात येऊन उभा राहिला.

"ज्याला मृत्यू हवा आहे पण लाभत नाही असा एक, आणि ज्याला जगायचं आहे पण ज्याच्यावर अद्याप मृत्यूची छाया आहे असा, या माणसांमध्ये ज्याला जीवन व मृत्यू या दोन्हींबाबत कसलीच आसक्ती नाही, असा आसरा शोधत आहे!" वृद्ध मान हलवत म्हणाला.

परंतु आता इतर माणसे अतिशय अधीर झाली होती. थोरला तर प्रवाशाचा हात ओढत होता. प्रवासी मात्र विटलेल्या शून्य डोळ्यांनी पाहत राहिला. आता बाहेरच्या जगात जायचे ते कशासाठी? तेथे असलीच माणसे बुजबुजलेली असणार. ओंडक्यात पोखरलेल्या छिद्रांत राहाणाऱ्या जाड, वळवळणाऱ्या अळ्यांचे समोर एक लहानसे जग आहे. बाहेरदेखील सारे हेच, अतिविस्तृत प्रमाणावर असणार, एवढाच फरक. पुष्कळ अळ्या, अंग वरखाली करीत सरपटणारा, पुन्हा अळ्या, पुन्हा अळ्याच निर्माण करणारा समुदाय, पण सर्वत्र तीच मन कोंदणारी घाण! त्यांच्यात राहायचे? राहताराहता

त्यांच्यापैकीच एक होऊन जायचे?

आता बाहेर जाऊन विलास भोगावेत, मदिर डोळ्यांच्या युवतींचा शृंगार अनुभवावा, संपत्तीने धुंद व्हावे, ही प्रवाशाची इच्छाच मेली. तसे करणे म्हणजे आता चितेवरचा भाजलेला गोळा एकेक उचलून चवीने खाण्यासारखे आहे, असे त्याला वाटू लागले. त्याने शांतपणे कमरेचा पट्टा उलगडला व त्यातील रत्न थोरल्याच्या हातावर ठेवले. रत्न मिळताच सारी माणसे घराबाहेर धावली व म्हाताराही खुरडत बाहेर पडला. तोच थोरला परत आला व किंचित ओशाळून पण उतावीळपणे म्हणाला, ''पण तुम्ही?''

''तुम्ही स्वतःची मुक्तता करून घ्या! माझी तुम्हांला चिंता नको! मी येणार नाही!'' प्रवासी निश्चयाने म्हणाला. थोरला गोंधळल्याप्रमाणे पाहत राहिला. पण दुसऱ्याच क्षणी या वेडाचाराविषयी जास्त उत्सुकता न दाखविता तो धावत नाहीसा झाला.

वृद्धाने त्याच्याकडे पाहिले व हताशपणे म्हटले, ''असल्या क्षणाचा निर्णय ज्याचा त्यानं घ्यायचा, हे तर खरंच. पण मला वाटलं होतं, तू तरी बाहेर जाशील; रुद्रकालीच्या मंदिरात जाऊन साप मुक्त करशील...'' वृद्ध मध्येच थांबला व त्याने समोरच्या रस्त्याकडे बोट दाखवत घोगरेपणाने म्हटले, ''बघ, तो येत आहे! मी जातो. मला पुढचं पाहवणार नाही!''

त्याने जाताना पुन्हा एकदा प्रवाशाच्या खांद्यावर हात ठेवला व खाली मान घालून वृद्ध निघून गेला.

समोर रस्ता फिकट गोठलेल्या प्रवाहासारखा दिसत होता, पण त्याच्या टोकाला एखादी भव्य ज्योत प्रकट व्हावी त्याप्रमाणे थरथरत्या लाल वस्त्रांतील एक आकृती होती, व ती सावकाश इकडेच येत होती. तिला पाहताच मुलगा प्रवाशाला बिलगला व भयाने त्याने त्याचा हात घट्ट धरला.

पण प्रवाशाच्या मनात कसलीच भीती नव्हती. तो उठला व त्याने फरशी घेतली. त्याने दुसऱ्या हाताने कमंडलू उचलला, पण क्षणभर विचारानंतर त्याने तो खाली ठेवून दिला. त्याने मुलाला बरोबर घेतले व तो चबुतऱ्याजवळ येऊन उभा राहिला.

लाल वस्त्रातील भव्य पुरुष जवळ आला, तेव्हा प्रवाशाला दिसले की त्याची वस्त्रं काळ्या रंगाची आहेत, पण त्यांच्या कडांमधून अग्निजिव्हा प्रकट होत असल्याप्रमाणे लाल प्रकाशरेषा उमटत होत्या. महाकाल चबुतऱ्याजवळ आला व थांबला.

''मी तुझीच वाट पाहत उभा आहे,'' प्रवासी शांतपणे म्हणाला.

''मग ही विलक्षण विस्मयाची गोष्ट आहे! माझी वाट पाहत कोणी थांबत नाही!'' महाकाल म्हणाला. कोसळलेला देवदार उतरणीवरून खाली येत असल्याप्रमाणे त्याचा आवाज होता.

"या अंत्यक्षणी माझी एकच याचना आहे. ती मान्य करण्याची दया दाखव."

"मला दया दाखव म्हणणं म्हणजे दया दाखवायला मी स्वतंत्र आहे, अशी समजूत करून घेणं आहे! तसा समज करून घेऊ नकोस! या परशूला ज्याप्रमाणं जास्त सदय किंवा जास्त कठोर होण्याचं स्वातंत्र्य नाही, त्याचप्रमाणं मलाही नाही! मी कोणाच्या तरी हातातील परशूच आहे! पण तुझी याचना काय आहे ते तरी सांग."

"मला स्वतःला मृत्यूची भीती वाटत नाही," प्रवासी म्हणाला, "पण या निष्पाप मुलाला तुला जे काही करायचं आहे ते माझा शिरच्छेद झाल्यावर कर. ते मात्र माझ्या डोळ्यांसमोर नको!"

"हे मान्य करणं तर अगदीच सोपं आहे," किंचित हसत महाकाल म्हणाला, "मी तुला तसं वचन देतो. आता माझा परशू मला परत दे."

"तुझा परशू? म्हणजे काय?" प्रवाशाने चमकून विचारले.

"म्हणजे मला तू इतक्या जवळूनदेखील ओळखलं नाहीस तर!" महाकाल म्हणाला. त्याने चेहऱ्यावरील झळकते, लालसर वस्त्र बाजूला केले, तेव्हा प्रवाशाला परशू उगारलेल्या वधकाचा चेहरा स्पष्ट दिसला.

"म्हणजे तू इथंदेखील आहेस तर!" स्तंभित होऊन प्रवासी म्हणाला.

"मी तिथंच, इथंच नाही, तर सर्वत्रच आहे!"

"म्हणजे जे अनिवार्यच होतं ते टाळण्याचा मी वेडा प्रयत्न केला म्हणायचा!" प्रवासी उद्वेगाने उद्गारला, "हेच असं शेवटी होणार, हे जर मला माहीत असतं तर सारा जंजाळ तरी मी स्वीकारला नसता. जीव टांगणीला लावून रान तुडवलं नसतं, अपरात्री सतत मागं पाहत, कानोसा घेत प्रवास केला नसता. इथं येऊन अकारण या मुलाच्या यातनेला जबाबदार ठरलो नसतो. विशेष म्हणजे माणसांच्या खऱ्या, मलिन, भीषण दर्शनाच्या प्रायश्चित्तात सापडलो नसतो."

"हे पाहा, असल्या गोष्टींबद्दलचा तुझा शोक व्यर्थ आहे," महाकाल म्हणाला, "माणसाच्या आयुष्यात मृत्यूचा क्षण ज्याप्रमाणं अचल, निश्चित असतो, त्याप्रमाणं ज्ञानाचा क्षणदेखील तसाच स्थिर असतो. तो मागंपुढं सरकू शकत नाही. बहुतेक माणसांच्या आयुष्यात हा ज्ञानाचा क्षण कधी येतच नाही व ती समाधानानं जगतात, सुखानं मरतात. ती एका अर्थानं भाग्यवान असतात. तुझ्या बाबतीत मृत्यू आणि ज्ञान यांचे क्षण एकत्र येत असले, तरी हेही भाग्य कमी नाही!"

"हे कसलं भाग्य आलं आहे!" प्रवाशाने विनोदाने म्हटले, "या ज्ञानाचा कोणालाच, मला स्वतःलादेखील, काही लाभ नाही. तसा खरा भाग्यवान कोटीकोटींमध्ये एखादा जन्मतो. त्याला ज्ञान प्राप्त होतं, पण त्यानंतर मृत्यूच्या क्षणापर्यंत त्याला काही आयुष्य लाभतं व त्या अवधीत तो इतर अज्ञ जनांना मार्गदर्शन करू शकतो. याला भाग्य म्हणावं."

''अजूनही तुला भ्रांतच आहे!'' पुन्हा हसून महाकाल म्हणाला, ''अरे, ते कसलं आलं आहे मार्गदर्शन? काठावर उभं राहून वेगवान सामर्थ्यशाली प्रवाहाला मार्गदर्शन करण्याचा तो एक वेडा प्रयत्न असतो! आणखी एखाददुसरं माणूस धडपडत तीराला लागेल इतकंच, पण प्रवाह मात्र आपल्याच निश्चित अनिवार्य गतीनं वाहत राहतोच. तेच भाग्य तुझ्या भोगात यावं म्हणून तर मी तुझी हत्या केली नाही. तुझ्या हाताची दोरी सैल झाली आहे, याची का मला कल्पना नव्हती? की तुझा पाठलाग करणं मला अशक्य होतं? रात्र अंगुळभर सरण्याच्या आतच माझ्या दूतांनी तुला माझ्यासमोर आणून तात्काळ उभं केलं असतं. पण ज्याला तू भ्रमानं भाग्य समजतोस तेच, ती मृत्यूपेक्षाही कठोर शिक्षा तुझ्या ललाटी होती! ज्ञान मिळाल्यानंतरही तसल्या जगात, तसल्या माणसांतच असहायपणं राहावं लागणं, ही तुझी परमभाग्याची कल्पना! एकदा प्राप्त झालेलं ज्ञान विसरण्याची किमया तुमच्याजवळ नाही, त्याचप्रमाणं मनासारखं जग बदलण्याची दंडात शक्ती नाही. काही काळानं तुला वाटू लागेल, आपल्याला मृत्यूच प्राप्त झाला असता तर आपण जास्त सुखी झालो असतो.''

''म्हणजे सारा वेळ अगदी योजनापूर्वक तू मला कळसूत्राप्रमाणं नाचवत होतास तर!'' त्वेषाने प्रवासी म्हणाला, ''आणि तुझ्यासारख्या पाषाणहृदयी दैत्याचा प्राण वाचवण्यास मी कारणीभूत ठरलो!''

महाकाल मोठ्याने हसला व त्या हसण्याने शेजारचे झाड थरथरल्यासारखे झाले.

''त्याबाबतचं श्रेय मात्र तू घेऊ नकोस. तू काय करीत होतास याची तुला कसलीच कल्पना नव्हती,'' प्रवाशाकडे बोट रोखत महाकाल म्हणाला, ''अकारण घडलेल्या घटनांचं श्रेय घेणं क्षुद्रपणाचं आहे. ज्याबाबत देणाऱ्याला कसलीच आसक्ती नाही, त्याचं दान करण्यात औदार्य नाही. ते स्वीकारण्यात घेणाऱ्याला आनंद नाही. आता हा मुलगा बघ. त्याला मृत्यूची भीती नाही की त्याच्यात जगण्याची ईर्ष्या नाही. तेव्हा त्याची हत्या करण्यात मला तरी कसला आला आहे हर्ष? आणखी एक ध्यानात घे. रुद्रकालीच्या मंदिरात मला प्रवेश नाही, एवढ्याचसाठी मला तुझी मदत घ्यावी लागली. मंदिरातील रत्नाविषयी तरी तुला प्रथम माहिती कोणी सांगितली, तुला आठवतं?''

''हो तर. त्या नाविकानं मला सारं वर्णन सांगितलं व अवेळ होती तरी पैलतीराला नेण्याची त्यानं तयारी दाखविली. तो नाविक भव्य, बाणासारखा ताठ, उंच, कृष्ण कांतीचा...'' पण तो प्रवासी बोलत असता त्याचे शब्द विरत गेले व तो चेटूक झाल्याप्रमाणे मूक झाला.

महाकाल शांतपणे हसू लागला. ''पाहिलंस? आता तुझ्या मनात प्रकाश पडत चालला आहे!''

प्रवासी थोडा वेळ मुलाच्या केसांत विमनस्कपणे हात फिरवत गप्प राहिला. काही वेळाने तो म्हणाला, ''तरी माझी यात्रा काही अगदीच निष्फळ झाली नाही. एखाद्या

सजीव केलेल्या बाहुलीप्रमाणं तू मला खेळवलंस. पण या अर्थहीन प्रवासात मला एक मिळालं व त्याबद्दल मी कृतज्ञ आहे. या मुलानं मला आपला घास दिला, तो प्रेमानं माझ्याजवळ आला. असं निरपेक्ष प्रेम मला आयुष्यात प्रथमच मिळालं. खरं म्हणजे हा एक क्षण, एवढंच माझं खरं आयुष्य!''

महाकालाने क्षणभर त्याच्याकडे रोखून पाहिले व वाऱ्याने ज्योत हलावी त्याप्रमाणे मान हलवली. तो म्हणाला, ''हा देखील तुझा एक भ्रमच आहे! त्या मुलानं तुला आपला घास दिला नाही की प्रेमानं तो तुझ्याजवळ आला नाही. तू परका होतास, नवा होतास, म्हणून नव्या प्राण्याविषयी जी उत्सुकता वाटते, तेवढी आणि तेवढीच उत्सुकता त्याला तुझ्याविषयी वाटली. त्यानं तुला फळ दिलं, ते तू खावंस म्हणून नव्हे, तर तू त्याला ते सोलून द्यावंस म्हणून! मला पाहताच तो प्रथम भयभीत झाला, पण मी इतका वेळ तुझ्याशी बोलत राहिल्यानं त्याची भीती गेली आहे. आता गंमत पाहा!''

महाकालाने मुलापुढे चुटकी वाजवली, तेव्हा मुलगा उत्साहाने पुढे आला व आतून प्रकाशित झाल्याप्रमाणे दिसणाऱ्या बोटाला त्याने हलकाच स्पर्श केला. त्याने मग आपल्या कपड्यातून फळ काढले व महाकालापुढे धरले. त्याने ते सोलून देताच त्याने अस्पष्ट आनंदाचा घोगरा आवाज केला व चबुतऱ्यावर चढून, त्यांच्याकडे पाठ करून तो ते फळ खाऊ लागला.

ते पाहून आतल्याआत एकेक नाडी मरत जात असल्याप्रमाणे प्रवाशाला वाटले व त्याचे मन विषादाने भरले. पण त्या क्षणीही त्याला एक समाधान वाटले. उसळत्या मोहाला बळी पडून त्या वृद्धाला आपण सापाविषयी सांगितले नाही, याचे त्याला बरे वाटले. नाहीतर त्याला काय वाटले असते, याचा त्याला आता प्रत्यक्ष अनुभव आला होता.

''म्हणजे माझ्या या धडपडीत फलप्राप्ती काय?'' तो म्हणाला, ''तर तुझा मृत्यू ज्यात होता तो साप मारून मी तुला सुरक्षित केलं आणि दुसरं, त्या सहा क्षुद्र, पक्व व्रणासारख्या माणसांना जीवदान दिलं! हेतू आणि सिद्धी यांच्यात एवढेच संबंध राहिले!''

''तिथंदेखील तू फारसा यशस्वी झाला नाहीस. त्या सहाही माणसांची शिरं आता धुळीत पडली असून, त्यांवरील रक्ताचा ओलावादेखील नाहीसा झाला असेल, आणि ते रत्न नदीतळाशी कुठेतरी चिखलात रुतलं असेल. तुला अकालाविषयी काहीच कल्पना नाही. त्याचे हात आणि चेहरा सोडला तर सर्वांग शिलामय आहे. त्याला केवळ देदीप्यमान रत्नांचाच हव्यास आहे, याचं कारणदेखील तेच आहे, आणि तिथं पुन्हा रुद्रकालीचा संबंध आहे. त्या रत्नाच्या हिरव्या रंगावर जर त्याची दृष्टी पडली, तर त्याची शिलावस्था जाईल व त्याला पूर्ण सामर्थ्य येईल, असं भविष्य आहे.''

''पण – पण मी तर तेच रत्न त्या माणसांबरोबर पाठवलं होतं!'' प्रवासी अधीरपणे म्हणाला.

''माझं पूर्ण ऐकून तरी घे. ते रत्न तेजस्वी हिरव्या रंगाचं आहे हे त्याला माहीत आहे. त्यामुळं शुभ्र हिरे पाहताच तो ते नदीत फेकतो व ते आणणाऱ्या माणसांचा शिरच्छेद करतो. यात दैवाचा खेळ असा आहे की, त्याचे डोळेच एका बाबतीत अत्यंत विषारी आहेत. त्यांना इतर वस्तूंचे रंग दिसतात, पण त्यांची दृष्टी रंगीत रत्नांवर पडली की त्यांतील रंगच विरून जातात. मग इतरांनी कितीही आक्रंदून सांगितलं की रत्न हिरवं आहे, निळं आहे, तरी त्यावर त्याचा विश्वास बसत नाही. तुझं रत्न आता नदीत निरुपयोगी, अप्राप्य होऊन पडलं आहे!''

प्रवाशाने अकालाला पाहिलेही नव्हते, पण आता त्याच्याविषयी आपल्या मनात सहानुभूती निर्माण होत आहे, याचे त्याला आश्चर्य वाटले.

''म्हणजे रत्नाचा रंग पाहण्याचा मार्ग नाही आणि मुक्त व्हायचा क्षण नाही, असं त्याचं आयुष्य झालं आहे तर!'' तो म्हणाला.

''तसं नाही. रत्नाचा रंग पाहायचा मार्ग होता, आणि अद्याप मुक्ततेचा क्षणही आहे,'' महाकाल म्हणाला, ''जर त्यानं रत्न आरशासमोर असं ठेवलं असतं की, त्याची दृष्टी रत्नावर न पडता त्याला रत्नाची प्रतिमा दिसली असती, तर रंग पाहणं त्याला अशक्य नव्हतं. त्याच्याबाबतीत आरशात बिंब पाहणं हा एकच ज्ञानाचा, मुक्तीचा मार्ग होता. रुद्रकालीचं रत्न त्यानं तसं पाहिलं असतं, तर त्याची शिलावस्था नाहीशी झाली असती, तो आपल्या अमर्याद सामर्थ्यानं जागा झाला असता व मग मला मात्र हे स्थान सोडून अन्यत्र जावं लागलं असतं!''

''आणि म्हणूनच तू त्याला तसं सुचवलं नसावंस! केवळ मत्सरामुळं तू त्याची यातना चालू ठेवलीस!''

''तसं असेलही,'' महाकाल शांतपणे म्हणाला, ''पण खरं कारण मी तुला आधीच सांगितलं आहे. ज्ञानाचा क्षणदेखील स्थिर, नेमका ठरलेला असतो. इतकी माणसं जीव तोडून सांगत असतानादेखील आपल्या दृष्टीत दोष असू शकेल, या शक्यतेचा त्यानं क्षणभरही विचार केला नाही. माझ्या सूचनेचादेखील त्यानं धिक्कारच केला असता. पण रत्न नाहीसं झालं म्हणून त्याला मुक्तता नाही, असं मात्र नाही. काही काळानंतर त्याचं त्याला आत्मदर्शन घडेल. इतरांपेक्षा आपल्याला पाय जास्त, म्हणून विश्व पादाक्रांत करण्याची ईर्ष्या बाळगणाऱ्या सुरवंटासारखा आपला गर्व तो विसरेल, आणि आपल्या मर्यादा ओळखणारा तो नम्र म्हणूनच महान पुरुष होईल. स्वतःच्या लहानपणाची जाणीव होणं म्हणजेच स्वतःचं रूप ओळखणं होय. आणि मग त्या क्षणी मला या नगरात स्थान नाही!''

प्रवासी आता पूर्णपणे एकाकी मनाने बसला. आता जगाशी असलेले सारे धागे विरून गेले होते व कसल्याच सुखदुःखाची त्याच्यात आसक्ती उरली नव्हती. तो चबुतऱ्याजवळ आला व निर्विकारपणे म्हणाला, ''आता तुझं कार्य आटप. तू तुझा परशू चालव!''

"म्हणजे इतक्यातच तुला माझ्या शब्दांचा विसर पडला?" महाकालाने विचारले.

"तुला या क्षणी मृत्यू देणं म्हणजे स्वर्गसुख देण्यासारखं आहे. ज्ञानप्राप्तीनंतर आयुष्य असणं तुला भाग्याचं वाटतं ना? तेच भाग्य मी तुला भोगायला लावणार आहे. तुझा शिरच्छेद नाही; मी तुला जीवदान दिलं आहे. तुझा शिरच्छेद झाल्यावरच या मुलाला प्रायश्चित्त देण्याचं तर मी तुला वचनच दिलं आहे. तुझीच जर हत्या नाही, तर त्याला तरी प्रायश्चित्त कुठलं?"

महाकाल स्वतःशीच हसला व जाण्यासाठी वळला. त्याने परशू खांद्यावर टाकताच लालसर ढगाशेजारी चंद्रकोर चमकल्यासारखी झाली. पण आता सूर्यप्रकाश उतरू लागला होता. त्यात महाकाल परशूसह वितळल्याप्रमाणे नाहीसा झाला. आता हळूहळू घरांची दारे उघडली आणि रात्रभर भेदरून, जीव मुठीत धरून जगलेली माणसे, पुढे टाकलेल्या एक दिवसाच्या सूर्यप्रकाशाचा तुकडा चाटण्यासाठी हावरेपणाने बाहेर पडू लागली. आणि प्रवाशाला वाटले, इतरांचे प्रवास संपतात, रस्ता राहतो; पण आपला मात्र आता रस्ता संपून गेला, आणि प्रवास मात्र चालूच राहणार आहे...

सत्यकथा, दिवाळी १९७१

इस्किलार

लालभडक शिडावर पांढरे वर्तुळ असलेली होडी तिरप्या गतीने पुढे चालली तेव्हा तो पुढे येऊन सुकाणू हाताळत असलेल्या तांडेलाजवळ उभा राहिला, आणि किंचित ओलसर खारा वारा अंगावर घेत तो समोर पाहू लागला. या ठिकाणी समुद्र अगदीच चिंचोळा होता आणि पलीकडील किनाऱ्यावर असलेले शहर हातभर अंतरावरच असल्याप्रमाणे दिसत होते. त्यापासून काही अंतरावर असलेला खडक उतरू लागलेल्या उन्हात पंचरसी धातूमधून घडवल्यासारखा वाटत होता आणि त्यातून उगवल्याप्रमाणे वाटणारे मंदिर आपले अनेक खांब सूर्यप्रकाशात ढकलत स्पष्ट होत होते.

दोन नावाडी जणू एकच सलग प्राणी असल्याप्रमाणे उघड्या, गडद तपकिरी पाठी ताणून वल्हवत होते, आणि प्रत्येक हालचालीबरोबर त्यांच्या अंगातील स्नायू सर्पाप्रमाणे डिवचल्यासारखे एकदम ताणले जात होते. तांडेल समोर शांतपणे पाहत मधूनमधून पाय हलवून दिशा ठरवत होता, आणि या सगळ्या दृश्यावरच अदृश्य दाट वस्त्राप्रमाणे संथता होती. तो तांडेलाला म्हणाला, ‘‘जरा घाई कर. नाहीतर मला उशीर होईल, आणि मग मला आणखी तीन वर्षे थांबावे लागेल. आज सातव्या महिन्यातील पौर्णिमा आहे, आणि सूर्य मावळायच्या आत मला मंदिरात जाऊन परतायचे आहे. माझे काम सूर्यास्तानंतर होणार नाही, हे तुला माहीत आहे ना?’’

तांडेलाने मान हलवली. त्याने डाव्या दंडावर सापाचे तोंड असलेली तांब्याची रुंद पट्टी घातली होती. ती त्याने उगाचच सरकवली व आपले स्वच्छ निळे डोळे त्याच्याकडे वळवले. ‘‘होय, मला माहीत आहे. माझे मुलगे सतत राबत आहेत,’’ तो शांतपणे म्हणाला, ‘‘मी चाळीस वर्षे या समुद्रावर होडी ने-आण करत आहे. त्या अवधीत मला एक गोष्ट समजली, आणि एक गोष्ट समजली नाही. समजलेली गोष्ट म्हणजे तू कितीही धडपड कर, आपण पोहोचायच्या वेळीच तेथे पोहोचतो, ही!’’

तो काही बोलला नाही, पण त्याला तांडेलाचे म्हणणे पटले. गेली बरीच वर्षे तरी

शेवटचा प्रयत्न म्हणून तो या मंदिराकडे येण्याचा प्रयत्न करत होता. पण सातव्या महिन्यातील पौर्णिमेलाच तेथे नेमके हजर असावे लागे, आणि एकदा तो दिवस गेला की पुन्हा तीन वर्षे भविष्य बंद होत असे. पण या खेपेला मात्र त्याचे येणे सहजासहजी शक्य होऊन गेले. त्याला वाटले, आपल्या भ्रमंतीतील हे शेवटचे पाऊल आहे. आता आयुष्यातील अंधाऱ्या शिलालेखावर कुडचाभर स्वच्छ प्रकाश पडेल, आणि अक्षरे वाचता येतील. पण नाहीतर काय? नाहीतर भवितव्य काळ्या पावसाप्रमाणे आपल्यावर अचानक कोसळेल आणि त्या क्षणी मात्र आपल्याला जाणवेल – ज्या काळ्या पावसाला आपण घाबरत होतो, तो हाच पाऊस! म्हणजे ज्ञान होऊनही ते ज्ञान पूर्णपणे निरुपयोगी ठरावे, अशी शिक्षा आपल्या कपाळी येईल! आपण पोहोचायच्या वेळीच तेथे पोहोचतो, हेच खरे!

भविष्याला कौल लावण्याची ही त्याची पहिलीच खेप नव्हती. मध्यरात्री मंद दिव्यांच्या प्रकाशात कवटीसमोर लहान मुलाचे मणके खुळखुळवत त्याकडे अनिमिष डोळ्यांनी पाहत भविष्य सांगणारे धिप्पाड, काळे, अंगावर रंगांचे पट्टे ओढलेले आणि भीषण मुखवटे घातलेले मांत्रिक; जळत्या चितेतून राख काढून तिच्या रेघोट्या ओढत होरा सांगणारे, राखेने अंग माखलेले, मेलेल्या सापासारख्या जटा असलेले बैरागी; एका जिवंत गुलामाच्या पोटावर चंद्रकोरीसारख्या तलवारीने वार करून त्यातून वाहणाऱ्या रक्ताच्या आकृतीवरून अर्थ सांगणारे सिथियन मांत्रिक; पावलाखाली दोन बुलबुल चिरडत त्यांच्या यातनेच्या उन्मादात पांढऱ्या वाळूत वर्तुळे व रेषा काढीत गूढ शब्द उच्चारणारे रमलज्ञ; जिवंत माणसाला विषारी साप चाववून त्याच्या वेदनांच्या आवाजात नियतीचा अर्थ शोधणारे तिरप्या डोळ्यांचे पिवळे भविष्यवादी... या साऱ्यांमधून त्याचे आयुष्य वळसे घेत येथपर्यंत आले होते. पण कोठेही त्याच्या प्रश्नाला उत्तर मिळाले नव्हते. एके ठिकाणी त्याच्या प्रश्नाचे उत्तर पाहिल्यावर एका उग्र शेंदरी डोळ्यांच्या बैराग्याने त्याला तेथून तात्काळ चालते होण्यास सांगितले होते; तर मुखवटा घातल्यामुळे दैत्यासारखा दिसणारा एक मांत्रिक समोरील चिन्हे पाहताच आपले सारे साहित्य गोळा करून एखाद्या भेदरलेल्या पोराप्रमाणे पळून गेला होता. एका वृद्धाने त्यास सांगितले होते, ''तू तुझ्या झाडाची मुळे जाळशील आणि फांदी तोडशील!'' पण म्हणजे काय हे त्याचे त्यालाच माहीत नव्हते, आणि जास्त काही विचारायच्या आतच तो ताठून पडला होता.

आता सूर्यप्रकाशातून प्रवास करत असल्याप्रमाणे दिसत असलेल्या या मंदिरात तरी समजणारे उत्तर मिळेल का? का येथेही पोहोचण्याच्या वेळेलाच पोहोचण्याची पाळी येणार?

होडी किनाऱ्याजवळ येताच नावाड्यांनी वल्ही बाजूला ठेवली व एक उंच काठी रुतवत होडी किनाऱ्याजवळील भिंतीला लावली. तो तेथील एका खांबाला धरून उतरला

व नगराच्या वाटेने चालू लागला. तोच त्याला एकदम आठवण झाली व दोराने होडी खांबाला अडकवत असलेल्या तांडेलाला त्याने हाक मारली. तो म्हणाला, ''चाळीस वर्षांच्या अवधीत तुला एक गोष्ट समजली व एक गोष्ट समजली नाही असे तू म्हणालास. पण तुला समजली नाही ती गोष्ट कोणती, हे तू सांगितले नाहीस.''

तांडेल समाधानाने हसला व म्हणाला, ''तुम्ही माझ्या बोलण्याकडे लक्ष देत होता हे पाहून बरे वाटले. नाहीतर बहुधा माणसे इतरांचे शब्द कानांवर पडू देतात, पण खरोखर काहीच ऐकत नसतात. मला न समजलेली गोष्ट अशी : होडी इकडून तिकडे, तिकडून इकडे आणत मी जन्म घालवला, पण ते सारे कशासाठी हे मला कधीच समजले नाही. त्याबरोबरच, मी होडीवाला का झालो, एखादा पाणीपखालवाला किंवा कलिंगडी विकणारा का झालो नाही, हेदेखील कधी मला उमगले नाही.''

त्याच्या उत्तराने तो किंचित हसला आणि चालू लागला. तो झपझप पावले टाकत नगराजवळ आला, पण तो नगरात न जाता डाव्या बाजूला वळला. तेथून एक अरुंद रस्ता वाळूमधून टेकडीवरील खडकाकडे गेला होता. सूर्याशीच स्पर्धा असल्याप्रमाणे तो घाईने टेकडीपाशी आला व तेथून वळतवळत गेलेल्या पायऱ्यांनी चढत तो मंदिराकडे जाऊ लागला.

टेकडीची अर्धी चढण चढून झाली असेल-नसेल, तेव्हाच त्याला दमल्यासारखे वाटू लागले व तो एका बाजूला सरकून क्षणभर थांबला. फरशी बसवलेल्या पण उंच पायऱ्यांनी वर गेलेल्या या रस्त्यावरून खालचे दृश्य भव्य वाटत होते. भोवताली खूप खोलीवर सर्वत्र गडद समुद्र होता, आणि एका बाजूला त्याला समांतर पसरलेल्या नगरातील मनोरे आणि गोपुरे खेळण्याप्रमाणे दिसत होती. समुद्राच्या वस्त्रावर खूप चुण्या दिसत होत्या. त्यांतील एक मध्येच शुभ्र जरतारी होई आणि लचकत पुढे सरकून विरून जाई. टेकडीच्या पायथ्याजवळ मुख्य जमिनीला जोडणारा वाळूचा दांडा आता सारा वीतभर दिसत होता. त्याकडे पाहताच त्याला एकदम आठवले – जर आपण घाई केली नाही तर तो बांध रात्रीच्या भरतीच्या पाण्याखाली जाईल आणि आपला मार्ग बंद होईल. मग सारी रात्र खडकाच्या पायथ्याशी थंडीवाऱ्यात काढावी लागेल, कारण मंदिरात रात्री कोणा पुरुषाला तर आश्रय मिळणे कदापि शक्य नाही...

खडकाचा उभार जेथे संपला होता तेथे ते शुभ्र संगमरवरी मंदिर होते. त्या ठिकाणी एवढी विस्तृत सपाट जागा पाहून त्याला विस्मय वाटला. मंदिराला समोर बारा आणि बाजूला अठरा खांब असून, पुढील प्रत्येक खांब एका अत्यंत डौलदार स्त्रीने छत वर तोलून धरले आहे अशा घडणीचा होता. खांबावरील विशाल त्रिकोणात काही अक्षरे कोरली होती, पण ती खालून अस्पष्ट वाटावी इतक्या उंचीवर होती. आणि या साऱ्याभोवती खांबाखांबांमधून दिसणारे अमर्याद स्वच्छ, निळे, रेशमी आभाळ! सारे मंदिर वरून येऊन खडकावर अलगद उतरलेल्या एखाद्या महान तंतुवाद्याप्रमाणे दिसत होते...

आत येताना त्याची अधीरता फार वाढली. येथे तरी भवितव्याच्या आरशात काही प्रतिबिंब दिसेल का? का येथेही, पूर्वीप्रमाणेच, आपण ज्ञानी नाही याचेही ज्ञान नसलेल्या, अकारण हाडेमांसे झिजवणाऱ्या माणसांपैकीच आणखी एकजण भेटेल? मेंढीच्या रक्ताने देवीला स्नान घाल, दोन उंट बळी दे, साठ दिवस उपास कर म्हणजे संकटमुक्त, निर्भय होशील, असला आणखी एखादा खुळचट मार्ग सुचवला जाईल? आयुष्यात रुतलेली विषारी मुळी असल्या मार्गांनी कधी शांत करता येत नाही. ती उपटून टाकताना काळजाचा केवढा भाग तोडून टाकावा लागेल हेच फार तर जाणता येते. ही साधी गोष्ट आपल्याला माहीत आहे; तीदेखील माहीत नसणारे कोणी या मंदिरात भेटेल?

तो मंदिराच्या पायऱ्या चढून आतील विशाल दालनात आला. समोर गाभारा होता व त्याच्या जाळीदार दरवाजातून हातात परशू घेतलेली व खांद्यावर पांढरे कबूतर असलेली देवतेची प्रतिमा दिसत होती. दालनाच्या वरच्या भागी विविध रंगांच्या हंड्या होत्या, आणि आत आताच ज्योती पेटल्याने झळझळीत रंगांचे आकार दिसत होते.

तो आत येत असताना गाभाऱ्याचा दरवाजा उघडला व आतून देवतेची सेविका बाहेर आली. पण त्याला पाहताच ती दोन पावलांनंतर खिळल्यासारखी झाली. ''आता सूर्यास्त होत आहे व मंदिराचा दरवाजा बंद होईल,'' ती रित्या, निर्विकार आवाजात म्हणाली.

परंतु त्याचे तिच्या शब्दांकडे लक्ष गेले नाही. मध्ये दुभागलेल्या सोनेरी केसांखालील तो अतिशय रेखीव उदास चेहरा पाहताच तो खिळल्यासारखा झाला. तिने एक सैलसर वस्त्र दोन्ही खांद्यांवरून लपेटून खाली सोडले होते, आणि तिच्या केयूरातील नीलमण्यांचा प्रकाश तेजस्वी रेषांनी त्यावर पडत असल्याने निळ्या तेजाचा सतत नीरव स्फोट होत आहे असे वाटत होते.

तो म्हणाला, ''आज या मंदिरात येता यावे या केवळ उद्देशाने मी अत्यंत कष्टाचा प्रवास करत फार दूरच्या देशातून आलो आहे, आणि जर आज मला येथून निष्फळ परतावे लागले तर पुन्हा तीन वर्षे मला ही संधी मिळणार नाही. आणि त्या अवधीत काय घडू शकणार नाही? तेवढ्या कालखंडात साम्राज्य नष्ट होते, स्त्रीचे सौंदर्य नाहीसे होते, आणि पुरुषाची बुद्धी गंजून जाऊ शकते. शिवाय, सूर्यास्ताला अद्याप बराच वेळ आहे –''

''आता सूर्यास्त होत आहे व मंदिराचा दरवाजा बंद होईल,'' सेविका पुन्हा त्याच वठलेल्या आवाजात म्हणाली.

सेविका अद्याप आपल्या देवतेच्या प्रभावाखाली आहे की तिच्यावर झोपेचा अंमल आहे, याचा त्याला बोध होईना. आता आभाळ तर पिवळसर झाले होते, आणि क्षितिजाची दोनचार पर्वतांचे त्रिकोण वर काढणारी रेषा व सूर्य यांच्यात फार तर एका हाताचे अंतर उरले होते. पायाखालची निळी संगमरवरी जमीनदेखील खालच्या समुद्राचाच एक भाग असल्याप्रमाणे जांभळसर दिसू लागली होती.

तो अधीरपणे सांगू लागला :

''सेविके, या क्षणी जर तू मला आपुलकी दाखवलीस तर आयुष्यभर मी कृतज्ञ राहीन. मी लाओनियासारख्या अतिदूर डोंगरी प्रदेशातून इकडे का आलो हे प्रथम ऐक. नाहीतर माझ्या शब्दांतील वेदना तुला समजणार नाही. मी एक टाकलेला माणूस आहे. मला माझ्या आईबापांचा, माझ्या मातीचा पत्ता नाही. माझ्या हातून अतिभीषण पाप घडणार आहे म्हणून मला टाकून देण्यात आले एवढेच मला माझ्या नंतरच्या आयुष्यात समजले. माझ्या डाव्या हातावर भाजल्याचा एक डाग आहे, एवढेच माझ्या पूर्वायुष्यातील धन माझ्याजवळ उरले आहे. एका व्यापाऱ्याने मला लाओनियाला आणले, पण मी आल्यापासून त्याचा ऱ्हास सुरू झाला. त्याची गलबते वादळात बुडाली, आणि त्याची तर अन्नान्नदशा झाली. 'तुझे भविष्य खोटे नाही. स्वतःचेच रक्त पिण्यासाठी तुझा जन्म आहे, हेच खरे,' असे त्या व्यापाऱ्याने एक दिवस तळपटाने म्हटले व मला हाकलून घातले. पुन्हा माझा देश बदलला. नाती बदलली. त्यानंतर बऱ्याच काळाने मला एका वृद्धेने कनवाळूपणाने आसरा दिला. पण त्यानंतर तिचे घर जळाले, तिच्या पतीचा वध झाला, आणि ती स्वतः अपंग झाली. पाणी पिण्यासाठी तिला स्वतःला ओठदेखील उघडता येत नसत. मी तिला पाणी पाजवण्यासाठी एक दिवस ओणवा झालो, तेव्हा ती माझ्या तोंडावर थुंकली, आणि निदान इतरांना सुखी करण्यासाठी तरी मी समुद्रात उडी घ्यावी, असे मला सांगितले. पुन्हा माझा देश बदलला. पण आता कोणाजवळ आसरा मागायचा नाही, अशी मात्र मी शपथ घेतली. जर माझ्या हातून भीषण काही घडणार असेल तर त्यामुळे निदान इतर माणसे तरी होरपळू नयेत, असे मला वाटले. शिवाय, जशी माझी सावली तसे माझे पातक; मला त्याचे ओझे नाही. परंतु तेव्हापासून माझी भ्रमंती सुरू झाली. मला माझे पाप कोणी नष्ट करावे अशी इच्छा नाही, कारण तेवढे सामर्थ्य कोणा मानवाला असत नाही. शिवाय, असले विलक्षण पातक पेलण्यासाठी इतर सगळे सोडून जर माझीच निवड झाली असेल, तर त्यात मला खंत तरी का वाटावी? मला एकच जाणायचे आहे. एखाद्या सर्पाच्या फण्याप्रमाणे माझ्या आयुष्यावर छाया टाकणारे हे भयंकर पातक काय आहे? मी अनेक ठिकाणी भटकलो, अनेक तऱ्हेचे जीवन जगलो. दोनदोन वाव सुळे असलेल्या हत्तींच्या कळपावर देखरेख करीत मी त्यांना अथांग नद्यांपलीकडे नेले आहे. हजारो घोडे आयाळ उडवत मैदानावर एखाद्या वादळाप्रमाणे धावत असता, आसुडाच्या निव्वळ आवाजाने मी त्यांना आवरले आहे, आणि गर्जनेने जमिनीला भेगा पाडणाऱ्या सिंहाची शिकार केवळ भाल्याच्या साहाय्याने केली आहे. परंतु मला अशा धुंद, उकळत्या रक्ताच्या आयुष्याची ओढ नव्हती. मला एकच आस होती – मी जन्माला येताना केवळ माझ्यासाठीच जन्माला आलेले एकमेव माझे, असे ते भीषण पातक कोणते? त्या पातकाने माझ्यावरच मुद्दाम खूण करावी असा मी कोण विशेष आहे – हे जाणून घेण्याची फक्त एकच आस!...''

पण खांद्याला कसला तरी स्पर्श होताच तो एकदम थांबला व त्याने मागे वळून पाहिले. पांढऱ्या सावलीप्रमाणे वाटणारी शुभ्र वेषातील एक वृद्ध दासी त्याच्या शेजारी उभी होती. तिने चवरीच्या चांदीच्या दांड्याने त्याच्या खांद्यावर खूण केली होती व चवरी परत आपल्या खांद्यावर ठेवली होती.

''तू इतका वेळ बोललास, पण तुझे सारे शब्द व्यर्थ गेले. तुझ्या शब्दांपैकी एक शब्द देखील तिला समजला नसेल,'' ती म्हणाली, ''तिने इतके काही भोगले आहे की तिचे मन तडकून भ्रमिष्ट झाले आहे. मी तिला खुणेने काही समजावून दिल्याखेरीज तिला बाहेरची फारशी काही जाणीव होत नाही.'' तिने सूर्याकडे बोट दाखवले. आता क्षितिजापर्यंत अंतर फार तर दोनच वितीचे उरले होते. ''तुला काय हवे ते वेळ न दवडता सांग. थांब, प्रथम तुझ्याजवळ लोखंडाची कोणती वस्तू नाही ना? या मंदिरात लोखंडासारख्या क्षुद्र, क्रूर धातूला प्रवेश नाही, हे कदाचित तुला माहीत नसेल.''

''नाही, माझ्याजवळ लोखंडाचे काही नाही. माझ्या बोटात ही अंगठी आहे, ती सोन्याची नाही, पण तिच्यात लोखंडही नाही,'' तो म्हणाला.

''आता सांग. सूर्यास्ताला फारसा अवधी नाही. आणि सूर्यास्तानंतर जर तू मंदिराच्या परिसरात आढळलास –''

''तर मला माहीत आहे,'' तिचे शब्द संपण्याच्या आत तो म्हणाला, ''भरतीमुळे पाऊलवाट बंद होईल आणि थंडी-वाऱ्यात मला रात्र काढावी लागेल.''

तिने अविश्वासाने त्याच्याकडे पाहिले व ती विस्मयाने म्हणाली, ''तू अत्यंत नवखा आहेस की अत्यंत मूर्ख आहेस? येथे जर रात्री आढळलास तर निव्वळ ऐकण्याने हाडांचे पाणी होईल असे क्रौर्य भोगायची तुझ्यावर पाळी येईल. आता वेळ वाया न घालवता बोल.''

''मला माझ्या भवितव्यात काय लिहिले आहे याचे स्पष्ट चित्र पाहिजे. तीन वर्षांतून एकदाच येणारा हा दुर्लभ दिवस. या दिवशी देवतेच्या मंदिराचे पटांगण यात्रिकांनी भरून गेलेले असेल अशी माझी कल्पना होती. मी अर्धी पृथ्वी ओलांडून या दिवसासाठी मुद्दाम येथे आलो, पण येथे तर सारेच निर्जन आहे –''

''तू परका आहेस, म्हणूनच तू आला आहेस,'' दासी म्हणाली, ''या सेविकेच्या पूर्वीची सेविका असताना येथे अमर्याद गर्दी होत असे. एक दिवस तिने आपलेच भविष्य पाहिले, व वरच्या कठड्यावरून पाण्यात उडी घेतली. पण ती असताना देवतेचा शब्द तिच्या तोंडून स्पष्ट उमटत नसे, भवितव्याची चित्रे अस्पष्ट दिसत. पण नेमके त्यामुळेच तर गर्दी होत असे. माणूस ज्या वेळी आपले भविष्य जाणण्याची इच्छा दाखवतो, त्या वेळी त्याला अनलंकृत, रुद्र भविष्य नको असते, वर्तमानाविषयी त्याची आसक्ती किंचितही कमी होणार नाही असे एखादे धूसर, आटोपशीर चित्र पाहिजे असते. त्याला सूचना करणाऱ्या बोटाची खूण हवी असते; पाचही बोटांचे दर्शन नको असते. पण ही आली

आणि सारेच पालटले. तिच्यामुळे चित्रे अत्यंत स्वच्छ झाली. भयानकतेवर अस्पष्टपणाची छाया नाही, शब्दांना अनेकार्थांची माया नाही. तलवारीच्या धारेसारखे स्वच्छ, रेखीव भविष्य दिसताच त्याच्याकडे धीटपणे पाहणारा माणूस कोटीमध्ये एकटाच! आणखी म्हणजे, जे कधी टाळता येणार नाही, ते मूळ स्वरूपात जाणून घेण्यात तरी काय अर्थ आहे?''

''हा प्रत्येकाच्या पिंडाचा प्रश्न आहे,'' तो म्हणाला, ''अंधारात चारी बाजूंनी सदैव अमूर्त साप वावरत आहेत या भीतीने पिंजून जाण्यापेक्षा, आपला कोणता भीषण साप आहे हे स्पष्टपणे जाणणे जास्त सुखाचे आहे, असे मला वाटते. मग तो सर्प सर्वस्वी आपलाच, आपल्याच आयुष्याशी अविभाज्यपणे बांधलेला राहतो, आणि शेवटी त्याच्या पसरलेल्या विषारी फण्यावरच अटळपणे बोट ठेवून आपल्या आयुष्याची सांगता आणि एक प्रकारचे साफल्य होणार असते. हा सर्वस्वी आपला, आपली वाट पाहणारा सर्प पाहणे हा आपला खरा जन्म आहे, कारण याच वेळी आपल्याला आपल्या खऱ्या मर्यादेची जाणीव होते. आता सेविकेला माझा उद्देश समजावून सांग. माझ्या भविष्यावर तिची नजर पडावी व त्यावरील पडदा क्षणभर बाजूला व्हावा.''

''ठीक आहे. तुझी तशी इच्छाच असेल तर तसे होऊ दे,'' दासी म्हणाली व सेविकेकडे गेली. तिने तिची बोटे हातात घेतली व अदृश्य वाद्यावर संगीत निर्माण करत असल्याप्रमाणे तिने बोटांमधून त्याची इच्छा कळवली.

सेविकेने खाली गुडघे टेकले, तेव्हा तिचे तलम वस्त्र तिच्याभोवती वर्तुळाकार पसरताच इतका वेळ ती एकाकी कळीप्रमाणे वाटत असता आता ती पूर्ण उमलल्याप्रमाणे दिसू लागली. नंतर तिने हात उंचावले व ती पुढे जमिनीवर आडवी झाली. काही क्षण तिचे कोवळे अंग थरथरत होते. नंतर ती आवेगाने उठली, त्या वेळी तिचे केस वेडे झाल्याप्रमाणे अस्ताव्यस्त झाले आणि इतका वेळ शून्य वाटणाऱ्या तिच्या डोळ्यांत धग दिसली. ''सेरिपी इस्कहार एली – सेरिपी इस्कहार एली –'' ती ताणलेल्या आवाजात म्हणाली. पण लगेच तिचा आवाज कुस्करल्यासारखा होऊन शेवटचा शब्द अर्धाच राहिला व ती जमिनीवर पडून निश्चेष्ट झाली. त्या वेळी तिच्या उराजवळ वस्त्र विस्कटले, आणि तेथून इतका वेळ आत असलेले एक अत्यंत तेजस्वी, लालभडक रत्न बाहेर पडले. तो विस्मयाने त्याकडे पाहत राहिला, पण त्या रत्नाच्या प्रभेने डोळे जळू लागल्याप्रमाणे त्याने नजर बाजूला वळवली. दासीने खाली वाकून सेविकेचे वस्त्र सावरले व त्याच्याकडे पाहत म्हटले – या वेळी तिचा आवाज एकदम कठोर व निर्दय आला होता – ''तू आता येथून तात्काळ निघून जा. आणि पुन्हा या मंदिरात कदापि पाऊल टाकू नको. मी इतकी वर्षे येथे आहे, पण तिच्या शरीरात किंवा स्वरात असली तीव्र वेदना मी कधीच पाहिली नव्हती. तू आता येथे एक क्षणदेखील राहता कामा नये!''

''पण सेरिपी इस्कहार एली म्हणजे काय?'' त्याने गोंधळून विचारले.

''हे बघ,'' दासी म्हणाली, पण आता तिचा आवाज सौम्य झाला होता, ''मी एका पतितेची मुलगी. गवताच्या पात्याएवढी होते तेव्हापासून मी येथे आहे. माझ्यासारख्या वृद्धेला माणसाने बोललेले अनेकदा समजत नाही, तेथे देवतेचे गूढ शब्द काय समजणार! तुला अर्थ समजला तर बघ, नाहीतर सोडून दे, आणि इतरांनाही विचारत बसू नको. देवतेचे शब्द तेवढेच, आणि तो विषय तेथेच संपला. आता चालता हो. यापुढे जर तू येथे दिसलास तर केवळ परका म्हणून तुझी गय केली जाणार नाही. अत्यंत क्रूरपणे तुझी हत्या होईल. आणि माझे एक ऐकून ध्यानात ठेव. येथील क्रौर्य समजावून घ्यायला दगडाचे डोळे असावे लागतात, आणि अंगात रक्ताऐवजी तांब्याचा रस असावा लागतो.''

तो गोंधळलेल्या मनानेच झपझप परतू लागला. आता सर्वत्र एकदम धूसरता दिसू लागली. वर खडकावर जरी अद्याप समुद्रपक्ष्यांच्या किर्रर आवाजांच्या रेघोट्या उमटत होत्या तरी खाली नीरवता पसरू लागली होती, व सारा खडक अंतर्मुख होत असल्याप्रमाणे दिसू लागला होता. तो तळाशी आला, त्याच वेळी वाटेवर दोन्ही बाजूंना समुद्राचे फेसाळ हात जवळ येऊ लागले होते व मध्ये हातभर जागा उरली होती. तो धावत नगराकडे येऊ लागला तेव्हा ओलसर वाळूत उमटलेली त्याची पावले लाटा धीट होऊन चटकावल्याप्रमाणे पुसून टाकू लागल्या. तो इकडच्या किनाऱ्यावर पाऊल टाकत असतानाच एक लाट आली व त्याचे अर्धे अंग भिजून गेले, व मागची वाट फेसाळलेल्या पाण्यात नाहीशी झाली. तो अंगावरील पाणी झटकत असताना कोणीतरी बाजूलाच म्हणाले, ''अगदी थोडक्यात सुटलास की!''

त्याने तिकडे पाहिले. बाहेर ओढलेल्या एका होडीमधून जाळे बाहेर ओढत एक धीवर उभा होता. त्याचे केस खांद्यापर्यंत वाढले होते व अंगावर सैल कातडी कपडे होते. त्याने पायांतील ओले झालेले चढाव बाजूला टाकले व तो वाळूत अंग पसरत म्हणाला, ''होय, नशीब माझे! नाहीतर रात्रभर अडकून पडलो असतो तिकडे! या ठिकाणी जायला-यायला आणखी रस्ता नाहीच की काय?''

''आणखी एक मार्ग आहे पुलावरून. पण त्या ठिकाणी रक्षक असतात. तेथून यायचे म्हणजे जिवावरचे काम आहे. राहता राहिला समुद्र. तेथे खडकामागे जाता येते होडीतून – प्राण नकोसा झाला असेल तर! कारण तेथल्या पुरुष-दोन पुरुष लाटांत होडी घालणारी माणसे नाहीत असे नाही, पण फार थोडी! तू येथला दिसत नाहीस,'' पुन्हा जाळ्यात काम करत खाली पाहत धीवर म्हणाला.

''नाही, मी आज येथे आलो ते इलिनोआतून.''

''पण तेथील लोकांचे केस कुरळे असतात, रंग तपकिरी असतो, आणि उघडे पाय जमिनीला लावताना ते प्रथम जमिनीला वंदन करतात,'' वर न पाहता धीवर म्हणाला.

तो मोठ्याने हसला व म्हणाला, ''तुमचे वय झाले तरी डोळे अद्याप ससाण्याचे आहेत.''

"होय. हा व्यवसाय करू लागल्यावर तोंड बंद ठेवून डोळे जास्त वापरू लागलो म्हणून असेल कदाचित!"

"मग पूर्वी कोण होता?"

"पूर्वी होय?" शांतपणे हसत धीवर म्हणाला, "पूर्वी मी राज्य करत होतो असे समज."

त्याने धीवराच्या हसण्याला साथ दिली, पण त्याला वाटले, खरेच, या भव्य शरीरावर राजवस्त्रे शोभली असती, हातात राजदंड देखणा दिसला असता! तो म्हणाला, "मी आलो इलिनोआमधून, पण माझा जन्म तेथला नाही. पण तसे पाहिले तर मी कुठला कुणास ठाऊक! स्वतःचे असे घरदार नाही, त्यामुळे सगळे जगच माझे घरदार झाले आहे. स्वतःच्या आईबापांचा पत्ता नाही, म्हणून भेटतील त्या माणसांनाच गोतावळा म्हणतो झाले. मला लहानपणी ज्या दालचिनीच्या व्यापाऱ्याने पाळले, त्याने मला सांगितले की माझा जन्म कदाचित अर्शियामधला असेल म्हणून. पण नंतर मी एका गालिचे विकणाऱ्याजवळ राहिलो. त्याची तर खात्री होती मी सिथीयामधला म्हणून. तेवढ्यासाठी मी तिकडे सगळा भटकून आलो. एकदा तर मी अर्शिपॉलिसला जाऊन आलो."

धीवराचा हात किंचित कापू लागला. त्याने जाळे तसेच टाकले व त्याच्याकडे पाहत त्याने विचारले, "तू अर्शिपॉलिसला गेला होतास? मग काय पाहिलेस तू तेथे?"

"आता पाहायचे काय आहे तेथे? तेथे आता निव्वळ स्मशान आहे. एके काळी त्या राज्याच्या सरहद्दी हिंदपर्यंत पोहोचल्या होत्या आणि ठिकठिकाणी खडे पडावेत त्याप्रमाणे तेथे रत्नांचा खच दिसे, असे अद्याप लोक बोलतात. आता त्या जागी सर्व वैराण आहे. सर्वत्र फुटलेले संगमरवरी खांब पडले आहेत, भग्न झालेली सिंहमुखे आहेत. मी तेथे गेलो त्या वेळी अशीच संध्याकाळ पसरली होती. सगळीकडे ताणलेल्या लांब सावल्या पसरल्या होत्या. त्या ठिकाणी मला एक विलक्षण अनुभव आला. असल्या प्राचीन अवशेषांत उभे राहिले की वाटते, सगळीकडे अदृश्य भुते आहेत. आणि ती आपल्याकडे असहायपणे पाहत आहेत. या साऱ्यात आपण एकटेच जिवंत – चालू क्षणाचे! पण अर्शिपॉलिसला मात्र मला वाटले, हे सारे भग्न झाले आहे खरे, पण येथील दगडाचा तुकडान् तुकडा अद्याप जिवंत आहे. येथून नाहीशा झालेल्या माणसांचे रागलोभ अद्यापही त्यांतून अदृश्य धुराप्रमाणे वर येत आहेत. हे उद्ध्वस्त असूनही अद्याप जिवंत आहे – आणि आपण! आपण तर अद्याप जन्मालाही आलो नाही. फारच विलक्षण अनुभव होता तो! जेथे सम्राटाचे सिंहासन होते तेथे आता दगडांची रास आहे. मी गेलो त्या वेळी तेथे कुत्र्यांची एक जोडी आपल्या सुखात रमून गेली होती. तेथे एक चौकोनी दगड मात्र नियतीनेच मुद्दाम अभंग राखल्याप्रमाणे अद्याप उभा होता. त्यावर तेथल्या राजवंशाचे चिन्ह आहे. एका वर्तुळाला तीन पाय भोवती चिकटवले आहेत व त्यावर

राजमुद्रा कोरली आहे : 'पडेन, पण पडून राहणार नाही.' भोवती सगळीकडे पडलेले भग्न खांब, दगड, चबुतरे असता हे शब्द वाचून मला हसूच आले. म्हणे पडेन पण पडून राहणार नाही! पडून राहणार नाही तर काय करणार?''

''पडेन, पण पडून राहणार नाही!'' धीवर पुटपुटला. त्याने ओठ आवळले व जाळे पुन्हा ओढून तो काम करू लागला.

''मी थोडक्यात सुटलो. पण समजा, मी जर मुद्दामच मंदिरात राहिलो असतो तर काय झाले असते?''

धीवराच्या हातून जाळे गळून पडले व त्याचे डोळे भयाने, यातनेने एकदम मोठे झाले. ''काय झाले असते? तुला ऐकायचंच आहे का? मग ऐक, मी सांगतो,'' धीवर म्हणाला, ''हा रस्ता भरतीखाली गेला, की दुसरा जो मार्ग आहे त्या ठिकाणी तलवारी घेतलेले रक्षक आहेत. त्यांच्या तलवारींमधून वारा जाणार नाही, मग माणूस काय सुटणार? परंतु काही वर्षांपूर्वी एकास मिळालेली शिक्षा मला माहीत आहे. नुसत्या पाहिलेल्या-ऐकलेल्या गोष्टी आठवणीत राहतात, कदाचित राहतही नाहीत. पण डोळ्यांच्या पडद्यांवर डागून उमटवलेल्या चित्रांना मात्र विसरू म्हटले तरी विसरता येत नाही. आणि त्या ठिकाणी तर मला हातपाय बांधूनच मुद्दाम उभे केले होते –''

''तुला बांधून आणि कशासाठी?'' त्याने उतावीळपणे विचारले.

''मी तो सारा सोहळा अतिआनंदाने पाहावा म्हणून!'' धीवर द्वेष दाखवत म्हणाला. त्याच्या काळवंडलेल्या चेहऱ्यात शुभ्र दात सुरीच्या पात्यासारखे चमकले. ''कारण तो पोरगा माझ्या हाताखाली काम करत होता म्हणून. मी येथे येऊन काही वर्षे झाली तेव्हा हा पोरगा वणावणा भटकत येथे आला. तुझ्यासारखेच नाक, तुझ्याच वयाचा, पण हाडापेराने तुझ्यापेक्षा जास्त मजबूत! त्याच्या पोटापाण्याची काहीतरी व्यवस्था करावी म्हणून मी त्याला जवळ ठेवून घेतले, थोडा धंदा शिकवला. पण त्याच्या पायांची वणवण शांत झाली नाही, डोळ्यांतील आग विझली नाही. एक दिवस त्याने संतापाने जाळे फेकून दिले आणि तो दोन दिवस बेपत्ता झाला. नंतर मी त्याला पाहिले ते तुरुंगात. एका आडव्या फळीला त्याला हातपाय बांधून जखडून ठेवले होते. तुला अरिबा म्हणजे काय माहीत आहे?''

धीवराने मध्येच त्याला घोगऱ्या आवाजात विचारताच तो एकदम दचकला व त्याने मान हलवली.

''नाही, तुला माहीत नसणार,'' धीवर म्हणाला, ''कारण अरिबा या प्रांतातच आढळतो. हा खारीएवढा काटेरी अंगाचा प्राणी आहे. त्याने हिंस्रपणे ओठ मागे खेचले की त्यामागे अगदी गळ्यापर्यंत धारदार दात दिसतील तुला! पाण्याच्या धारेएवढी लोखंडी कांब अरिबा तासाभरात सहज कुरतडून टाकतो. जर तुला अरिबा पाहायला मिळाला तर जरूर पाहून घे. तो प्राणी निर्माण करण्यात परमेश्वराचा हेतू काय होता

कोणास ठाऊक. पण त्याबाबत माणसाने मात्र आपला हेतू फार स्पष्ट केला आहे.

''तो पोरगा आडव्या फळीवर हालचाल न करता पडून होता व त्याला अरिबा शिक्षा मिळाली होती. ती शिक्षा अशी असते. चांगले लक्ष देऊन ऐक. अपराध्याचे सारे अंग उघडे असते व त्याच्या उघड्या पोटावर तांब्याचे एक भांडे उपडे बांधलेले असते. कोणत्याही हालचालीने ते सरकू नये अशा तऱ्हेने कातडी वाद्या त्याच्यामागे पाठीवर मांसात करकचून बांधलेल्या असतात. या भांड्याखाली मग अरिबा ठेवण्यात येतो. त्याला मुद्दाम दोन दिवस उपाशी ठेवून संतप्त करण्यात आलेले असते. मग एक गुलाम भांड्यावरच्या जागेत जळते निखारे ठेवू लागतो. जसजशी धग वाढत जाते तसतशी अरिबाची निसटण्याची धडपड वाढू लागते. व शेवटी सुटण्याचा त्याला एकच मार्ग शिल्लक राहतो. तो म्हणजे जखडून टाकलेल्या माणसाची आतडी कुरतडून पलीकडे जाणे. आणि थोड्या वेळाने तो तसा बाहेर पडलेलाही मी पाहिला आहे –''

धीवराचा भीषण आविर्भाव पाहून त्याच्या अंगावर काटा उभा राहिला. तो ताडकन उठून बसला व त्याला काय बोलावे हे सुचेना. ''असेच मरण्यासाठी तो भटकत या ठिकाणी आला म्हणायचे!'' तो अर्धवट स्वतःशीच म्हणाला.

धीवर बराच वेळ स्तब्ध होता. त्याने सुस्कारा सोडला व जाळे पुन्हा समोर ओढले. त्यातील गाळ, काटक्या काढून टाकताना तो मध्येच थांबला व वाकून त्याने आत पाहिले. जाळ्याच्या कोपऱ्यात एक वीतभर मासा चुकून राहिला होता. तो त्याने हलकेच उचलला व त्याच्यासमोर वाळूत फेकला. माशावर अत्यंत आकर्षक रंग होता, व त्याच्याकडे पाहताना डोळे इकडून तिकडे हलवले की एका छटेतून दुसरी छटा निर्माण होत गेल्याने मासा अद्याप जिवंत आहे असा भास होत होता. पण थोड्याच वेळात रंग मळकट होऊ लागले, आणि पंखा मिटल्याप्रमाणे थोड्याच वेळात ते नाहीसे झाले. मासा आता कुजून गेलेल्या खोडाची ढलपी पडल्याप्रमाणे दिसू लागला.

''पाहिलास हा मासा?'' माशाचे प्रेत पायानेच उलथेपालथे करीत धीवर म्हणाला. पण आता तो समोर बसलेला माणूस दुसराच आहे अशा तऱ्हेने कोरड्या स्वरात बोलत होता. ''हा खायला अगदी निरुपयोगी आहे. याचे सारे अंग काट्यांनी भरलेले असते, आणि चुकून जरी एखादा काटा मांसात मोडला तर तासाभरातच अंग हिरवेनिळे होते. पण गंमत अशी की, ते विष उतरायला याच माशाचे अंग ठेचून ते त्या जागेवर लावावे लागते. हा मासा काही या भोवतालच्या पाण्यातला नव्हे. याचे नाव विणकर मासा. निरनिराळी ऐटबाज वस्त्रे घालून मिरवणारा, जगातील प्रत्येक लग्नात आपणच नवरदेव आहो या समजुतीने पाण्यावर उड्या मारत इतरांपुढे दिमाख दाखवणारा हा मासा! समुद्र अत्यंत स्तब्ध असला व हवा स्वच्छ असली तर येथून अगदी क्षितिजाजवळ डोंगराचे दोनचार तुकडे दिसतात तेथल्या उथळ पाण्यात हा जन्मतो. दरवर्षी हजारो कोसांवरून या माशांचे थवेच्याथवे येतात व त्या पाण्यात – त्या पाण्यातच, इतर कुठे नाही – अंडी

घालतात, आणि तेवढे काम झाले की पांढरी पोटे आभाळाकडे करून मरून जातात. मग ही अंडी वाढतात व ज्या ओढीने मासे इकडे येतात त्याच ओढीने ते दूर निघून जातात. असला एखादाच मासा चुकून इकडे येतो व त्याचे हे असे होते. आता बघ, मी कोठला, हा मासा कोठला! हे जाळे कोठले! पण तिघेही असे एकत्र आलो. त्या माशाचे अंडे निर्माण झाले, जाळ्याचा धागा उत्पन्न झाला... छट, त्यापूर्वी कितीतरी वर्षे, म्हणजे मी जन्मलो त्याच वेळी या घटनेचा प्रवास सुरू झाला. त्याच्याही पूर्वी म्हण – पहिला माणूस, पहिला मासा निर्माण झाला त्या अनादिकाळी हा क्षण जन्मला. मग अनंत काळ गेला, प्रचंड उलथापालथी झाल्या, परंतु त्या विविध धाग्यांना आपल्या नेमलेल्या गाठीचा विसर पडला नाही, आणि आज ठरलेल्या क्षणी, ठरलेल्या जागी मी, हे जाळे व हा मासा एकत्र आलो. आपल्याला विणून झालेले वस्त्र दिसते इतकेच, पण त्यामागे सतत चालू असलेली, गुंतागुंतीची सूक्ष्म वीण मात्र कधी समजत नाही.''

धीवराने अखेर जाळे एकत्र केले व एक टोक काठीला बांधून ते काठीभोवती गुंडाळून टाकले. आता तेथे काही करायचे उरले नाही, अशा तऱ्हेने त्याने सारे पाहून घेतले व तो त्याच्या शेजारी जाऊन बसला.

''म्हणजे तू मंदिरात गेला होतास तर!'' धीवर म्हणाला, ''माणसे तेथे का जातात हे मला नेहमी एक कोडेच वाटते. काही वेळा भूतकाळच इतका अवजड होतो की त्यात सुदैवाने अज्ञात असलेल्या भविष्यकाळाचे आणखी ओझे कोणाला का हवे असते कोणास ठाऊक! बरे, काय सांगितले तुला सेविकेने?''

''काय सांगितले कोणास ठाऊक!'' तो किंचित हसून म्हणाला, ''मला तर एक शब्दही समजला नाही!''

''तेच बरे म्हण. नाहीतरी अर्थ घेऊन तू काय करणार म्हणा! अर्थ समजून काय, न समजून काय, आपण सगळे बाहुल्याच की!''

''तुझे येथे कसे काय चालले आहे?'' त्याने विचारले.

''हां, आहे ठीक. दररोज पोट लिंपतो. थोडी हवा आत घेतो, थोडी बाहेर टाकतो,'' धीवर विषादाने म्हणाला, ''मी फक्त एकदाच होडी बाहेर काढतो. दररोज एकदा मंदिरात फुले घेऊन जातो व ती पायरीवर ठेवून परत येतो. भूक भागण्याचे तसे फारसे कष्ट नाहीत. कधीतरी मंदिरातून थोडे अन्न मिळते, पण ज्याला जीभ लाववत नाही –''

''होय खरे. त्या ठिकाणी सगळे निर्जनच दिसते. कोणी येत नाही, काही नाही. त्या दासींचे कसे काय भागते कोणास ठाऊक!''

''हां, गैरसमज करून घेऊ नकोस,'' त्याला थांबवत धीवर म्हणाला, ''साऱ्या साम्राज्यात वैभवशाली असे ते मंदिर आहे. प्रत्यक्ष प्रासादात तरी असले अन्न शिजवले जाते की नाही कोणास ठाऊक!''

“पण तूच म्हणालास ना, त्या अन्नाला स्पर्श करवत नाही म्हणून?” त्याने गोंधळून विचारले.

“हां, पण तो दोष माझा आहे, अन्नाचा नव्हे. मी तुला माझ्या लहानपणाची एक गोष्ट सांगतो. आमच्या अंगणात सफरचंदाचे एक झाड होते. वर्षानुवर्षे त्याची पाने आखडून वळल्यासारखी दिसत. लहान गोटीएवढी, दात आंबून टाकणारी फळे त्याला येत व गळून पडत. ते झाड तोडून टाका असे अनेकांनी आम्हांला सांगितले. पण मला मात्र ते झाड कायमचे हवे होते. कारण दर हिवाळ्यात एक रेशमी निळ्या रंगाचा पक्षी येत असे व नेमके त्या झाडातच आपले तळहाताएवढे घरटे बांधत असे. असे अनेक वर्षे चालले. तोच दरवर्षी येत होता की काय हे मला माहीत नाही. पण दरवर्षी एक निळा पक्षी येत असे हे मात्र खरे. पण एका वर्षी हिवाळा फार लौकर सुरू झाला, इतकेच नाही, तर अतिशय कडक रूप घेऊन आला. सर्वत्र कमरेपर्यंत हिम दिसू लागले. फांदी जराशी हलली की ढीगभर हिम खाली आदळू लागले. एकदा तर रात्रभर हिम पडत होते. थोडा प्रकाश आला तेव्हा मी भीतभीतच घरट्याकडे गेलो. अर्धवट बांधलेल्या घरट्यात हिम भरले होते व माझा पक्षी तोंड वासून आखडून, दाठरून गेला होता. पण त्या क्षणीही त्याचा तेजस्वी निळा रंग मावळला नव्हता. कोणाला काही न सांगता मी झाडाखालीच एक लहान खळगा खणला व निळ्या रेशमी वस्त्रातच पक्ष्याला गुंडाळून मी तो पुरून टाकला. नंतरच्या वर्षी निळा पक्षी आला नाही, झाडात घरटे झाले नाही. पण झाडाची पाने स्वच्छ नितळ झाली, फळे मोठी होऊन लालसर झाली व इतर फळांमध्ये न आढळणारी रुची त्यांच्यात आली. इतरजण कौतुकाने झाडाकडे पाहत व एक तरी फळ देण्याविषयी आईची मनधरणी करीत. पण मला मात्र एकाही फळात दात रुतवण्याचे कधी धैर्य झाले नाही. आता त्या झाडाचे काय झाले असेल कोणास ठाऊक! गोष्ट फार जुनी आहे, कदाचित त्या पाखराला घेऊन झाडदेखील नाहीसे झाले असेल! तू येथे किती दिवस राहणार आहेस?”

“कोठले किती दिवस?” तो हसत म्हणाला, “आज रात्र इकडेतिकडे भटकून कोठेतरी अंग पसरेन, आणि सकाळी निघून जाईन. माझे येथे असे काहीच नाही.”

“मग माझ्याकडेच राहा असे मी तुला म्हटले असते, पण माझी झोपडी तर टीचभर आहे. तेथे तुला खायलाही काही मिळायचे नाही,” धीवर म्हणाला, “पण तू बाजारात भटक, काहीतरी खाऊन घे, आणि माझ्याकडे ये. ती समोर झाडे आहेत, तेथल्या चार खोपट्यांपैकी सर्वांत लहान म्हणजे माझा प्रासाद आहे. उरलेली रात्र बोलत बसू. आणि उजाडले की मी माझ्या होडीतून तुला पोचवीन तुला कोठे जायचे तेथे!”

दोघांनी मिळून खावे म्हणून एखादे फळ सहज फोडावे, त्याप्रमाणे त्याने दाखवलेल्या सहज अगत्याने तो थोडा भारावल्यासारखा झाला. पण तो म्हणाला, “पण तू कशाला घेतोस एवढी तसदी? मी आपला एक भटक्या माणूस. रात्र कशीबशी

ढकलली की काम झाले. खाण्यापिण्याबाबतदेखील मी काही तसा चोचला माणूस नाही.''

''नको. यात मला कसलीही तसदी नाही. मुद्दाम ज्यांच्याशी बोलावे अशी फार थोडी माणसे भेटतात,'' धीवर मोकळेपणाने म्हणाला.

तो थोडा वेळ वाळूत तसाच पडून राहिला. सेरिपी इस्कहार एली! एवढा प्रवास करून पदरात हेच पडले. पण त्याचा अर्थ काय? का शेवटी एक गूढ दुसऱ्या गुढाच्या स्वरूपात मांडणे एवढेच ज्ञान माणसाच्या वाट्याला येऊ शकते? आणि आता पुढे काय? आहे त्या जागेपासून अन्यत्र जात राहणे एवढेच आपल्याकडे उरले? का वाटेत एखादा धीवर भेटायचा, अंगठी मिळायची, कोणीतरी सहज प्रेम दाखवायचे, कोणीतरी अकारण द्वेष मांडायचा, याप्रमाणे अनेक रंगीत मण्यांमधून धावत शेवटी दोरा म्हणूनच बाहेर पडायचे? अंड्यांनी नुसती अंडीच घालत बसण्यासारखा हा अर्थहीन, दिशाहीन, पण सतत चालू असलेला व्यवहार, तसाच पुढे चालू ठेवायचा?

हात उंच करत व अंग सैलावत तो उठून बसला व म्हणाला, ''मी जरा पाय सैल करून येतो.''

पण त्यावर धीवर त्याच्याकडे शिलाखंड झाल्याप्रमाणे स्तब्ध होऊन पाहतच राहिला. निराळ्या तऱ्हेच्या प्रकाशाचा झोत अंगावर पडताच जिवंत माणूस एकाएकी प्रेताप्रमाणे दिसू लागावा, त्याप्रमाणे त्याचा चेहरा निर्जीव झाला. त्याने न बोलताच त्याचा डावा हात हातात घेतला व त्यावरील वस्त्र मागे सारत त्याने परक्या, पोकळ आवाजात विचारले, ''हा तुझ्या डाव्या मनगटावरचा डाग – तो कसला आहे?''

त्याने आपुलकीने त्या गोल नितळ भागावर बोट फिरवले. तो म्हणाला, ''हा डाग होय? ती माझी दौलत आहे. मला आठवते तेव्हापासून तो डाग आहे. तसले डाग जन्मतःच असत नाहीत. मला वाटते, मी अगदी लहान असताना चोरून अंजीर खाल्ले आणि कोणाला तरी ते न पटून त्याने मला डाग देऊन ठेवला.'' त्याने हसत वर पाहिले; पण धीवराच्या चेहऱ्याकडे पाहताच त्याचे हसणे एकदम विरले व तो काळजीच्या स्वरात म्हणाला, ''तुला बरे वाटत नाही का?''

धीवराची मान खाली गेली होती. तो किंचित तिरपा होऊन त्याच्याकडे पाठ करून बसला. ''मला काहीसुद्धा झाले नाही,'' प्रश्न झटकत तो म्हणाला, ''तू जर थोडे भटकतो म्हणतोस तर मी तुझ्याबरोबर येईन. तुला वाटेल तेवढे तू हिंड, पण तू येथून जाईपर्यंत मला तुझ्याबरोबर राहू दे.''

''नको, ते तुला फार गैरसोयीचे होईल.''

''तू येथे नवखा आहेस. माझे ऐक. मी तुझ्याबरोबर सावलीप्रमाणे राहीन. मग तुला तुझ्या गलबतात एकदा बसवले की मला सुरक्षित वाटेल.''

त्याला प्रथम धीवराच्या मनमोकळ्या अगत्याबद्दल आनंद झाला होता. पण

आताच्या त्याच्या शब्दांनी त्याच्या कपाळावर आठी चढली. तो तुटकपणे म्हणाला, ''काही नको. मी माझी काळजी घेईन. मी इतक्या देशांत भटकलो आहे, तेव्हा या ठिकाणी मला एक रात्र काढता येणार नाही की काय?''

तो ते शब्द बोललाच नाही अशा तऱ्हेने धीवर म्हणाला, ''रात्री समुद्रात होड्या सोडत नाहीत, नाहीतर मी तुला आत्ताच तुझ्या गलबतावर नेऊन सोडले असते आणि मी सुटलो असतो. अजूनही माझे ऐक आणि माझ्याबरोबर चल. जाताना तुला खाण्यासाठी मी काहीतरी विकत घेईन.''

''पण माझ्याविषयी तुला का एवढी चिंता? माझी काही तुझ्यावर जबाबदारी नाही! शिवाय मी काही आता एखादे लहान मूल नाही!'' तो म्हणाला. आता त्याचा आवाज चिडल्यासारखा झाला होता.

''तू या ठिकाणी सर्वस्वी नवखा आहेस. तू येथे मनमुराद भटकणे फार धोक्याचे आहे.''

''अरे, ज्या ठिकाणी माणूस नवा आहे असे दिसताच प्रथम त्याला विषारी बाण मारला जातो व मग त्याची चौकशी केली जाते, त्या रानटी मुलखात मी एकट्याने प्रवास केला आहे, मग या नगरात मला कसली भीती आली आहे? एका साम्राज्याची हे शहर राजधानी आहे. हजार देशांतून येथे व्यापारी येतात, प्रवासी येतात. त्या प्रवाशांसारखाच मी एक प्रवासी –''

''तुला तुझे हित कशात आहे हेच कळत नाही! तू एक अत्यंत हट्टी, मूर्ख माणूस आहेस!'' एकदम उठून धीवर म्हणाला. संतापाने त्याचा चेहरा वेडावाकडा झाला होता. पण हा आवेग फार वेळ टिकला नाही. त्याचे अंग एकदम सैलसर झाले व पायातील शक्ती एकदम कमी झाल्याप्रमाणे तो अडखळत खाली बसला. ''मग एवढे तरी कर. तुझ्या आईबापांची तुला शपथ आहे. आता पुन्हा मंदिरात तरी जाऊ नकोस आणि येथून गेल्यावर पुन्हा कधी या भूमीवर पाऊल टाकू नकोस,'' तो रुद्ध आवाजात म्हणाला.

''तू माझ्या आयुष्यात अशी नको असता का ढवळाढवळ करत आहेस, कोणास ठाऊक!'' तो म्हणाला. या भ्रमिष्ट आडदांडाशी आपली भेटच झाली नसती तर फार बरे झाले असते असे त्याला त्या क्षणी वाटले. ''मी अमुक करावे, तमुक करू नये असे सांगण्याचा कोणाला काय अधिकार आहे? आणि तू आईबापांची शपथ घालतोस? कोणत्या आईबापांची? मला तर त्यांचा पत्तादेखील नाही. असल्या माणसांची तुला माझ्याकडून शपथ चालेल? आणि या देशात काय, मंदिरात काय, माझे आता काहीच उरले नाही, मग मी येऊ कशाला इकडे? आणि जायची इच्छा असली तरी रात्री मी मंदिरात जाणार कसा, मासा होऊन की पक्षी होऊन?'' तो उपहासाने म्हणाला, ''मला वाटते, आता यापुढे काही बोलत राहणे दोघांनाही मनस्तापाचे होईल. तू जा येथून. मलाही जायचे आहे.''

‘‘रात्रीनंतर मला भेट किंवा मी तुला कोठे भेटू ते सांग. मला तुला गलबतात सुरक्षितपणे गेलेले तरी पाहू दे. निदान एवढे तरी कर,’’ व्याकूळ होऊन धीवर म्हणाला.

‘‘मी सांगितले ना तू जा म्हणून! मला आता तुझ्याशी काहीच कर्तव्य नाही,’’ तो तुटकपणे म्हणाला.

आत्यंतिक असहायतेने धीवराने उघड्या तळव्यावर दोनदा मूठ आपटली. पण काही न बोलता ओठ आवळून तो उठला व झपाझप पावले टाकत तो चालू लागला.

‘‘तुझे जाळे राहिले बघ मागेच!’’ तो ओरडून म्हणाला.

किंचित थबकून धीवर माघारी आला व हिसकावून घेतल्याप्रमाणे जाळ्याची काठी घेऊन त्याच्याकडे न पाहता निघून गेला. पण त्याच्या जणू आखडून गेल्याप्रमाणे वाटणाऱ्या मोठ्या आकृतीकडे, ओबडधोबड कपड्यांकडे, वाळूत आवाज करत जाणाऱ्या रुंद अनवाणी पावलांकडे पाहताना मात्र त्याला करुणा वाटली. त्याला वाटले, त्याचे अगत्य गुदमरवून टाकणारे बंधन होऊ लागले होते खरे, पण तो आतड्यापासून बोलत होता यात संशय नाही. आपण एखादा सौम्य शब्द वापरून त्याला वाटेला लावायला हवे होते. पण आपल्या तोंडून फार काटेरी शब्द गेले. निरोप घेताना तरी ओरबडल्याच्या खुणा मागे ठेवू नयेत. आता त्याची भरपाई करायची संधीदेखील आपणाला कधी मिळायची नाही. उद्या गलबतावर एकदा पाऊल टाकले की कशाला कोण पुन्हा इकडे येते? आता तो येथून गेला, तेव्हाच तो कायमचा निघून गेला. पण या वेळी मात्र आपण त्याला जळता डाग दिला. आपल्या हातावरील डागाप्रमाणेच. आपल्याला त्या डागाच्या वेदनेची आठवण नाही; तो मात्र एकदोन दिवस तरी तळमळेल...

त्याला एकदम मोह झाला, धीवरला हाक मारावी व त्याची क्षमा मागावी. पण तोवर धीवर किनाऱ्याजवळील भिंत ओलांडून पलीकडच्या घोळक्यात मिसळून गेला होता आणि प्रत्यक्ष आघातापेक्षाही असह्य अशी पश्चात्तापाची शिक्षा त्याने त्याच्यासाठी मागे ठेवली होती.

काही वेळाने तो उठला. त्याने अंगाला लागलेली वाळू झटकली व तो किनाऱ्यावरील भिंत ओलांडून वर आला. नगरातील हमरस्ता भिंतीला समांतर असा दूरवर पसरला होता व त्यावरून विविध पोषाखांतील नागरिक घोळक्याघोळक्याने हिंडत होते. त्यांत लाल पिसांचे तुरे असलेली शिरस्त्राणे घातलेले पण गुडघ्यापर्यंत कातडी पट्ट्यांचे पोशाख घातलेले सैनिक होते; पाठीवर वेण्या सोडलेले, तिरप्या डोळ्यांचे, पिवळे चीनांशुकांचे व्यापारी होते; शुभ्र दाढी असलेले, पायघोळ मखमली झग्यातील दमास्कसहून आलेले कारवा प्रवासी होते. तो या घोळक्यातून उगाच भटकू लागला,

तेव्हा एकाने अर्धांगावर रामबाण असलेल्या मोराच्या रक्ताची एक कुपी त्याला विकण्याचा प्रयत्न केला. तर दुसऱ्या एकाने, आतील मूर्तीच्या तोंडापर्यंत पाणी येताच ते एकदम नाहीसे होणारा पेला त्याला दाखवला. आणखी एकाने त्याचे केस अगदी हुबेहूब सम्राटाप्रमाणे कापून देण्याची अतिशय उत्साही तयारी दाखवली. आणखी एकाजवळ चित्त्याच्या कातड्याच्या वहाणा होत्या. त्या अत्यंत दुर्मीळ होत्या तरी त्या तो अवघ्या चार दिनारांना विकण्यास राजी होता. आणखी एकाने तर त्याचा हात मजबूतपणे पकडला. आपण अंगाला एकदा मालीश केले तर अंगातील हाड न् हाड लोण्यासारखे झाले नाही तर आपण उजवा कान कापून देऊ, अशी त्याची प्रतिज्ञा होती. त्याच्या मोठ्या शिंपल्यासारख्या कानांपैकी एक घेऊन आपण काय करणार, असा प्रश्न त्याच्यासमोर क्षणभर उभा राहिला. पण त्याचा अवाढव्य देह पाहिल्यावर तो हाडे लोण्यासारखी करू शकेल याची त्याला तात्काळ खात्री पटली, व तो आपला हात कसाबसा सोडवून घेऊन पुढे सरकला. हसत, मान हलवत तो एके ठिकाणी घोळका गोलाकार उभा होता तेथे आला व गर्दीत थोडे रेटून त्याने पुढे येण्यास वाट करून घेतली.

येथे मोकळ्यावर तीनचार सुस्त साप टाकून एक गारुडी खेळ दाखवत होता. पुंगी वाजवताना त्याच्या गालात दोन टळटळीत फुगे होत व त्याच्या हालचालीने लहान सुपाएवढा फणा असलेला नाग डोलत असे. त्याचा परका पोशाख पाहताच गारुडी एकदम थांबला व त्याच्यासमोर आला. हे पाहताच भोवती वर्तुळ करून ऐसपैस बसलेली पोरे उठली व त्यांनी त्याच्याच जवळ बैठक मांडली. गारुड्याने कमरेलाच बांधलेली टिमकी उचलली व तिच्यावर चटाचटा चारसहादा हात मारला.

"आपण उमराव हजर झालात, आता मात्र माझ्या पोटाच्या खळग्याला काहीतरी मिळणार," इतरांकडे पाहत डोळे मिचकावत गारुडी म्हणाला. त्याचा सुरकुतलेला चेहरा गडद काळ्या रंगाचा होता व त्याने डोक्याला हिरवा फेटा गुंडाळला होता. तो वयस्क होता खरा, पण त्याच्या अंगात, बोलण्यात चटपटीतपणा असल्याने त्याच्याकडे पाहिले की, एका प्रचंड शेंगेतील वाळून खडखडीत ताठ झालेल्या काळ्या बीची आठवण येत असे. त्याच्या खांद्यावर तोल सावरताना झटदिशी पंख पसरवणारा पोपट होता. गारुड्याने टिमकी वाजवत पुन्हा म्हटले, "शाबास!" पोपटाने कर्कश आवाज काढला व म्हटले, "शाबास! शाबास!" आणि पोरांनी आनंदाने टाळ्या पिटल्या.

"येथे जमलेल्या माणसांनी माझा खेळ शंभरदा फुकट पाहिला. एखादा दगड हगेल, पण त्यांच्या हातून कवडी सुटायची नाही! अहो, हे गाव असले आहे की येथे पिसवा रडूनरडून उपाशी मरतात!" गारुड्याने पोरांकडे पाहिले व पोरेदेखील त्याच्या अपेक्षेप्रमाणे हसली.

"पण तुम्ही परक्या देशाचे अमीर. तुम्ही कमरबंद सैल केलात की जमिनीवर दिनार पडून सगळीकडे पिवळ्या चांदण्याच चांदण्या होतील!"

“मला तुझ्या या सापांत काही विशेष रस नाही. पूर्वेकडच्या देशात म्हाताऱ्या बायका अंगाखांद्यांवर असले साप खेळवतात!” तो हसून म्हणाला.

“पाहिलेत माझे दरिद्री नशीब?” खोट्या दुःखाने डोळे मोठे करीत गारुडी भोवतालच्या माणसांना म्हणाला, आणि त्याबरोबर त्यांच्यात हसू पसरले. “एक नवखा माणूस आला म्हणून मी खूष होतो, तर तो निघावा पूर्वेत भटकून आलेला एक इरसाल प्रवासी!” यावर गारुडी ताडताड कपाळावर हात मारून घेऊ लागला, तेव्हा तर लोकांचे हसणे जास्तच वाढले, व आता खरी गंमत पुढेच आहे असे ओळखून काहीजणांनी खाली प्रशस्त बसून घेतले.

“बरे, माझे साप राहिले बाजूला!” गारुडी म्हणाला, “तू एक अत्यंत दुर्मीळ असा सर्पमणी विकत घेणार का? तुझ्यासारखा तालेवार माणूस दिसला म्हणूनच मी तुला तो दाखवतो. बाकीच्यांना तो पाहायलादेखील मुष्कील आहे.” गारुड्याने सदऱ्याच्या आत हात घालून एक अत्यंत गुळगुळीत लालसर दगड काढला व त्याच्यापुढे धरला. “हा सापाच्या डोक्यात असला की हिऱ्याप्रमाणे चमकतो. रात्रीच्या वेळी साप हा मणी काढून खाली ठेवतो व त्या प्रकाशात उंदीर, पाखरे आली की त्यांना गिळतो. हा मणी जवळ ठेव म्हणजे नऊ डोक्यांचा नागराजाही तुला स्पर्श करणार नाही. म्हणजे मी हा मणी इजिप्तच्या राणीलादेखील विकला नसता. पण मला तुझा चेहरा आवडतो.” गारुड्याने टिमकीवर एक चापट मारली व गर्रकन एक गिरकी घेऊन म्हटले, “तुझा चेहरा आवडतो, विशेषतः तुझ्या कट्यारीसारख्या मिशा! मी तुला तो मणी शंभर दिनारांना देईन! बस्स. अवघे शंभर दिनार!”

शंभर दिनार म्हणताच बसलेल्यांपैकी काहींचा एक श्वासच चुकला आणि शंभर म्हणजे किती असे कोणीतरी विचारील या जणू भीतीनेच पोरेदेखील गप्पगार झाली. त्याने किंचित हसून मान हलवली.

गारुडी उतावीळपणे म्हणाला, “हं चल, आटप लौकर. नव्वद दिनार काढ आणि उचल हा मणी! त्यापुढे मात्र तू लोटांगण घातलेस तरी एक दिनार उतरणार नाही. बस्स, एक शब्द म्हणजे एक शब्द. मला सापासारख्या दोन जिभा नाहीत. अशी संधी तुला मेंढरासारखी नातवंडे झाली तरी मिळायची नाही.”

त्याने कुतूहलाने तो दगड घेतला व निरखून पाहून गारुड्याकडे परत दिला. “मी तुला एका दिनाराला असले गाडाभर मणी देईन,” तो म्हणाला, “हिंदमध्ये एक नदी आहे. तिच्यात पन्नास कोस असलेच दगड भरले आहेत.”

“हा दगड नाही; मणी आहे मणी!” उसळून गारुडी म्हणाला, “म्हणे हिंदमध्ये नदी आहे! हिंदमध्ये गाढवाला आठ पाय आहेत!” त्याने जमावाकडे पाहिले. पण त्यांतील काहीजण कुत्सितपणाने हसले. या गारुड्याला आज कोणीतरी बरा गाठ पडला, याचा त्यांना विशेष आनंद झाला होता.

‘‘आता शेवटचा सौदा. तुझे नको माझे नको. घेतोस का अर्ध्या दिनाराला?’’ गारुड्याने असे निर्वाणीचे विचारताच तोदेखील मोठ्याने हसला. वरमून गारुड्याने दगड परत सदऱ्यात ठेवला. पण सौदा न पटल्यापेक्षा जमाव हळूहळू त्याच्या बाजूने होत आहे, याचा त्याला विषाद वाटला.

‘‘मग एक औषध तरी देऊ का? फक्त दहा दिनार. ते गेंड्याच्या शिंगापासून केले आहे. एक गोळी घेतलीस तर चीनची राजकन्या मागे लागून येईल तुझ्या!’’ गारुडी म्हणाला.

‘‘अरे, पण तो चीनची राजकन्या घेऊन काय करणार?’’ मांडी ठोकून समोरच बसलेल्या, चरबीच्या बुधल्यासारख्या दिसणाऱ्या एका तेलकट चेहऱ्याच्या माणसाने विचारले, ‘‘याला कोठे येते चिनी भाषा तिच्याशी बोलायला?’’

गारुड्याने त्याच्याकडे वळून भूत पाहत असल्यासारखा चेहरा केला व टिमकी दणादणा वाजवत म्हटले, ‘‘शाबास!’’ त्याच्या खांद्यावरचा पोपटही उत्साहाने ओरडला, ‘‘शाबास!’’ बोटे नाचवत गारुडी ओरडला, ‘‘तोंड बघून घ्या रे पोरांनो या सरदाराचे! चिनी राजकन्या मिळाली की तिच्याशी बोलत बसणाऱ्याचे फताडे थोबाड बघून घ्या एकदा.’’

तेलकट चेहऱ्याचा तो माणूस एकदम खजील झाला आणि त्यातली गंमत काही कळली नाही तरी पोरांनी मात्र टाळ्या वाजवत एकच गिल्ला केला. त्यावर तोही हसला व म्हणाला, ‘‘पण जर असली गोळी तुझ्याकडे आहे तर तूच का नाही एखादी राजकन्या पटकावत?’’

गारुडी त्याच्याजवळ आला आणि एका बाजूला बोट दाखवत त्याने सगळ्यांना स्पष्ट ऐकू जाईल असा निःश्वास सोडला. जेथे त्याची पोतडी, पाण्याचे भांडे, थाळी इत्यादी सामान होते, तेथे जुन्या चामड्याच्या चेहऱ्याची एक बाई बसली होती व शांतपणे काहीतरी खात होती. तिच्या कपड्यांवर ठिकठिकाणी गोल आरसे बसवले होते व तिचा चुण्याचुण्यांचा घागरा भोवती रांगोळीप्रमाणे पसरला होता. सोनेरी झिपऱ्या सुटलेली एक पोरगी संधी साधून घोळक्यामधून तिच्या पाठीमागे गेली होती व तिच्या पाठीवरच्या एका आरशात वाकून पाहत झिंज्या सावरत होती.

‘‘माझे दुखणे उलटेच आहे,’’ कपाळावर हात मारत गारुडी म्हणाला, ‘‘ मी आधीच या राजकन्येच्या मगरमिठीत सापडून बसलो आहे! मला गोळी पाहिजे ती राजकन्या माझ्यापाठची सुटण्याची!’’

त्या स्त्रीने ते शब्द ऐकले व बसल्याबसल्याच तिने एक काल्पनिक दगड उचलून त्याच्याकडे फेकल्यासारखे केले. त्या वेळी तिचा हात फट्‌दिशी डोक्यावर बसून ती पोरगी टुण्णदिशी उडाली, आणि हे सारे पाहत असलेली पोरे हसूनहसून बेजार झाली. गारुडी व त्याची बया यांची जाहीर भांडणे एकंदरीने सगळ्यांनाच फार प्रिय होती.

"बरे, आता वेळ थोडा राहिला," गारुडी म्हणाला, "मी तुला काही कोडी घालतो. तू जर त्यांची उत्तरे बरोबर दिलीस तर मी तुला गोळी आणि सर्पमणी फुकट देईन." या वेळी तो इतरांकडे, विशेषतः पोरांकडे, वळला व म्हणाला, "आणि खोकडांनो, जर तुम्ही मध्ये बोललात तर रात्री तुमच्या पाठीत गेंड्याचे शिंग येईल!"

पोरे एकमेकांना डिवचत गप्प झाली हे पाहून गारुडी म्हणाला, "हं, सांग – खातो, गिळतो, पण चावत नाही; नाचतो, हलतो, पण चालत नाही. याचे उत्तर काय?"

"समुद्र! समुद्र!!" एका पोराला अगदी न राहवून ते मोठ्याने ओरडले. गारुड्याने टुणकन उडी मारली व चेहरा उग्र करीत त्याने त्या पोराचा कान पकडला. "बघ तरी उद्या सकाळपर्यंत हा एकच कान गाढवाचा होतो की नाही ते!" तो एकदम खेकसला. ते पोर आकसले व त्या कानावर हात ठेवून भेदरून बसले.

"आता दुसरे : अंधार खाऊन प्रकाशात येते, हळद पिऊन हिरवे होते, निळ्याकडे पाहत लाल होते आणि शुभ्र दात दाखवत हसते. सांग काय ते!"

अंधार, उजेड, हळद, हिरवा, लाल, निळा – सारे रंग त्याच्यापुढे आले, परंतु त्यांतून काहीच आकृती निर्माण झाली नाही. त्याने मान हलवत ओठ मुडपले.

"डाळिंब आणि डाळिंबाचे झाड!" टिमकीवर थाप मारीत गारुडी म्हणाला. "आता तिसरे तर अगदीच सोपे आहे; काळ्यात पांढरे, पांढऱ्यात तांबडे, तांबड्यात काळे; डोके आहे पण चेहरा नाही. मांस आहे, रक्त नाही. बोल काय?"

तो विचार करू लागला. तोच इतका वेळ गप्प राहिलेला तो तेलकट चेहऱ्याचा माणूस नव्या उत्साहाने म्हणाला, "मी सांगतो. कलिंगडे!"

गारुडी त्याच्यासमोर आला व कमरेवर हात ठेवून त्याच्याकडे कवडीसारख्या डोळ्यांनी पाहू लागला. तो म्हणाला, "हां, तू होय? चीनच्या राजकन्येशी नुसते बोलत बसणारा हिंमतबहाद्दर! घाबरू नको. तुला मात्र रात्री काही होणार नाही. तुला काय झाले आहे तेच बस्स आहे!"

या त्याच्या बोलण्यावर जमावापैकी काही जाणते खिस्सदिशी हसले, परंतु पोरे मात्र गप्प राहिली.

गारुडी वळून पुन्हा त्याच्याकडे आला व म्हणाला, "बघ, तू तीनदा हरलास. आता मात्र तुला अखेरची संधी बरे का! ऐकून घे नीट. सध्या माणसाला दोन पाय आहेत. समज, आणखी एक जादा पाय त्याला चिकटवायचा आहे, तर तू तो कमरेखेरीज दुसरीकडे कोठे चिकटवशील?"

तो पुन्हा गोंधळात पडला. आपण इतके हिंडलोफिरलो, पण या गारुड्याच्या एकाही प्रश्नाला उत्तर देता येऊ नये याचेच त्याला फार आश्चर्य वाटले. आणखी एक पाय चिकटवायचा खरा, पण कोठे? पोटावर की खांद्यावर? आणि तेथे तो चिकटवला तर तो वापरायचा कसा?

त्याच्याकडे पाहत गारुडी खिदळला व डमडम टिमकी वाजवू लागला. ‘‘अरे, कमरेखेरीज तो कोठेही चिकटवलास तर फार तर तो एक कुरूप अवयव होईल; तो पाय मुळी होणारच नाही! बस्स, आता शेवटची एकच, अखेरची, कडेची एकच संधी! आता ती देखील मला तुझ्या मिशा फार आवडल्या म्हणून! पण एक गोष्ट आधीच सांगून टाकतो. तुझी तेजस्वी बुद्धिमत्ता पाहून सूर्य अगदी लाजून जाईल असे मात्र नाही. आता ऐक हं. पणजोबाने आपल्या पणतूला विचारले, ‘अरे, माझ्या बारशादिवशी तू आपली दाढी सतत का विंचरत होतास?’ आता सांग. हे केव्हा, कसे घडले?’’

इतक्या वेळात त्याला प्रथमच आत्मविश्वास वाटला. तो उत्साहाने म्हणाला, ‘‘हे पूर्णपणे अशक्य आहे. पणजोबाच्या बारशादिवशी पणतू हजर असेल कसा? आणि तोही मोठी दाढी असलेला पणतू! छट, या खेपेला मात्र तूच बावळट ठरलास!’’

गारुडी आनंदाने भरून गेला व स्वतःभोवती फिरत त्याने दोन उड्या मारल्या. तो ओरडला, ‘‘पोरांनो, टाळ्या वाजवा. हा एक अतिरथी मला मूर्ख ठरवायला मैदानात उतरला आहे!’’

इतका वेळ गप्प बसावे लागलेली पोरे शेरडांप्रमाणे उधळली आणि त्यांच्या ओरडण्यात गारुड्याच्या टिमकीचा आवाज तळ्यात पडलेल्या पानाप्रमाणे वरखाली होऊ लागला.

‘‘हे कसे घडले ते कान देऊन ऐका विद्वान! एका गावात वीस वर्षांचा एक देखणा पण दरिद्री तरुण होता. संपत्ती मिळवण्यासाठी त्याने एका साठ वर्षांच्या कुरूप पण श्रीमंत बाईशी लग्न केले. मला मात्र कोणी असली म्हातारी मिळालीच नाही बघ. नाहीतर मी कशाला पोटाचीच टिमकी करून देशोदेशी हिंडलो असतो?’’

त्याने चेहरा लांब आणि दुःखी केला व पोरांकडे पाहिले. त्यावर जणू इशाराच केल्याप्रमाणे पोरे हसली.

‘‘हां, तर काय सांगत होतो, या तरुणाने साठ वर्षांच्या म्हातारीशी लग्न केले. पण त्या म्हातारीला चाळीस वर्षांची मुलगी होती. तिला जो मुलगा होता तो बरोबर वीस वर्षांचा! म्हणजे बघ, या तरुणाला लग्नाबरोबर आपल्याच वयाचा वीस वर्षांचा नातू मिळाला. पण या नातवाला घरातला पैसा असा परक्याने बळकावला याचा फार विषाद वाटला. परंतु त्याच मार्गाने पैसा परत मिळवण्यासाठी त्याने एका जास्त कुरूप आणि श्रीमंत अशा सत्तर वर्षांच्या म्हातारीशी लग्न केले. या बाईला आधीचा एक मुलगा होता पन्नास वर्षांचा. हा पन्नास वर्षांचा पणतू त्या तरुणाच्या बारशाला हजर होता व त्या दिवशी आपली दाढी सतत विंचरत होता. म्हणून पणजोबाने पणतूला विचारले, ‘तू माझ्या बारशादिवशी सतत दाढी का विंचरत होतास?’ ’’

गारुड्याने टिमकी वाजवली व विजयाने लांबलचक शीळ घालत म्हटले, ‘‘शाबास!’’ आणि त्याच्या खांद्यावरील पोपटाने त्यास साथ दिली, ‘‘शाबास! शाबास!’’

"पण तो पणतू त्या दिवशी सतत दाढी का विंचरत होता, हे समजलेच नाही!" तो तेलकट चेहऱ्याचा माणूस म्हणाला.

गारुड्याने त्यास काही उत्तर देण्यास तोंड उघडले, पण त्याच्याकडून शब्दच उमटला नाही. तोंड तसेच सैल, शरण टाकून तो वळला व त्याने कपाळ बडवून घेतले.

गारुड्याने कमरेची टिमकी सोडली व खाली जमिनीवर बंद असलेल्या एका टोपलीशेजारी ठेवली. त्याने खांद्यावरील पोपट हातात घेतला व बायकोकडे उडवला. तो फडफड आवाज करीत तिच्या खांद्यावर उतरला व कर्कश आवाज करू लागला. गारुड्याने तीन साप उचलून अंगावर टाकले व सुस्त, मळकट अजगर मानेवर टाकून समोर सोडला. आजचा खेळ संपला हे पाहून लोक पांगू लागले व पोरेही उठून उभी राहिली. तेलकट चेहऱ्याचा माणूस मात्र बसल्या जागी रुतल्याप्रमाणे मख्खपणे बसून राहिला.

"आता एकच प्रश्न, मग खेळ खलास. पोरांनो, तुम्हीदेखील सांगा उत्तर!" गारुडी म्हणाला. पण त्याने तेलकट चेहऱ्याच्या माणसाकडे जळजळीत डोळ्यांनी पाहिले व म्हटले, "हां, तू मात्र आता तोंड उघडू नकोस. या पोरांना आज ना उद्या काही समजू लागेल. पण तुझे मात्र व्हायचे ते होऊन चुकले आहे!" गारुडी त्याच्याकडे आला व त्याने विचारले, "जगात सगळ्यात मोठा आकडा कोणता?"

"शंभर!" झाडणीसारख्या डोक्याचे एक पोर मोठ्याने ओरडले. कोणीतरी म्हटले, एक हजार, दहा हजार...

"नाही, तुम्ही सगळे चुकलात," मान हलवत गारुडी म्हणाला, "जगात सर्वांत मोठा आकडा स्त्रीच्या दोन पायांचा! त्यात अडकून पडलेला पुरुष कधीच बाहेर पडत नाही!" यावर गारुड्याने टाळ्या वाजवल्या व किंचित खाली वाकून तो मोठमोठ्याने हसू लागला.

तेलकट चेहऱ्याच्या माणसाने जागच्याजागी थोडी चुळबूळ केली व बोटे मोडून काहीतरी मोजून झाल्यावर तो म्हणाला, "मग मेंढीला चार पाय असतात. मग तिचा आकडा स्त्रीच्या आकड्यापेक्षा जास्त मोठा नव्हे का? दोनपेक्षा चार जास्त आहेत."

गारुडी रिकाम्या टोपल्यांकडे गेला व त्याने अंगावरचे साप एकेक टोपलीत घातले. नंतर थाळीतील नाण्यांपैकी एक लहान नाणे उचलून तो तेलकट चेहऱ्याच्या माणसासमोर आला व म्हणाला, "हे नाणे घे आणि त्याचे विष घेऊन ये. ते विष तू तरी घे, नाहीतर मला तरी दे!"

तेलकट चेहऱ्याच्या माणसाने ते नाणे घेतले व थोडा विचार करून म्हटले, "मी तुलाच आणून देतो विष."

"मलाच? आणि ते का?" गारुड्याने आश्चर्याने विचारले.

"जर मीच ते विष प्रथम घेतले, तर मग तुला कोण आणून देणार?" तेलकट

चेहऱ्याच्या माणसाने विचारले. तेव्हा गारुड्याने हात झाडले व तो तेलकट चेहऱ्याच्या माणसासमोर जमिनीवर सरळ आडवा झाला. ‘‘मी हरलो! मी तुला शरण आहे!’’

हे पाहताना तो सारखा हसत होता. गारुडी उठला व त्याच्यासमोर आला. तो म्हणाला, ‘‘मी तुला इतके प्रश्न विचारले. तुला एकाही प्रश्नाचे उत्तर देता आले नाही. अशा हरलेल्या माणसाने एक दिनार द्यायचा असतो. हं, काढ एक नाणे!’’

संतोषाने कमरबंदामध्ये हात घालताना त्याने गारुड्याकडे पाहिले. त्याचा चेहरा नितळ समाधानी होता. त्याच्या थाळीत चारसहा तांब्याची नाणी होती. त्याची बायको खात होती ती भाकरी वाळलेली कट्टर होती, आणि त्यात आज येथे, उद्या तेथे असे झाडाची सालपे काढत बसल्यासारखे आयुष्य! मग हा इतका आनंदी कसा? कसलीच छाया त्याच्यावर कशी नाही? हा स्वतः तर रानझऱ्यासारखा उत्साहाने वाहत आहेच. पण त्याच्यामुळे काही काळ तरी आपणालादेखील स्वच्छ सुखी होता आले. आपण कोण, आपण या जागी कशासाठी आलो, याचादेखील आपणाला पूर्ण विसर पडला. इतक्या वर्षांत असे साधे निरामय सुख आपणाला कितीदा मिळाले आहे?

त्याने सोन्याचे एक नाणे काढले व गारुड्याला दिले. ते झगझगीत नाणे पाहताच गारुडी खुळाच झाला. तो म्हणाला, ‘‘परमेश्वर तुला म्हातारा करून पांढरी दाढी देवो! परमेश्वर तुला उद्या ज्ञान देवो!’’

‘‘पण मग उद्या मात्र तुझ्या बडबडीसाठी सोन्याचे नाणे देणार नाही मी.’’

गारुड्याने कपाळावर हात मारून घेतला व सगळ्यांकडे दीनवाणे पाहत म्हटले, ‘‘पाहिलेत, परमेश्वर तरी किती लुच्चा आहे! मी त्याला स्पष्ट सांगितले होते की, या माणसाला ज्ञान दे ते उद्या! आणि त्याने आत्ताच या माणसाला शहाणे करून टाकले की!’’ जणू ते नाणे परत जाणार या आविर्भावात त्याने ते घट्ट धरले व सदऱ्याच्या आत ठेवले.

उरलीसुरली माणसे हसली व निघून जाऊ लागली. तोदेखील जायला वळणार तोच त्याच्या पायावरून काहीतरी सरकले, म्हणून एकदम दचकून तो एक पाऊल मागे आला. जवळच्या बंद टोपलीचे झाकण थोडे उघडले होते व त्यातून आणखी एक साप बाहेर येऊन डोके वीतभर उंचावून त्याच्याकडे पाहत पडून राहिला होता. त्या सापाकडे पाहताच गारुड्याच्या चेहऱ्यावरचे हसणे एकदम मरून गेले व त्यावर मुखवट्यामागून खरा चेहरा दिसावा त्याप्रमाणे फार भय दिसू लागले.

तो तर खिळल्यासारखा होऊन खाली पाहत राहिला. हा साप निरनिराळ्या रंगांच्या रेशमी लड्या एकमेकीला जोडून ठेवल्याप्रमाणे दिसत होता. पण सर्वांत भयानक होते ते त्याचे डोळे. त्यांच्यात द्वेष गोठून राहिला होता. अतृप्त राहिलेला द्वेष एका पिढीने दुसऱ्या पिढीला द्यावा, आणि याप्रमाणे तो उतरत येऊन भीषण सघन होत जावा, तसा द्वेष त्या डोळ्यांत होता. बाजूलाच गारुडी भेदरून अंग चोरून उभा होता.

त्याला मघाचे, गारुड्याने साप आपल्या अंगावर टाकल्याचे, चित्र आठवले. या वेळी त्याच्या अंगावरील सापांची चार तोंडे सतत प्रश्न विचारत असल्याप्रमाणे त्याच्या दिशेने पुढेमागे होत होती. त्याला वाटले, या सगळ्यांमध्ये माझ्या आयुष्यात दात रुतवून बसलेला साप कोणता? दाट चिखलाप्रमाणे गारुड्याच्या खांद्यावरून उतरलेला मलिन सुस्त अजगर? नसेल. तो लोकांच्या प्राणावर जगणाऱ्या कोणत्यातरी बेशरम व्यापाऱ्याचा साप असेल! मग मध्येच फणा पसरवणारा, कातीच्या चिंध्या अद्याप अंगाला लोंबत असलेला नाग? तो तर लठ्ठ श्रीमंत स्त्रीपुरुषांना रिझवण्यासाठी स्वतःला आनंदाने विकणाऱ्या कलावंताचा साप! क्षते पडल्याप्रमाणे अंगावर खुणा असलेला तो त्रिकोणी डोक्याचा, एखाद्या राक्षसाच्या आतड्याप्रमाणे वाटणारा साप? तो खासच स्त्रीदेह विकून त्यावर उपजीविका करणाऱ्या एखाद्या भडव्याचा असणार! यांतील आपण काहीच केलेले नाही. पण आपला साप मात्र फार त्वेषाचा जहरी असणार. त्याला कोणत्याही कारणाचे निमित्त नसतानाच तो आपल्या जन्माआधीच येऊन आपली वाट पाहत आहे. तो सातासमुद्रापलीकडे आपला पाठलाग करणार. तो या सापासारखाच धगधगीत, उर्मट डोळ्यांत साचलेल्या द्वेषाने जळणारा असणार...

गारुड्याची बायको झगा हिंदकळत आली व तिने तो रंगीत साप उचलून टोपलीत घातला. टोपली घेऊन ती परत जात असता मागे न वळता म्हणाली, ''भेदरट!'' टोपली तिच्या हातात येताच पंख फडफडवत पोपट भेदरून तिच्या डोक्यावर चढला व तेथून घसा खरडवत तो म्हणाला, ''भेदरट! भेदरट!''

गारुड्याने इतर सामान गोळा केले. त्याच्या बायकोने त्यातील बरेचसे बांबू पट्ट्यांना दोन्ही बाजूंनी अडकवले व पट्ट्या खांद्यावर तोलून त्यांच्यावर ऐटीने हात पसरून ती चालू लागली. त्या वेळी त्याला वाटले, ही बसली होती तेव्हा एखाद्या घट्ट रानवारुळासारखी दिसत होती, पण आता तिच्या लयबद्ध हालचालीत डौल आहे!

''तू आता या रस्त्याने जाणार?'' गारुड्याने विचारले. त्याने मान हलवताच तो म्हणाला, ''चल, पुढच्या वळणापर्यंत मी तुझ्याबरोबर येतो –''

तो चालू लागताच गारुडी म्हणाला, ''तुझ्या चढावावरूनच मी ओळखले, तू हिंदमधून आला आहेस.''

''पण मी आता तिथून आलो नाही की मूळचाही मी तिथला नव्हे. मी ते चढाव मात्र तिथे घेतले होते,'' तो हसून म्हणाला, ''तिथल्या वहाणा या एका चांगल्या बायकोसारख्या असतात. उबदार, टिकाऊ, बिनखर्चाच्या आणि विशेष म्हणजे सतत कुरकुर न करणाऱ्या!''

मान हलवत गारुडी म्हणाला, ''मला माहीत आहे. मीदेखील हिंदमधूनच हे सारे लटांबर ओढत इकडे आलो. परत कधी जाणार कोणास ठाऊक. कदाचित जाणारही नाही. देह कोणत्या मातीचा हे सांगता येते, पण तो कोणत्या मातीत जाणार हे कोण सांगणार?''

त्याने चमकून गारुड्याकडे पाहिले. टिमकी वाजवत उड्या मारणारा, पोरांना वाह्यातपणे हसवणारा गारुडी आता एकदम नाहीसा झाला होता. त्या जागी विरलेला, व्याकूळ आवाजाचा एक म्हातारा दिसत होता.

‘‘अरे, पण तुला एकाएकी असे झाले आहे तरी काय?’’ त्याने विचारले.

गारुडी खिन्नपणे हसला व म्हणाला, ‘‘मघाच्या माकडचेष्टा बघून म्हणतोस होय? ते सारे करावेच लागते. नाहीतर मी केव्हाच नदीत उडी घेतली असती, मगरीच्या पोटात जाऊन कुजलो असतो. तू वर मंदिरात गेला होतास नव्हे, शकुन विचारायला?’’

‘‘होय, पण ते तुला कसे समजले?’’ त्याने विस्मयाने विचारले.

‘‘तू वर जात असता मी वाटेत होतो. तू आलास म्हणून तर माझे काम राहून गेले. नेमक्या त्याच वेळी आलास म्हणून गोंधळून मी तुला नमस्कारदेखील केला. पण तुझे सगळे लक्ष होते आभाळाकडे!

‘‘मी सलगीने बोलतो म्हणून रागावू नको,’’ गारुड्याचा आवाज नम्र झाला. ‘‘मला राहवत नाही म्हणून मी बोलतो इतकेच. त्याचा काहीसुद्धा परिणाम होणार नाही. तू तुझ्याच मार्गाने जाशील आणि माझे शब्द असेच वाऱ्यावर उडून जातील. त्यांचा काहीसुद्धा फायदा नाही, पण त्याप्रमाणे काही नुकसानही नाही, होय की नाही? आता सांग, भविष्य समजावून घेऊन तू करणार काय? अरे, ते तुझ्या पावलावर पाऊल टाकत तुझ्यामागोमाग येतच असते, आणि योग्य क्षण आला की मानगुटीत दात रुतवते. मग तू हिमालयाच्या शिखरावर जा की समुद्राच्या तळाशी जा! त्यापासून सुटकाच नाही! मग त्याला सामोरे जाऊन मुद्दाम डिवचण्यात काय अर्थ आहे? माझा एक भाऊ होता. तो तुझ्याचसारखा होता. अशाच मिशा आणि रुंद छाती! असल्या सापाशी चाललेला माझा खेळ त्याला बिलकुल आवडायचा नाही. त्यापेक्षा मी लुगड्याच्या ओल्या पिळ्याशी खेळत बसावे, असे तो तिरस्काराने म्हणे. तो एकदा ईर्ष्येने नदीकाठी गेला. त्या ठिकाणी आठदहा फूट लांब काळे नाग भर उन्हात उर्मटपणे हिंडत. बाजूला सारी हवा कुंद करणारे केतकीचे बन होते. पण मीमी म्हणणाऱ्यांची त्या ठिकाणी पाऊल टाकायची हिंमत होत नसे. तर माझा भाऊ तेथे गेला. एका वारुळात मुद्दाम हात घालून माझ्या मांडीएवढा जाड, थाडथाड धडपडणारा साप त्याने बाहेर काढला. ते नुसते पाहूनच माझे पाय थरथरून मी खाली पडलो होतो.’’

‘‘मग पुढे काय झाले?’’ त्याने उत्सुकतेने विचारले.

गारुडी थोडा वेळ तसाच चालला. त्याने खांद्यावरचे ओझे दुसऱ्या खांद्याला अडकवत शांतपणे म्हटले, ‘‘काही झाले नाही. त्याचे काळेनिळे प्रेत चार तासांनी मीच माझ्या हातांनी जाळले. आणि मी? मी इतकी वर्षे जगून आहे!

‘‘तू माझे साप पाहिलेसच. त्यांत एक नाग सोडला तर एकही विषारी नाही आणि त्याचे दात तर माझी बायकोच काढते. कधी एखादा नाग मेलाच तर नवादेखील तीच

पकडत असे. बाकीचे साप काठीने ढोसले तरी हलत नाहीत. आताचा माझा नागसुद्धा थेरडा होऊन कुजक्या दोरीसारखा झाला आहे. हे असले माझे साप! माझ्या सापखेळाकडे पाहून फणसाच्या अंगावर काटा उभा राहणार नाही! मी स्वतः असल्या खेळाला थाळीत एक कवडी टाकली नसती. पण एक गोष्ट मात्र माझ्या बाबतीत खरी आहे. आपल्याला कोणते साप झेपतील हे मी पूर्णपणे ओळखले आहे. मी मुद्दाम वारुळात हात घालून साप बाहेर काढणारा माणूस नाही. मी पिंडाने वीरनायक नाही, हे देखील मी जाणून आहे. तो दुसरा रंगीत साप पाहिलास? तो माझा नव्हे. तो अत्यंत जहरी आहे. न डिवचताच तो आपण होऊन माणसांची टाच फोडतो आणि उभा माणूस तात्काळ आडवा होतो. तो माझ्या बायकोनेच पकडला. पण मी मात्र अद्याप त्याला हातदेखील लावलेला नाही. मला तो आजूबाजूलादेखील नको. मी केव्हातरी त्याची टोपली पाण्यात फेकून देणार आहे. खरे सांगू? मघाशी मी त्याचसाठी समुद्रावर गेलो होतो, आणि नेमक्या त्याच वेळी तू समोरून गेलास. पण आज ना उद्या मी त्याला पाण्यात टाकणार! ती माझी बायको – चारचौघांसमोर आमचे लग्न झाले नाही. मी साप शोधायला गेलो नाही, त्याप्रमाणे बायको शोधायलाही गेलो नाही. माझे काम तू पाहिलेसच. पोरांसाठी नुसत्या माकडचेष्टा. थाळीत चार नाणी जमत नाहीत. पण ही बया मला दोन वेळा बिनतक्रार जेवण देते. मी जसा आहे त्यापेक्षा निराळे व्हावे म्हणून माझ्या पाठीमागे कटकट करत नाही. माणसाला; त्यातही माझ्यासारख्या सुमार माणसाला, यापेक्षा काय जास्त सुख हवे? कशाला त्याने भविष्यात हात खुपसावा? संतापलेला नाग ओढून काढायची ईर्ष्येने का धडपड करावी? हे बघ, तू देव होऊ शकतोस का? मग जा खुशाल पुढे. ज्यांच्या निव्वळ फूत्काराने आभाळ काळवंडेल, असले जहरी साप बाहेर ओढून काढ आणि त्यांना दागिन्यांप्रमाणे अंगावर मिरव. पण ते होणार नसेल तर आपला साप कोणता हे समजूतदारपणे ओळख आणि आपल्या लहानशा टिमकीवर बोटे बडवत उड्या मार. मघाशी तू माझ्या माकडचेष्टा पाहिल्यास ना? तू सरळ मला माकड म्हटलेस तर मला राग तर येणार नाहीच, उलट मला आनंदच वाटेल. सूर्य का उगवतो; आपणाला त्या मंदिरासारखी मंदिरे का बांधता येत नाहीत; मी कोठून आलो? – असल्या गोष्टींबद्दल विचार करीत कुढत बसलेले एक तरी माकड तू कधी पाहिले आहेस? माकडाचे एक राहू दे. मनुष्याखेरीज एक तरी प्राणी असा आहे का की ज्याने तत्त्वज्ञान सांगितले आहे, धर्मस्थापना केली आहे? याचे एकच कारण आहे – तर त्यात्या प्राण्यांना आपला धर्म, आपले तत्त्वज्ञान मिळालेच आहे व माणूस तेवढा अंधारात धडपडत आहे. त्या साऱ्यांनी आपापले साप ओळखून आपले आयुष्य ठरवले आहे. माणूस तत्त्वज्ञान सांगत बसतो, म्हणून तो सगळ्यांपेक्षा शहाणा नव्हे, तर इतर प्राण्यांच्या मानाने तो अत्यंत अडाणी आहे. म्हणूनच तो तत्त्वज्ञान सांगतो. हे बघ, मी आपला एक गावंढळ मनुष्य आहे. माझ्या बोलण्याचा फारसा अर्थ नाही. पावलापुढे पाऊल जोडत गेले की सारे जग ओलांडता येते

हे माहीत असलेला, पण जग ओलांडता आले नाही तर जेथे पावले थबकतात, थांबतात, तेथेच आनंदाने बैठक मारणारा मी एक भटक्या आहे, इतकेच.''

त्याला गारुड्याचे काहीही पटले नाही, पण त्याच्याविषयी आता निराळाच आदर मात्र वाटला. जगात सर्वांत मोठा आकडा कोणता म्हणत उड्या मारणारा गमत्या म्हातारा हाच की काय, याचा त्याला क्षणभर संभ्रम पडला. तो म्हणाला,

''पण त्याचबरोबर आणखी एक गोष्ट आहे, आणि तीच नेमकी तू ध्यानात घेतली नाहीस. तुझा भाऊ नंतर काळानिळा होऊन पडला असेल. तसा तो काळा झाला नसता तर कधीतरी तुझ्यामाझ्याप्रमाणे फिकट पांढरा होऊन तरी तो मरणारच होता. पण तो संतप्त, विषारी साप हातात धरताच त्याला जो धुंद आनंद झाला असला पाहिजे, त्याला काही तोड आहे का? एखादा दगड बाहेर ओढून काढताच डोंगराचा कडा खाली कोसळून त्याच्याखाली मी चिरडून जाईनही, पण हा सारा कल्लोळ माझ्या स्वतःच्या डोळस आणि जाणीवपूर्वक केलेल्या कृतीचा आहे, आपणाला तो हवा होता म्हणून आपण तो निर्माण केला, ही जाणीवदेखील किती उत्कट असू शकते याची तुला कल्पना नाही. त्या क्षणी, आणि तेवढ्याच क्षणी, मीचे मीपण अस्तित्वात असते, असे तुला वाटत नाही? मला स्वतःला तर आपणाला सतत काहीतरी घडत आहे या जाणिवेपेक्षा, आपण काहीतरी मुद्दाम घडवत आहो ही जाणीव फार मोलाची वाटते.''

गारुड्याने हसून त्याच्याकडे पाहिले व म्हटले, ''पाहिलेस? मी तुला पहिल्यांदाच सांगितले होते की शब्दांचा कोणावर कसलाही परिणाम होत नाही. प्रत्येक झाड स्वभावाने वाढते, त्याप्रमाणे प्रत्येक मनुष्य आपल्याच मार्गाने जातो. माझा भाऊ – त्याच्याजवळ नुसते उभे राहिले तरी त्याच्या रक्ताची धग मला जाणवायची. तसाच तू! तुझा मार्ग वेगळा, माझा वेगळा! तुला तांबडा दगड मी दाखवला ना, तो खरोखरच नदीतील दगड आहे. तू हिंदचा उल्लेख करताच सारे आठवले आणि आतडी एकदम गोळा झाली. म्हणून मी तुझ्याबरोबर आलो. तू माझा भाऊच असल्याप्रमाणे मी तुझ्याशी बोललो, आणि तू उत्तर दिलेस, तेदेखील माझा भाऊच असल्याप्रमाणे!''

गारुडी थांबला. पण त्याचे डोळे बारीक झाले. तो पुन्हा हसला व त्याने उडी मारली. हे पाहताच तो चकित होऊन पाहतच राहिला. म्हातारा आता पुन्हा घोळक्यातला गारुडी झाला होता व जणू आपली टिमकीच शोधत होता. ''आता मी इकडे वळणार. घरी बायको काहीतरी शिजवत असेल. मग काहीतरी गिळून अंग मुडपून पडणार मी. आता एक सांग : 'मारल्याखेरीज बोलत नाही, मारणाऱ्याला शापत नाही' याचे उत्तर काय?''

तोदेखील हसला व त्याच्या आयुष्यावरून काळे खवले पडावेत त्याप्रमाणे वर्षे गळून पडली. अगदी लहानपणी तो शेजारच्या टेकडीवर एका मेंढपाळापाशी जाऊन बसे. हा मेंढपाळ मेंढरे सोडून एका जागी गप्प बसून राहत असे. अंगावर जाड कांबळे आणि गुडघ्यासमोर आलेली उंच लांब मान यामुळे तो नेहमी एखाद्या विचारमग्न

गिधाडाप्रमाणे दिसे. आपल्या साऱ्या आयुष्यात तो इतरांशी शंभर शब्द तरी बोलला असेल की नाही कोणास ठाऊक! कोणापाशी काहीही बोलण्याजोगे नसलेला इतका रिकामा माणूस त्याने पूर्वी कधी पाहिला नव्हता. त्याला एकदा तरी बोलके करावे म्हणून तो त्याला गाणी म्हणून दाखवी, गोष्टी सांगे किंवा कोडी घाली. पण मेंढपाळ गोठलेल्या गिधाडासारखा बसे ते कायम! एका हिवाळ्यात सतत दोन दिवस तो टेकडीवरच बसून आहे हे पाहून काळजी करीत काहीजण त्याच्याजवळ गेले. त्यांनी त्याला हात लावताच तो त्याच अवस्थेत बाजूला लवंडला. तो केव्हा बसल्याबसल्याच मेला होता कुणास ठाऊक! त्याचे अंग गारठून जुन्या खोडासारखे झाले होते. बहुतेकांचा जन्म खडा आवाजी असतो. काहींचा मृत्युक्षणही जाताना ढोल वाजवत जातो. पण मेंढपाळाचा मृत्यू मात्र त्याच्या आयुष्याप्रमाणेच अबोल झाला. तो जन्मला त्या वेळीदेखील तो अशाच मूकपणाने या जगात आला असणार! या साऱ्याला एकच अपवाद होता. त्याने एकदा हेच कोडे मेंढपाळास घातले होते. नेहमीप्रमाणेच तो स्तब्ध राहणार असे वाटून तो त्याबाबत विसरूनही गेला होता. पण अकस्मात मेंढपाळाने मान वळवून मोठ्याने म्हटले, ''घंटा!'' घंटेवर खरोखरच एक मोठा टोला बसल्याप्रमाणे वाटणारा त्याचा आवाज ऐकून तो हातभर वर उडाला होता. आज त्याला आठवले, तो आवाज खरखरीत असून त्या आवाजालाही मेंढ्यांचाच दाट लोकरी वास होता...

''याचे उत्तर सोपं आहे. घंटा,'' तो म्हणाला.

गारुड्याने दोन्ही गालांवर बोटे मारून घेतली व तो म्हणाला, ''मला चांगली अद्दल घडली. तुला चकवून मी सोकावलो होतो. तुझे उत्तर बरोबर आहे. या खेपेला तू जिंकलेस. आता बक्षीस म्हणून मी तुला एक मोलाचा सल्ला देतो. आता तू समोरच्या गुत्त्यात जाणार हे मला माहीत आहे. तू जर गेलास तर तिथल्या मालकाविषयी सांभाळून राहा. या शहरात तू कोठेही गेलास तर तुला आता कंगाल झालेले सरदार, राज्यभ्रष्ट झालेले राजे, भिकारी होऊन बसलेले लक्षाधीश दिसतील. पण हा मालक जगावेगळा आहे. त्याने चेहरा अतिनम्र करून बोलायला सुरुवात केली की तेथून पळ काढ. चार महिन्यांपूर्वी त्याने मला सांगितले की आपण सैन्यात होतो म्हणून. पण एक महिना गेला, त्या वेळी आपण दहाजणांच्या तुकडीवर होतो म्हणून मला सांगितले. मग लौकरच तो शंभर सैनिकांचा नायक झाला. आठच दिवसांपूर्वी तो मला सांगत होता, आपण हजार सैनिकांवरील अधिकारी होतो, आपला घोडा पांढराशुभ्र होता, आणि आपल्या तलवारीची मूठ सोन्याची होती! इतक्या भराभर बढत्या मिळवत जाणारा माणूस तुला साऱ्या जगात दिसणार नाही. बरे, येथून आपले रस्ते वेगळे आहेत –''

गारुडी दिसेनासा होईपर्यंत तो पाहत राहिला. एवढ्याच सहवासाने त्याला त्याच्याविषयी फार जवळीक वाटू लागली होती, आणि आता यापुढे तो भेटणारही नाही, या विचाराने त्याला दुःख वाटल्याखेरीज राहिले नाही.

आता अंधारू लागले होते, पण खरी रात्र पडली नव्हती. कोठे काहीतरी खावे असे तीव्रपणे वाटण्याइतकी भूक त्याला अद्याप लागली नव्हती. तेव्हा आणखी थोडा वेळ कोठे घालवावा याचा त्याला विचार पडला. पण मद्यागाराच्या बाजूला सुऱ्या-कटारींचे एक दुकान पाहताच त्याला बरे वाटले. तो सहजपणे तिथे गेला व बाहेर रुंद, मोठ्या खिडकीत टांगलेल्या कट्यारींकडे पाहू लागला.

''तुला कट्यार हवी का? मग आत ये. आत पुष्कळ नमुने आहेत,'' कोणीतरी त्याला जाड भरदार स्वरात म्हणाले. दारात एक धिप्पाड माणूस उभा होता. त्याने उघड्या अंगावर अरुंद पाळ्यांचे नुसते एक कातडी जाकीट अडकवल्याने त्याची रुंद केसाळ छाती पूर्णपणे उघडी होती व तिच्यावर पावशेराएवढा अजस्र ताईत होता.

''छे, खरे म्हणजे मला काहीच विकत घ्यायचे नाही,'' तो किंचित विरमून म्हणाला, ''मी पुष्कळ भटकलो आहे. प्रत्येक देशाचे अन्न निराळे, त्याप्रमाणे त्याची हत्यारेदेखील निराळी असतात. म्हणून मी पाहत होतो इतकेच.''

तो माणूस मोठ्याने हसला व आत येण्याची खूण करून दारातून बाजूला झाला. ''आमचे खरे शौकीन गिऱ्हाईक हेच असते. आमची हत्यारे ही दररोजच्या उपयोगाची नाहीतच. घरी काकडी चिरायची अडचण पडली म्हणून सुरी घेण्यासाठी कोणी माझ्या दुकानात येणार नाही.''

मण्यांचा पडदा बाजूला करून तो आत आला तेव्हा आतील विस्तार पाहून तो भांबावून गेला. उजव्या व डाव्या बाजूंना विस्तृत दालने होती व तेथे जमिनीवर बसून कारागीर सोन्याचांदीची कोरीव कामे करीत होते. त्या माणसाने पलीकडे हात दाखवला व म्हटले, ''आज सुट्टी आहे म्हणून तुला येथे गर्दी दिसणार नाही. पलीकडे भट्ट्या आहेत. तलवारी खऱ्या तिथे जन्माला येतात. पण तुला तिथे उभे राहवले नसते. आपण उजवीकडे जाऊ. त्या ठिकाणी अमीरउमराव, राजपुत्र यांच्यासाठी घडवलेल्या सोन्याचांदीच्या मुठीच्या रत्नखचित तलवारी आहेत. निदान पाहून तरी घे त्या.''

तो नाखुषीने रेंगाळला व म्हणाला, ''मला तलवारी पाहायला आवडेल; दागदागिने नाही! रत्नखचित, जडावाच्या तलवारी करायच्या काय घेऊन? खरे म्हणजे जिथे मूठ संपते, तेथेच खरी तलवार सुरू होते!''

तो धिप्पाड माणूस, खाण्याचे पदार्थ ठेवण्यासाठी जमिनीवर लाल वस्त्र झटक्याने पसरावे त्याप्रमाणे हसला व त्याने जबरदस्त हातोड्याप्रमाणे वाटणारा हात त्याच्या खांद्यावर ठेवला. तो म्हणाला, ''हे मात्र तू लाखातले बोललास. खरे म्हणजे जर तू तिकडे जाऊ या असे उत्साहाने म्हणाला असतास, तर मी तुला पाचदहा मिनिटांतच बाहेर घालवले असते. मखमली, जरतारी म्यान, झगमगणारी मूठ हेच त्यांना मुख्य पाहिजे

असते, कारण कोठे तलवार गाजवायला बसली आहेत ती फोपशी बाळे? त्यांना तलवारीचे पाते शेणाचे असले तरी चालते.''

''थू:!'' त्याच्यामागेच कोणीतरी तिरस्काराने आवाज करताच तो दचकला व त्याने वळून पाहिले. तेथेच एका बाजूला गालिच्यावर एक वृद्ध बसला आहे हे त्याला दिसलेच नव्हते. उभ्या गुडघ्यात डोके खाली करीत पाठ वाकवून तो टिकल्या-टिकल्या डोळ्यांनी त्यांच्याकडेच पाहत होता. माणसाचा चेहरा सुकून इतका मांसहीन झालेला त्याने कधी पाहिलाच नव्हता.

''हा माझा बाप. आणि हो, माझे नाव याकीर,'' तो माणूस म्हणाला, ''तो दहाव्या वर्षांपासून तलवारी करीत असे. त्याचा आग्रह निराळाच आहे. आता आम्ही जे काम करून येथे मांडतो, ते एखाद्या कुंटिणीच्या कामासारखे बेशरम, बाजारी आहे, असे तो मला वरचेवर म्हणतो. त्याच्या पद्धतीने काम करायला लागले की बघायलाच नको. वर्षात एक तलवार होणार आणि तिला गिऱ्हाईक मिळायचे नाही. टीचभर सोन्याच्या तुकड्यावर दहा वर्षे राबत बसायचे दिवस गेले, आता कुलवंत काम टिकत नाही, हे त्याला कधी उमगलेच नाही. गेली वीस वर्षे तो असा बसून आहे, आणि दररोज पाचदा तरी मला म्हणतो, 'थू:' ''

याकीर सांगत होता, पण त्याच्या आवाजात त्याच्या देहाशी पूर्ण विसंगत वाटावे असे कोवळे कौतुक होते.

याकीरने त्याला मुद्दाम शेजारीच असलेल्या आपल्या दालनात आणले व आग्रहाने बसवून लाल द्राक्षांची बशी त्याच्यापुढे सरकवली. तेथील भिंतीवर सर्वत्र उघड्या तलवारी टांगलेल्या होत्या. त्यांपैकी काही जरी पुराण्या दिसत होत्या तरी त्यांच्या स्वच्छ पात्यांवर मात्र कसलीच मरगळ दिसत नव्हती.

''पिढ्यानूपिढ्या आम्ही हा धंदा करतो. फक्त तलवारी आणि कट्यारी. चिलखत, शिरस्त्राण, अंगजाळी काही नाही. ती कामे लोहारांची!'' याकीर अभिमानाने म्हणाला, ''आम्ही तयार केलेल्या काही तलवारी आम्ही मुद्दाम जतन केल्या आहेत.'' त्याने भिंतीवरील एक तलवार उचलली व त्याच्यापुढे धरली.

''ही पाहिलीस? या तलवारीला फारशी धार नसते, कारण ती खुपसण्यासाठी असते. स्नीड लोकांची ही तलवार. ती माणसे लढताना कुस्ती खेळत असल्याप्रमाणे अंगावर उड्या घेतात व पोटात तलवार खुपसतात. ही अर्धचंद्राकार तलवार सिथियनांची. शिरच्छेद करणारी. हिच्या बाहेरच्या धारेवरचा प्रकाश जरी पाहिलास तरी डोळ्यांवर ओरखडे पडतील.''

याकीरने मखमली कापडाचा एक तुकडा हवेत फेकला व तो खाली येत असता त्यातून ती तलवार हलकेच फिरवली. तेव्हा पाकळ्या उमलल्याप्रमाणे तुकड्याचे दोन भाग झाले व सावकाश खाली उतरले. त्यांतील एक उचलून त्याला दाखवत याकीर

म्हणाला, ''कडा पाहून घे. एक सूत बोंदरे दिसणार नाही तुला!''

''थूः!'' वृद्ध चिडून म्हणाला, ''बाजारबसवीचे काम!''

याकीर किंचित हसला व पुढे म्हणाला, ''एका बाजूने दाते असलेली ही तलवार मनरशाह वापरत असे. पोटातून बाहेर येताना सारा कोथळा बाहेर घेऊन येते. पण तू ॲटिकसची तलवार पाहायला हवी. त्याची म्हणजे खरोखर त्याची नव्हे, तर तशीच घडवलेली. त्याची खरी तलवार तो मेल्यावर त्याच्याबरोबर थडग्यात गेली. एका नदीचे पात्र मुद्दाम वळवून कोरड्या जागी त्याचे थडगे बांधले आणि मग पुन्हा नदी वर सोडून दिली. म्हणजे ॲटिकसचे थडगेदेखील कोठे आहे याचा आम्हांला पत्ता नाही. अशी होती त्याची तलवार.''

याकीरने जवळजवळ पुरुषभर उंच अशी अजस्र तलवार उचलली व त्याच्यापुढे आणली. त्याच्या दोन्ही हातांनादेखील ती अवजड वाटली.

''अरे, ॲटिकस होताच तसा जबरदस्त! तो दोन्ही हातांत धरून तलवार फिरवू लागला की कलिंगडी पडल्याप्रमाणे डोकी जमिनीवर पडत. एका प्रहाराने घोड्याची मान तोडणारा स्पिरॅकस काय, आज या नगरात आहे. पण हत्तीचे मुंडके एका घावाने वेगळे करणारा ॲटिकस हा एकटाच.'' याकीरने तलवार उचलून भिंतीवर अडकवली व म्हटले, ''पण गड्या, असल्या लढण्यात कौशल्य नाही. ते खाटीककाम झाले. पण तुला त्याच्या भावाची – अँटोनिकसची तलवार दाखवतो.'' पण यावर याकीर भिंतीवर टांगलेल्या तलवारीकडे न जाता भिंतीत तिजोरीप्रमाणे बसवलेल्या एका कपाटाकडे गेला. ते उघडून त्याने एक गोलाकार पेटी काढली व म्हटले, ''ही आहे अँटोनिकसची तलवार!''

याकीर आपली थट्टा करीत आहे असे त्याला वाटले व तो थोडा अस्वस्थ झाला. ''आणि ही तलवार घेऊन तो शत्रुसैनिकांबरोबर चक्रीदगड खेळत होता वाटते?'' त्याने उपरोधाने विचारले.

याकीर हसून म्हणाला, ''मी तुझी थट्टा करीत नाही. त्या एकट्याचीच तलवार अशी पेटीत गुंडाळून ठेवता येत असे. पाहिलेस?'' त्याने पेटीचे झाकण उघडताच आतील पाते सळसळून झगझगीत झाले व अधीर झाल्याप्रमाणे लवलवू लागले. ''अँटोनिकसचे कौशल्य पाहायला मी त्या वेळी जन्मायला हवे होते,'' याकीर म्हणाला, ''त्याने आपल्या गीतांनी जास्त स्त्रिया जिंकल्या की तलवारीने, हे सांगता येणे कठीण आहे. या तलवारीने तो शत्रूच्या चेहऱ्यावर ओरखडा न काढता त्याची दाढी छाटत असे. एकदा त्याने एका हूण सरदाराच्या कानांतील कुंडलेच तेवढी सफाईने तोडली होती. ही तलवार नाही. तलवार जास्त शुद्ध होत जात शेवटी निखळ, केवळ धार उरावी तशी आहे ती. अधीर, अतृप्त, उसळती धार!''

''त्याला आता माझे काम दाखव,'' वृद्ध घोगरेपणाने म्हणाला व त्याने निव्वळ हाडे

उरलेला हात लांब करून आकड्यासारखे झालेले बोट कपाटाकडे दाखवले.

याकीरने एक निःश्वास सोडला. तो हसत म्हणाला, ‘‘अखेर ते येणारच हे मला माहीत होते.’’ त्याने अँटोनिकसची तलवार पेटीत गुंडाळून ठेवली व आत हात घालून एक कट्यार बाहेर काढली. तिच्यावर फुला-फुलांची कातडी पिशवी होती, पण तिच्यावर ठिकठिकाणी पापुद्रे उलटले होते. तिला सांबराच्या शिंगाची साधी मूठ होती. आणि तिचादेखील एके ठिकाणी टवका उडाला होता. याकीरने एका कापडाने पिशवी पुसली व काही न बोलता त्याच्याकडे दिली. कोणत्याही बाजारात मूठभर पितळी नाण्यांना मिळणारी असली गावठी कट्यार तो मुद्दाम आपणाला का दाखवत आहे हे त्याला समजेना. काही न बोलता त्याने याकीरकडे प्रश्नार्थक मुद्रेने पाहिले.

‘‘स्त्रीची किंमत तिच्या मिठीवरून करू नको; तलवारीची किंमत तिच्या मुठीवरून करू नको, अशी आमच्यात एक म्हण आहे. जरा उघडून तरी पाहा,’’ याकीर म्हणाला.

त्याने कट्यार बाहेर काढली आणि त्या तेजस्वी, वजनदार, गडद निळ्या पात्याकडे पाहताच त्याचे भानच हरपले व विस्मयाने त्याने आवंढा गिळला. त्याने कट्यारीची मूठ पकडली व हात सरळ ताठ करून तिच्याकडे पाहिले. जातिवंत शस्त्र पाहताच एखाद्या योद्ध्याला किंवा शिकाऱ्यालाच जाणवणाऱ्या धुंद आनंदाने त्याचे अंग मोहोरले, आणि एखादा नाहीसा झालेला अवयव परत येऊन पुन्हा शरीराशी एकजीव होऊन गेला असे वाटून त्याचे डोळे चमकले.

‘‘हे पाते इतके नितळ, निळे आहे, ते फक्त लोखंडाचे आहे?’’ त्याने बावरून विचारले. एखाद्या चिरतरुण देवकन्येने समुद्रस्नानासाठी पूर्ण विवस्त्र होऊन पाण्यात उतरावे त्याप्रमाणे ते पाते दिसत होते व त्यातील देदीप्यमान ज्योत जाणवत होती.

‘‘लोखंडाचे नव्हे, अस्सल पोलादाचे आहे,’’ कमरेवर हात ठेवत याकीर म्हणाला, ‘‘माझ्या बापाने आयुष्यातले काम थांबवले, त्या वेळी त्याने केलेली ही शेवटची कट्यार आहे. निव्वळ स्वतःच्या आनंदासाठी केलेली. एखादा मूर्तिकार संगमरवरी मूर्ती घडवतो, शिल्पी मंदिर रचतो, तशी केलेली ही माझ्या बापाची शेवटची कट्यार. त्यानंतर त्याने हातोड्याला हात लावला नाही की भट्टीचा जाळ अंगावर घेतला नाही. आम्ही दूर दऱ्याखोऱ्यांतील माणसे! माझा बाप येथे येईपर्यंत त्याने मेणा पाहिला नव्हता, समुद्र पाहिला नव्हता, आणि रेशमी वस्त्र म्हणजे काय हे त्याला माहीत नव्हते. पण पिढ्यान्‌पिढ्या आम्ही शस्त्रे करत होतो, शस्त्रे जमवत होतो. पोलादाला आकार देण्यासाठीच आमच्यात पुरुष जन्माला येत, आणि अशा पुरुषाशी लग्न करण्यासाठीच मुली जन्म घेत. हे शस्त्रकाम म्हणजे एक धार्मिक व्रत असे, विधी असे. कारागिराने आधी महिनाभर गहू व दूध याखेरीज काही आहार घ्यायचा नसे. पोलाद प्रथम सात दिवस मोराच्या रक्तात भिजत ठेवायचे. मग भट्टीत तापवून त्यास दिवसभर ठोके द्यायचे. तो तुकडा पसरून लांब झाला की तो दुमडून पुन्हा एक करावा लागे. त्यानंतर चौदा दिवस तो

हरणाच्या रक्तात भिजत ठेवून मग पुन्हा एक दिवस भट्टीकाम. शेवटच्या तीन दिवसांसाठी चित्त्याचे रक्त लागे, पण शेवटच्या दिवशी जे काम करावे लागे, त्याच्या ताणाने पोलादी हात असलेली माणसेदेखील चिरडून जात. आमच्या गावाशेजारी एक लहान नदी खडकावरून उडी घेते व खाली लहानसा डोह आहे. हिवाळ्यात या ठिकाणी इतकी थंडी असते की अंगातली हाडे आतल्याआत पिचू लागतात. कडेच्या दिवशी पोलाद त्या डोहाशेजारीच तापवावे लागे. मग ते थंड बर्फाळ वाऱ्यात फिरवून थंड करायचे, मग पुन्हा तापवून डोहाच्या पाण्यात थंड करायचे. असे हे सूर्यास्त होईपर्यंत चाले. त्याच रात्री मग पात्याला सहाण लावली की सकाळी पात्याकडे पाहताना धुराने काळ्या केलेल्या काचेतून पाहावे लागे. नाहीतर डोळे जळून जातील. आता बोल, असल्या तलवारी, कट्यारी मी आज करत बसू? रक्ताने भरलेल्या बुधल्यांचा वास अद्याप माझ्या नाकातून जात नाही, पण मी आता मोराहरणांचे रक्त शोधत हिंडू? आणि शेवट काय, तर असल्या कट्यारीला आज बाजारात एक दिनार किंमत यायची नाही!''

''थूः!'' वृद्ध चिडून म्हणाला, ''एडक्या! तिला कट्यार, कट्यार म्हणू नको! तू उद्या वाघालादेखील पट्ट्यापट्ट्याचे मोठे गावठी मांजर म्हणशील! तिला सेरिपी म्हण.''

''सेरिपी?'' तो गोंधळून म्हणाला व अकस्मात भयाने त्याचे सर्वांग थरथरले. सापाचे डोके अचानक पकडल्याप्रमाणे त्याचा हात थरथरला व नकळत पुन्हा त्याच्या तोंडून उच्चार झाला, ''सेरिपी!''

''होय, आमच्या जमातीतील तो एक जुना शब्द आहे,'' याकीर म्हणाला, ''म्हाताऱ्याला चिडवण्यासाठी मी मुद्दामच वरचेवर कट्यार, कट्यार म्हणतो.'' त्याने डोळे मिचकावले.

पण त्याचे याकीरकडे लक्ष नव्हते. त्या पात्याच्या निळ्या मोहिनीने तो खिळल्यासारखा होऊन तिच्याकडे पाहत राहिला होता. ते एकदा हाताला चिकटल्यावर त्याला आता विभक्त करणे केवळ अशक्य आहे असे त्याला वाटले. त्याने एकदम विचारले, ''तू ही विकत देतोस? काय किंमत आहे त्याची?''

''थूः!'' वृद्ध संतापाने म्हणाला, ''म्हणे, विकत देतोस? ती आता माझ्याबरोबर माझ्या शेजारी मातीत जाईल. विक तुझी आई!''

वारुळाप्रमाणे त्याच्या मनावर चढलेला बधिरपणा एकदम खाडकन उतरला व रक्त उसळून तो संतापाने वृद्धाकडे वळला. पण याकीरने त्याचा दंड पकडला व हळूच म्हटले, ''म्हाताऱ्याचा आता जिभेवर ताबा नाही. त्याला माफ कर.'' त्याने त्याला वळवले व बाहेर चलण्याविषयी खूण केली. त्या दालनाच्या मागच्या दाराने बाहेर आल्यावर तेथे थोडी मोकळी जागा होती व तेथील कुंपणाचे फाटक ओलांडले की रस्त्यावर जाता येत होते. लगेच दारात जमिनीत पुरलेला एक लाकडी खांब होता व त्याला पिवळी चोच व काळे अंग असलेला एक अगदी लहान सुबक पक्षी असलेला पिंजरा अडकवला होता.

जाताना याकीर तेथे थांबला व त्याने एक बोट पिंजऱ्याला धरताच पक्षी दांडीवरून उतरला व आपली सोन्याची चोच त्यावर हलकेच घासू लागला.

मोकळ्या हवेत आल्यावर त्याला बरे वाटले, पण पिशवीत ठेवलेली कट्यार परत करण्यास मात्र त्याची बोटे तयार होईनात. तेव्हा त्याने उतावीळपणे विचारले, ''विकतोस ही कट्यार? मी वीस दिनार देईन.''

त्याचा हात सोडून याकीर भिंतीला टेकून उभा राहिला. ''विकायला माझी ना नाही. गेली वीस वर्षे ती तशीच पडून आहे. आणि तिच्या खऱ्या किमतीला आता गिऱ्हाईक देखील मिळणार नाही. पण मी ती विकेन ते तुझ्या दिनारांसाठी नव्हे. नाण्यांची किंमत कोणाला? ज्यांच्याजवळ तितकी नाणी नाहीत त्यांना! नाहीतर सोन्यासारख्या बडेजावी धातूचा काहीसुद्धा उपयोग नाही. मला जर विचारशील तर पोलादाचे एक पाते सोन्याच्या डोंगरापेक्षा अब्रूदार असते. मी ज्याप्रमाणे शस्त्रे गोळा करतो, त्याप्रमाणे अंगठ्याही गोळा करतो. तुझ्याकडे माझे प्रथम लक्ष गेले ते तरी तुझ्या बोटात ती अंगठी आहे म्हणून. तसली अंगठी मी पूर्वी एकदाच पाहिली होती, पण ती त्या वेळी समुद्रातून वाहून आलेल्या एका प्रेताच्या हातावर होती. ती अंगठी तू मला देशील तर कट्यार तुझीच आहे.''

त्या शब्दांनी तो जागच्याजागी स्तंभित झाला व त्याची जीभ निर्जीव झाली. हातातील अंगठीकडे पाहताच त्याला सगळ्याचा विसर पडला. ही अंगठी अशा परक्या मुलखात परक्याला देऊन टाकायची? मग त्या नारिंगाच्या बागेतील भेटीचे काय? तसल्या सुगंधी आठवणी सहजासहजी आयुष्यावरून उतरवता येतात का?

तिला बागेत भेटायला बोलावून आपला निर्णय सांगण्यापूर्वी त्याने सतत विचार केला होता, बेचैन मनाने समुद्रकाठ अवेळी तुडवला होता, आणि आता माघार घेणे केवळ अशक्य आहे याची पूर्ण जाणीव झाल्यावरच त्याने निर्णय घेतला होता. आपण मुलूख सोडून जाणार हे सांगताच ती संतापली नाही की चिरडून गेल्याप्रमाणे ती हुंदकेही देऊ लागली नाही.

''हे असे होणार हे मी एक महिन्यापूर्वीच जाणले होते,'' ती म्हणाली होती, ''तुझ्या मनाची असह्य वेदना माझ्यापासून लपवून ठेवण्यासाठी तू फार प्रयत्न केलेस, तरी मी मात्र ती केव्हाच ओळखली होती. ठीक आहे. त्या बाबतीतील निर्णय अखेर तुझा तुलाच घेतला पाहिजे, कारण असला क्षण इतका एकाकी असतो, की तेथे आता मला देखील कसले स्थान नाही हे मला माहीत आहे. पण नंतर कधीतरी, भविष्यकाळात, तुझ्या मनातील वादळ शांत झाल्यावर, तुझी पावले इकडे वळव.'' तिने मग आपली अंगठी काढून त्याच्या बोटात घातली होती. ''ही अंगठी मी तुला आठवणीसाठी देत नाही. असल्या गोष्टींनीच ज्याची आठवण राहू शकते ते आठवण ठेवण्याच्या किमतीचे नसतेच. ही तुझ्याजवळ असली की तू कधीतरी इकडे परत येशील असे मला वाटते इतकेच. मी आता जाते.''

मागे एकदाही न पाहता ती निघून गेली. तिने एकदाही, देठ वळवून कमळ इकडे फिरावे त्याप्रमाणे हात उंचावून बोटे हलवली नव्हती. तिच्या टाचा हिवाळ्यात पिसे लालसर होऊ लागलेल्या लहान मधपक्ष्याच्या छातीसारख्या होत्या. तिच्या अनवाणी टाचा आता असले दोन पक्षी अदबीने लवत मागच्या मागे सरकून निघून गेल्याप्रमाणे गर्द झाडीत निघून गेल्या, आणि चंद्राचा प्रकाश झाडांमधून पाझरताच त्याला जमिनीच्या स्पर्शामुळेच वास मिळाल्याप्रमाणे आता राईत नारिंगाच्या फुलांचा गंध असलेले चांदणे मात्र उरले. काही वेळा लहान मुलीप्रमाणे हट्टी व लहरी, हरणाप्रमाणे लाघवी, तर अनेकदा वाऱ्याप्रमाणे लाडिकपणे सतावणारी अशी ती नाटकी – पण आता ती एकदम बदलून आडोशातील ज्योतीप्रमाणे शांत होऊन निघून गेली.

तिची ही अंगठी देऊन टाकायची? आत मृत्यूच्या जिभेसारखी भीषण शस्त्रे, स्वतःची इतकी सुखदुःखे घेऊन जाणारी माणसे घोळक्यात एकाकी हिंडत असता पूर्ण निर्विकार राहिलेला हा परक्या देशातला परका हमरस्ता – येथे, या ठिकाणी ही चांदण्याचे शिंपण झालेली, नारिंगाच्या फुलांच्या वासाची अंगठी देऊन टाकायची?

कस पाहण्यासाठी दगड पुढे यावा त्याप्रमाणे आयुष्यात असा एक क्षण समोर येऊन रोखठोक उभा राहतो. अशा वेळी कोण निर्णय घेत असते? मग काही माणसे सुरक्षित सुखी घरदार टाकून, खेळण्यासारखी गलबते अमर्याद सागरात टाकून अनावर ओढीने कोठेतरी वेड्याप्रमाणे निघून जातात. आभाळाला भिडलेल्या पर्वतशिखरांवर जाण्याची ईर्ष्या स्वीकारतात. कधी आपल्या गावाची वेस न ओलांडलेला माणूस दोन मदारींच्या उंटांचा मोर, हस्तिदंत, खडीसाखर, केशर आणि दालचीन लादून चाललेला कारवा पाहताच आपल्या माणसांचा निरोपदेखील न घेता त्याच्याबरोबर चालू लागतो, आणि बगदाद, समर्कंद, इस्पहान, तास्कंद, सिंकियांग, पेकीन असल्या जादूच्या रस्त्याने भटकत कोठेतरी दिक्कालापलीकडे विरून जातो. किंवा एखादा माणूस जगाकडे पाठ वळवून अंधाऱ्या प्रयोगशाळेत, निरनिराळे द्रव उकळत, जे अद्याप माहीत नाही ते माहीत करून घेण्यासाठी प्रचंड थडग्यातील जिवंत प्रेताचे एकाकी, हिणवलेले, वाळीत टाकलेले आयुष्य खुषीने जगतो. असल्या क्षणी निर्णय घेणारा कोण असतो? आणि तो कशाच्या आधारे निर्णय घेतो?

असल्या हकिकती ऐकल्या की मागे त्याला वाटे, कसली ही वेडी माणसे! अंगणातल्या झाडाची सावली सोडून परमुलखात रखरखीत ऊन पीत हिंडणारी ही माणसे! पण त्याच्या स्वतःच्याच आयुष्यात अंगावरील कवच फोडणारा असा क्षण आला होता तेव्हा त्याला त्यांचे वेड उमगले होते व तो स्वतःशी म्हणाला होता – त्यात आणखी मी एक! त्याने कोणाचाही निरोप घेतला नाही, आपली म्हणून एक वस्तू उचलली नाही, आणि हिवाळ्याचा प्रवास सुरू करणाऱ्या पाखराप्रमाणे तो निघाला होता. नारिंगांच्या राईमधून वळताना त्याला वेदना झाल्या नाहीत असे नाही. पण आता

त्याला वाटले, आपण मुद्दाम सन्मुख झालो तेव्हा हा क्षण अटळच होता. आणि एकदा तिकडे पाठ वळवल्यानंतर तिच्या अंगठीकडे पाठ वळवणे इतक्या यातनेचे का व्हावे बरे?

त्याच्या मनातील खळबळ थांबली. त्याने झट्‌दिशी अंगठी काढली व याकीरला दिली. याकीरने ती हातात घेऊन तिच्यावरील माणकाचे झाकण उघडले. त्या खाली किंचित पोकळी होती व त्यात अत्तराचा वाळलेला फाया होता. याकीरने त्याचा किंचित वास घेतला व तांबड्या भिंतीसारखा त्याचा चेहरा सुगंधी वाऱ्यात हरवल्यासारखा झाला.

''यास्मिनचा वास!'' कोवळ्या आवाजात तो म्हणाला, ''माझ्या धर्मात चार गोष्टी सांगितल्या आहेत, तुला माहीत आहे? मेहेंदी वापरावी, दात स्वच्छ ठेवावेत, बायको आणावी, आणि अत्तरांचा शौक करावा. यांतील एक मला या जन्मी जमणार नाही. बायकोकडून कधी लगाम घेणार नाही हा याकीर. मित्रा, सराईमध्ये थोडा वेळ राहून निघून जायचे असते; तेथे घरटे करायचे नसते!''

''तू मला कट्यार दिलीस खरी,'' तो म्हणाला, ''पण तुझा बाप – त्याला काय सांगणार तू?''

याकीर थोडा पुढे झाला व हलक्या आवाजात म्हणाला, ''खरे सांगू? केव्हा एकदा ही कट्यार घरातून जाते असे मला झाले होते. ती तुझ्याजवळ आहे तोपर्यंत घरात पैसा यायचा नाही, असे आई मला सतत म्हणे. ते थोडे खरे होते की काय असे मला अलीकडे वाटू लागले होते. आणि आता बापाचे काय – अगदी थोड्या दिवसांचे राहणे उरले आहे त्याचे. मी तुला दुसरी पिशवी देईन. या पिशवीत एखादी गावठी कट्यार घालून त्याला दाखवले तरी चालेल. तू ते पाहिलेस की नाही कुणास ठाऊक! तो पूर्णपणे आंधळा आहे. आणखी एक सांगतो. ही कट्यारच काय, मला हे सगळेच एकदा फुंकून टाकायचे आहे. बापाच्या धाग्यामुळे मी इतके दिवस येथे गुलाम होऊन पडलो, पण नंतर मात्र माझा पाय तेथे राहायचा नाही. इतके दिवस मी तलवारी केल्या; आता मला तलवार वापरायची आहे. हातात तलवारी व खाली परीच्या दातासारखा शुभ्र अरबी घोडा – यासारखे आयुष्य नाही. ज्या ठिकाणी गुराखी हिरे घेऊन खेळत असत ते अर्शियासारखे साम्राज्य गेले. नव्या, रुंद, विलक्षण नावाच्या नद्या ओलांडून आम्ही हूण लोकांना चिरडले – आणि त्या वेळी मी कोठे होतो? तर या ठिकाणी तलवारी बडवत होतो! पण अद्यापही साम्राज्ये आहेत. अर्शियाच्या पलीकडे अनॉलियम आहे. वानिशिया आहे. हाताला मनगट असले की तलवारीला क्षितिज नाही. हे सारे माझ्या देशासाठी, माझ्या लोकांसाठी, असे मात्र समजू नको. तसले ओझे घेऊन युद्धभूमीवर हा याकीर जाणार नाही. तसले वेड असते ते माणसाच्या मनात; तलवारीच्या नव्हे. आणि युद्ध लढले जाते ते मनाने नव्हे तर तलवारीने. तलवारीला कसली आली आहे सदसद्विवेकबुद्धी! निव्वळ

सज्जन, सद्गुणी आहे म्हणून यशस्वी झालेला एक तरी दिग्विजयी तू मला दाखवू शकतोस? आणि पराभूत झालेले का सगळे एकजात भेकड, दरोडेखोर होते? पण गुणगान कोणाचे, जयजयकार कोणाचा तर विजयी झालेल्यांचा! एक लक्षात ठेव. तलवार विजयी झाली तर सारे सद्गुण बटिकांच्या घोळक्याप्रमाणे मागे लागून येतात. युद्ध म्हणजे पंचवीस हजारांनी दहा माणसांना चिरडणे नव्हे किंवा कपटाने पाठीत खंजीर खुपसणे नव्हे. हत्ती ढकलून उंदीर चिरडण्याला मी युद्ध म्हणत नाही. तर समोरासमोर आपल्या तोलाचा प्रतिस्पर्धी असावा. त्याला मारण्याची तुला जेवढी संधी आहे, तेवढीच तुला मारण्याची संधी त्याला असली पाहिजे. आणि मुख्य म्हणजे त्यात एकाचा मृत्यू अटळ असला पाहिजे. तो किंवा मी! मृत्यू परीक्षक असल्याखेरीज लढणे म्हणजे जनानखान्यातील गुलामांनी एकमेकाशी केलेले आचरट चाळेच होत. कदाचित शिकारीत मी फार सुखी झालो असतो. शिकार म्हणजे सशासांबरांची नव्हे – तर वाघ-सिंहांची, उन्मत्त झालेल्या हत्तींची शिकार! मृत्यू त्यांच्या विक्राळ डोळ्यांत हजर असतो. मग तो तेथून उतरून आपल्याकडे येतो, की मागे सरून आपल्याकरवी त्या प्राण्याचाच नाश करतो, हे नंतर ठरवले जाते. पण मला येथे वाघसिंह मिळणार कोठे? हां, तर काय सांगत होतो, तोलामोलाचा सावध शत्रू समोर असावा आणि मग संग्रामही अशा दिलदारपणे करावा की आपली तलवार त्याच्या गळ्यात रुतली असतानाही अगदी कडव्या दुष्मनानेसुद्धा म्हणावे, 'अरे हा माझा वैरी जर माझा दोस्त असता तर माझ्या भाग्याचा स्वर्गाला हेवा वाटला असता. पण मला त्याच्या खालोखाल भाग्य मिळाले आहे. माझ्या वाट्याला असा नेकीचा वैरी आला!' हे सगळे माझ्या चालत आलेल्या धर्माप्रमाणे पाप आहे. पण गड्या, प्रत्येक मनुष्य स्वतःच एक धर्मसंस्थापक असतो. तोच संस्थापक आणि तोच अनुयायी, आणि पहिली निष्ठा या स्वतःच्या धर्माशी असते. शत्रूच्या रक्तातून पांढरा घोडा धावत असता त्याचे पाय गुडघ्यापर्यंत लाल व्हावेत – बस्स, हा माझा स्वर्ग आहे! हां, कधीतरी दुसऱ्या एखाद्या याकीरचा घोडा माझ्या रक्तात नाचूनही लाल होईल – आणि तोदेखील माझ्या स्वर्गाचाच एक भाग आहे. कोणाचे मांस काय, रक्त काय, कधी वर जात नाही. ते खाली जमिनीकडेच जाते. ते कसे खाली टाकायचे, एवढेच फार तर आपणास ठरवता येते. म्हणजे एकंदरीने काय, जर तू पुन्हा कधी भटकत इकडे आलास तर याकीर तुला येथे दिसणार नाही. तो कदाचित जिवंतही असणार नाही. तो, त्याची तलवार, आणि आता ही अंगठी असतील परक्या आभाळाखाली, परक्या मातीवर, किंवा कोण जाणे, परक्या मातीत!''

बाजूच्या पिंजऱ्यात नाजूक हालचाल झाली व तेथे स्वराच्या दोनचार काड्या फेकल्यासारखे झाले. तो आवाज ऐकताच याकीरचा नूर बदलला व एखाद्या उत्सुक लहान मुलाप्रमाणे जाऊन त्याने पिंजरा काढला व त्याच्यासमोर आणला.

''अंधार झाला की याला आत जायचे असते व आपले दररोजचे एक लाल द्राक्ष

खायचे असते," तो कौतुकाने म्हणाला. त्याने हलकेच तो पक्षी बाहेर काढला व पंजात धरला. त्या अजस्र पंजात तो जवळजवळ दिसेनासाच झाला. याकीरचा आवाज एकदम हळुवार झाला. "याच्याविषयी मात्र मला फार काळजी वाटते. समज, मी सारे फुंकून चालू लागलो तर पुढे याचे काय? हा पक्षी फारसा गात नाही. सकाळ झाली की, आडव्यातिडव्या सुया हलवून लोकर विणावी, त्याप्रमाणे पाच मिनिटे तो सुरांच्या रेषा काढतो. पण त्यामुळे मला आमचे जुने घर आठवते, डोंगर दिसतात, दरीत घुमणारा वारा आठवतो. पाच वर्षांपूर्वी मी मुद्दाम आमच्या मुलखातून त्याला आणला. आता त्याला आंघोळीला स्वच्छ पाणी पाहिजे, रात्री लाल द्राक्ष पाहिजे, प्रकाशाची ऊब पाहिजे. मी जर निघालो तर याचे काय? येथे कोणाला देऊन टाकला तर त्याला लगेच रश्शात शिजत टाकतील. त्याला परत सोडले तर इतर पक्षी टोचून मारतील. त्यामुळे अनेकदा काय वाटते सांगू? हा पक्षीदेखील आपण जायच्या आत मरून जावा —" याकीर एकदम थबकला व उत्साहाने म्हणाला, "तू भेटलास तेव्हा मला एक जुना मित्र भेटल्यासारखे वाटले. माझी भेट म्हणून तूच का घेऊन जात नाहीस हा पक्षी?"

त्या आकस्मिक विनंतीमुळे तो प्रथम गोंधळला, पण लगेच म्हणाला, "इतकी सुंदर भेट स्वीकारायला तुला माझ्याइतका नालायक माणूस साऱ्या जगात शोधून मिळाला नसता! मी एक भटक्या माणूस. उद्याचे माझे जेवण कोठे होईल, हे माझे मलाच माहीत नाही, आणि याला माझ्याकडून लाल द्राक्ष मिळत राहणार? म्हणजे तू सांगितल्यापेक्षाही जास्त क्रूर शेवट होईल त्याचा!"

याकीरने निःश्वास सोडून म्हटले, "तेही खरेच म्हणा. पण काही झाले तरी तो उपाशी मरणार नाही की लोकांचे खाणे होणार नाही. याची मी काळजी घेतल्याखेरीज जाणार नाही. अगदीच काही नाही तर नुसते बोट जोरात दाबले तरी त्याचा सगळा हट्ट संपून जाईल. स्वतः प्रेम केलेल्या वस्तूचा स्वतःच नाश करण्याचा प्रसंग कधी येऊ नये! पण अनेकदा खरे प्रेम दाखवण्याचा एकच मार्ग उरतो आपल्यापुढे!" त्याने पक्षी परत पिंजऱ्यात ठेवला व त्यासह आत जात म्हणाला, "जरा थांब, तुला नवी पिशवी देतो."

परत येऊन याकीरने त्याला कट्यारीसाठी नवी पिशवी दिली व जुनी परत घेतली. नंतर त्याने आपले रुंद खांदे हलवले व आवेगाने त्याचा हात आपल्या हातात घेतला. दोन द्रोह्यांनी आणाभाका केल्याप्रमाणे त्यांनी एकमेकांच्या खांद्यांवर हात थोपवले व त्याने याकीरचा निरोप घेतला. रस्त्यावर येताना त्याला वाटले — हा देखील आणखी एक!

तो रस्त्यावर आला तेव्हा सतत जाणवत असलेली रुखरुख एकदम प्रबळ झाली. त्याने कमरबंदामध्ये सेरिपी खोचली तेव्हापासून ती टोपली उघडून बाहेर पडलेल्या नागाप्रमाणे सरकू लागली होती. सेरिपी इस्कहार एली! सेरिपी म्हणजे कट्यार — ही,

आपल्याजवळ असलेली कट्यार. मग आपल्या भुताची दुसरी दोन पावले काय आहेत? तीनही पावले मिळून कोठे जाणार आहेत?

आता तो मद्यागारापाशी आला होता. त्याच्या दाराशी तीन मोठ्या मशाली जळत होत्या व जवळच मद्यपात्र आणि द्राक्षांचा घोस यांचे चित्र होते. रस्त्यावरची वर्दळ आता बरीच कमी झाली होती. ये-जा करणारी माणसे निळसर धुक्यातून सरकत असल्याप्रमाणे दिसत, व रस्त्याच्या दुतर्फा खांबावर असलेल्या दगडी पात्रात जळत असलेल्या प्रकाशात ती आली, की एकदम जागी झाल्याप्रमाणे वाटत. आता त्याला भूक लागल्याची जाणीव झाली व तो मद्यागारात वळला.

आतील वातावरण धूप, मद्याचा धुंद वास आणि किणकिण संगीताचा ध्वनी यांनी दाटून गेले होते. तो आत येताच एक वृद्ध लगबगीने समोर आला व त्याने त्यास नम्रपणे लवून अभिवादन केले. ‘‘तुमच्यासारख्या थोरांनी येथे पदस्पर्श करावा, ही माझ्या भाग्याची परमावधी आहे! तुमच्या इतमामाला शोभेल असे आदरातिथ्य करणे माझ्यासारख्या क्षुद्राला कसे शक्य आहे? कदाचित वीस वर्षांमागे ज्या वेळी मी पन्नास हजार सैन्याचा अधिनायक होतो त्या वेळी या क्षुद्राला तुमची योग्य ती तैनात राखता आली असती. पण सरदार, येथे जे आहे ते सर्वस्वी आपल्या सेवेसाठीच आहे. माझ्या हृदयावर पाऊल ठेवून आत येण्याची या धूलिकणावर कृपा करावी,’’ तो म्हणाला.

तो थोडा हसला व आत जाण्यासाठी वळला तेव्हा वृद्धाने त्याच्या खांद्यावर हात ठेवून त्याला थांबवले व हलक्या पण अगदी रोकड आवाजात म्हटले, ‘‘पण कमरबंदामध्ये नाणी आहेत ना? नाहीतर फुकट खाणाऱ्यापिणाऱ्यांसाठी मी येथे चार पहिलवान बाळगून आहे! बदाम फोडल्याप्रमाणे ते हातापायांचे सांधे मोडू शकतात, हा त्यांचा सर्वांत किरकोळ गुण आहे!’’

यावर तर तो मोठ्याने हसला. त्याने एक नाण्यांची पिशवी काढली व वृद्धापुढे खुळखुळवली. वृद्धाचा चेहरा उजळला व अत्यंत नम्र अभिवादन करीत तो म्हणाला, ‘‘तुमची मेहेरबानी दर्याएवढी आहे!’’

आत येताच तलम सुगंधी धुरामुळे प्रथम काही दिसेना. मध्यभागी टांगलेले झुंबर तर अधांतरीच तरंगत असल्याप्रमाणे दिसत होते. नंतर त्याच्या डोळ्यांना सवय झाली. मंद प्रकाशात खाली गालिच्यावर ठेवलेल्या अनेक आसनांवर फळे खात पुष्कळशी माणसे रेलली होती. उजव्या बाजूला एक लहानसा रंगमंच होता. तो आत आला तेव्हा खंजिरीवर थाप पडली व पितळी झांज खणखणले. बासरीचा मधुर आवाज सुरू होताच, अंगावर रंगीत मण्यांच्या पट्ट्यांचे वस्त्र असलेली एक गोरीपान तरुणी अंग वळवत रंगमंचावर आली. तिचे हात भोवतीभोवती जाळांच्या जिभेप्रमाणे लवलवत होते, व दर पदाघाताबरोबर बोटांवर घातलेल्या तिच्या नख्या एकमेकींवर आपटून तिच्या नृत्याला नादाचा ठेका मिळत होता. ती अगदी त्याच्याजवळ आली व तिच्या उग्र अत्तराने त्याला

भोवळल्यासारखे झाले. तिने लवचिकपणे आपले अंग त्याच्याभोवती वळवले व बोटे सुरम्याने कोरलेल्या डोळ्यांभोवती पसरत, त्याच्याकडे रोखून पाहिले. मण्यांच्या रंगीत पट्ट्यांनी अर्धवट झाकलेले अंग, रेखीव काळे निर्दय डोळे – त्याला वाटले अगदी हेच आपण आणखी कोठेतरी पाहिले आहे. त्याला रंगीत सापाची एकदम आठवण झाली व तो नकळत एक पाऊल मागे सरकला. तेच डोळे, तेच रंगीत अंग! त्याचे अंग शहारले व त्याला वाटले, आपल्या भोवती सतत हिंडणारी भुते आता हळूहळू रूपरंग तर धारण करू लागली नाहीत ना? विणकामातील धागे जलद एकत्र येत आहेत? भव्य मंदिरात शब्द उमटले : 'सेरिपी इस्कहार एली!' शब्दांनंतर निर्माण झाला तो सेरिपीचा निळा तेजस्वी लखलखीत उद्गार! रंगीत सापाने प्रथम डोके दोन इंच वर केले, आता तो उभा राहून वेटाळत आहे, आपली लांब नखे चेहऱ्यासमोर आणत आहे...

तो झटकन पुढच्या गर्दीत शिरू लागला, तेव्हा शेजारच्या मेजाशेजारीच अस्ताव्यस्त बसलेल्या एकाने त्याचा हात धरला व त्यास मेजापाशी बोलावले.

''मित्रा, त्या हातात आणि त्या काळ्या डोळ्यांत एकदा गुंतलास की एक नाणे राहणार नाही अंगावर! तेव्हा सावध राहा. आता तुला टेकायलाही जागा मिळणार नाही. तेव्हा येथेच बस. संकोचू नकोस. आता हे माझे मित्र माणसासारखे दिसत नसतील, पण चारपाच सुरयांमागे ती माणसे कशी काय होती, याची ओळख करून देतो मी.''

तो किंचित संकोचानेच बाजूला बसला. सैल मखमली झगा घातलेला अगदी कडेला बसलेला वयस्क माणूस सोडला तर बसलेले बाकी सारे समवयस्क दिसत होते, आणि पहिल्या नव्या दाढीमिशा गेलेल्या तरुणांत हिरवटपणा जाऊन जो आत्मविश्वास दिसतो, तो त्यांच्यात होता. ज्याने त्याला बोलावले होते त्याच्या चेहऱ्यावर तर खानदानी कळा होती, आणि ऐषआरामी तजेला तर त्याच्या सुखवस्तू अंगावरून निथळत होता. त्याने आपले अस्ताव्यस्त सोनेरी केस चेहऱ्याभोवती मुद्दाम कुरळे केले होते व त्याच्या उजव्या मनगटावर सोन्याचे जाड कंकण होते.

''हां, तुला सगळ्यांची ओळख करून देतो,'' तो म्हणाला, ''माझे नाव क्रिसस. तो कोपऱ्यात उशीसारखा माणूस आहे ना, तो एक जवाहिऱ्या आहे. पण जवाहिऱ्या हा शब्द फार गंभीरपणे घेऊ नको. त्याला हिरा आणि हिरडा यांतला फरक समजत नाही. बाप ज्या गतीने पैसा कमावतो त्यापेक्षाही जास्त गतीने तो पैसा उधळणाऱ्या तरुणाला या ठिकाणी जवाहिऱ्या म्हणतात. त्याच्या बाजूला तुझ्यासारख्याच मिशा ठेवलेला माणूस आहे तो घोड्यांचा व्यापारी आहे. तो आपल्या धंद्यात फार हुशार आहे. अरे, एकदा सूर्याच्या रथासाठी तीन पायांचे शिंगरू खपवले त्याने. नगरातील चौकामधला घोड्याचा दगडी पुतळा त्याने आतापर्यंत पाच माणसांना विकला आहे, हे फारसे आश्चर्याचे नाही, कारण गवतावरचा घोडा घेऊन तो विकण्याचा तो प्रयत्न करीत असल्याचे मी प्रत्यक्ष पाहिले आहे. त्याची पद्धत अशी आहे : समज, तुझ्याकडे एक जातिवंत घोडा आहे. तर

तो तुझ्याकडे येईल, नाक दाबून येईल, चेहरा वेडावाकडा करेल व तुझा हा घोडा नसून एक मळकट मांजरच आहे, अशी तुझी खात्री पटवील व तो तुझ्याकडून मातीमोलाने घेईल. मग त्याच ठिकाणी तो घोडा कसा अलेक्झांडरच्या घोड्याच्या रक्ताचा आहे याचे वर्णन करीत, तुझा घोडा तुलाच विकून दिनारांचे पोते घरी घेऊन जाईल. तेव्हा माझा एक इशारा ध्यानात ठेव : तुझा एखादा घोडा असेल तर तू आणि हा माणूस यांच्यात सात समुद्रांचे अंतर ठेव. त्याच्या शेजारचा तर त्याचाच भाऊ, पण तो सैन्यात अधिकारी आहे. मी अधिकारी म्हटले, सैनिक नव्हे, हे तू स्पष्ट ऐकलेस ना? धोक्याच्या जागेपासून अनेक योजने दूर राहून इतक्या कडव्या त्वेषाने लढणारा दुसरा अधिकारी तुला साऱ्या देशात मिळणार नाही. जगात असा कोणताही महान त्याग नसेल की जो हा आपल्या सैनिकांकडून करवणार नाही. असे कोणतेही साहस नसेल की तो अत्यंत संथ धैर्याने त्यांना करायला सांगणार नाही. आणि या कर्तृत्वाबद्दल त्याला इतके मानसन्मान मिळाले आहेत की ते सारे एकत्र दाखवायचे म्हटले तर शहराची तटबंदी पुरायची नाही. अधिकारी होण्यापूर्वी त्याचा हात इतका चलाख होता की भोक पाडून बैलाच्या गळ्यात बांधलेले तांब्याचे नाणे त्याच्यापासून सुरक्षित नव्हते. आता बघ, तो आपल्या घोड्याच्या पायांत सोन्याचे तोडे घालतो. तो आपले घोडे अर्थात आपल्या भावाकडून घेत नाही हे तर जगजाहीर आहे –''

तो अधिकारी मनमोकळेपणाने हसला व इतरांनीही त्याला साथ दिली. या ठिकाणचा उबदार मोकळेपणा पाहून त्याचेही मन सुखावले व तो आता ऐसपैस बसला.

''त्याच्या बाजूला आहे ना, तो आहे कवी. त्याच्यापासून जरा सांभाळून राहा. फट म्हणताच तो आपल्या कविता बाहेर काढतो. तो जर कविता वाचून दाखवू लागला तर त्याचे तोंड बंद करण्यासाठी तू जर त्याला प्यायला दिलेस, तर मात्र घोडचूक करशील. कारण शुद्धीवर असताना जर तो कविता वाचत असेल तर प्याल्यावर तो त्या गाऊ लागतो. आणि गायनाविषयी आपला नम्र सेवक काय बोलणार? पण तो गात असता एकदा मी त्याच्यापुढे कोंबडीचे अंडे धरले, तर पाच मिनिटांत ते निवडुंगाप्रमाणे काटेरी झाले!''

''ही गोष्ट मात्र पूर्ण सत्य आहे,'' घोड्याचा व्यापारी म्हणाला, ''कारण नंतर त्यातून निर्माण झालेला काटेरी कोंबडा मी प्रत्यक्ष बघितला आहे. एवढेच नाही तर अंगात खिळे टोचून घेऊन राहणारा महान तपस्वी म्हणून त्याच्यामागे पन्नास कोंबड्या लागल्या होत्या, याबद्दलही मी साक्ष देईन.''

त्यावर कवीसह सारे मनमुराद हसले. सारा वेळ शांत बसलेल्या वयस्क माणसाच्या चेहऱ्यावर स्मित दिसले.

''आता हा कवी आपल्या कविता कोणालातरी वाचून दाखवण्यासाठी अगदी उतावीळ झाला आहे. त्याच्या डोळ्यांतील हिंस्र चमक माझ्या चांगल्या परिचयाची

झाली आहे. त्याच्या हातात कागदाची सुरळी नुसती दिसली की त्यापुढे पैसे टाकून लोक त्याला शरण येतात. हातात तशी कोऱ्या कागदाची सुरळी घेऊन साऱ्या देशभर त्याने एक नाणे खर्च न करता प्रवास केला आहे. आता माझ्या बाजूला उंच, हडकुळा माणूस बसला आहे, तो आहे तत्त्वज्ञ. सारे तत्त्वज्ञ हडकुळे का असतात, हे गूढ मला कधी उलगडले नाही.''

''ते तुला कधीच उलगडणारही नाही! तत्त्वज्ञ विचार करतात म्हणून ते बारीक असतात. तशा तऱ्हेचा प्रसंग तुझ्यावर कधी आलेला दिसत नाही!''

''उलट, मला तर असे म्हणायचे आहे की, हडकुळा व गालफडे पुढे आलेलाच माणूस तत्त्वज्ञ होतो, इतर माणसे जगतात,'' कवी म्हणाला.

पण त्याच्याकडे तुच्छतेने पाहत तत्त्वज्ञ क्रिससला म्हणाला, ''खरे म्हणजे तुझ्यामधून पूर्ण मापाचे दोन तत्त्वज्ञ काढता येतील व उरलेल्यामधून गाढवाच्या कानाची जोडपट्टी देऊन नाटकात गाणी करणारा एक बच्चा कवीदेखील तयार करता येईल!''

''हां, मात्र तसे करताना त्याचा सगळा मेंदू कवीतच घालायला विसरू नको, नाहीतर तुझे काम फुकट जाईल. मेंदू असल्याशिवाय कवीला जगता येत नाही. उलट मेंदू असला की तत्त्वज्ञ जगत नाही!'' कवी म्हणाला.

''पण तत्त्वज्ञाला मेंदूचे वावडे असते असे तू का म्हणतोस?'' दोन द्राक्षे तोंडात कोंबत जवाहिऱ्याने विचारले.

''ते तुला नाही समजायचे. तू तत्त्वज्ञही नाहीस आणि तुला मेंदूही नाही,'' कवी हसत म्हणाला, ''अरे, मेंदू असला तर तो तत्त्वज्ञ होईलच कशाला? व्हायच्या किंवा करायच्या इतर गोष्टी जगात काय कमी आहेत?''

''थांबा, मी अद्याप बोलत आहे. हे सभ्य मद्यागार आहे की बायकांचा पाणवठा आहे?'' क्रिससने विचारले, ''– तर हा तत्त्वज्ञ आहे. आता हा बगळ्यासारखा बसला आहे, पण त्याला कोठेही टोचून बघ, मद्याचा कारंजा उडेल. इतर माणसे हसत असता तो रडतो, आणि इतर रडत असता तो लिहितो. तू आभाळाचा रंग निळा आहे असे म्हटलेस, तर तो निर्विवाद हिरवा आहे, असा तो तात्काळ वादविवाद सुरू करतो. पाणी हे मद्य आहे आणि मद्य हे पाणी आहे, हे तो तुला केव्हाही सिद्ध करून दाखवील. पण हा माणूस अस्सल धूर्त आहे. प्यायच्या वेळी मात्र तो खरे मद्यच घेईल हो! अगदी सर्वांत कडेला अद्यापही संकोचाने बसलेला आमचा अनुभवी मित्रदेखील फक्त व्यापारीच आहे असे त्यानेच मला सांगितले. पण खरे म्हणजे आम्हांला त्याच्याविषयी काहीच माहिती नाही. तू येण्यापूर्वी थोडाच वेळ, तू जसा झालास तसाच तोही आमचा मित्र झाला आहे–''

त्या व्यापाऱ्याने सैल लोकरी झगा घातला होता व त्याच्या डोक्यावर उंच निमुळती टोपी असून तिच्या बुडाशी त्याने निळ्या रंगाचा हातरुमाल गुंडाळला होता. त्याने बसल्याबसल्याच वाकून सर्वांना अभिवादन केले व तो पुन्हा खाली पाहू लागला. त्याचे

मद्यपात्र भरले होते, पण त्याने अद्याप एक थेंबही घेतला नव्हता.

पण तो आल्यापासून जवाहिऱ्या त्याच्याकडे सारखा पाहत होता. तो एकदम म्हणाला, ''थांबा, तुम्ही आल्यापासून मी सारखा आठवत होतो. आता आठवले मला मी तुम्हांला कोठे पाहिले ते! आज दुपारी एका बाजारबसवीने गच्चीतून उडी घेतली की ती पडली, कोणास ठाऊक. पण तिच्या एकाकी पडलेल्या प्रेतावर वस्त्र पसरून, तिच्या प्रेताची व्यवस्था लावायला मूठभर दिनार देणारे तुम्हीच ना?''

व्यापाऱ्याने मान वर न करता होय म्हटले, पण पुढे तो बोलला नाही.

''मग तर आमचा नवा मित्र येथला नाही आणि आमच्यापैकी नाही,'' क्रिसस म्हणाला, ''आम्ही ते प्रेत दिवसभर पडू दिले असते. हा जवाहिऱ्या तिच्या अंगावरील दागिन्यांची किंमत करीत थांबला असता. तिचे प्रेत वाहून नेण्यासाठी कोणाला स्वस्तात एखादा घोडा पाहिजे का, हे विचारत घोड्याचा व्यापारी घोळक्यात फिरला असता. या कवीने एक ओलीचिंब कविता लिहिली असती. तत्त्वज्ञाने मृत्यूबाबत चार उद्गारचिन्हांचे उद्गार काढले असते, व आपण आणि आपले सैनिक येथे नसताही येथे रस्त्यावर स्त्रियामुले यांची प्रेते दिसतात हे कसे, याचे अधिकाऱ्याला आश्चर्य वाटले असते. असो. मित्रा, आता तू आपल्याविषयी सांग.''

''माझ्याविषयी सांगण्याजोगे काहीच नाही,'' तो म्हणाला, ''मी खूप भटकलो आणि अजूनही चारी दिशांना जाण्याला मोकळा आहे. माझा असा व्यवसाय नाही, त्यामुळे कोणताही व्यवसाय माझाच आहे. मी कोठेही जायला मुक्त आहे खरा, पण मी कोठे जाणार हे मला तेथे गेल्यावरच समजते.''

''वा, असला निस्संग माणूस आम्हांला हवा होताच!'' क्रिसस आपुलकीने म्हणाला. पण त्यावर इतरांनी आरडाओरड करून गोंधळ केला. जवाहिऱ्या म्हणाला, ''हे फार अन्यायाचे आहे, क्रिसस. इतरांना तू टाचणीवर धरून सगळ्यांना दाखवलेस आणि तू स्वतः मात्र सुटलास. ते चालायचे नाही! तू तुझी ओळख करून दे.''

''मी स्वतःविषयी काय बोलणार?'' क्रिसस छातीवर हात ठेवून नाटकीपणाने म्हणाला, ''म्हणजे विनय आड येतो असे नव्हे. एक सद्गुण म्हणून विनयाला मी काडीचेही महत्त्व देत नाही. बहुतेक माणसांच्या बाबतीत विनय म्हणजे स्वतःच्या वैगुण्यांची प्रामाणिक, खरीखुरी कबुलीच असते, तर इतर अगदी थोड्या लोकांच्या बाबतीत ते एक ढोंग, एक नाटक असते. मी बापाची, बापाच्या बापाने मिळवलेली संपत्ती मोठ्या आनंदाने उपभोगत आहे. कारण संपत्ती ही अशा भोगासाठीच असते. मग ती आपणच श्रमाने मिळवलेली असली पाहिजे, असा माझा संकुचित आग्रह नाही. संपत्तीने मी इतरांचे श्रम विकत घेतो, या तक्रारीलाही अर्थ नाही, कारण त्यासाठीच मुळी संपत्ती जन्माला येते. ज्या समाजात ऐषआरामाविषयी आसक्ती असलेला, रिकामा वेळ असलेला वर्ग अस्तित्वात नाही, त्या समाजात कधी कला वाढत नाहीत. चोवीस तास

शेतात हाडे झिजवत असलेल्या लोकांत शेकडो वर्षे लागणारी मंदिरे किंवा तीसचाळीस वर्षे लागणारे पुतळे काय घडणार, कपाळ! काय तत्त्वज्ञ, तुझे म्हणणे काय आहे?''

यावर तत्त्वज्ञ उत्साहाने पुढे सरकला, पण त्याचे बोलणे थांबवत क्रिसस म्हणाला, ''मला वाटलेच होते की तू अगदी मूर्ख आहेस म्हणून! तुझे मत काय म्हणताच असे लगेच आपले मत सांगायला पुढे सरसावायचे नसते! आणि श्रमाविषयी तर मला घृणाच आहे. माणसाचे श्रम कमी करतकरत शून्यावर आणते ही खरी संस्कृती. हातपाय काही राबण्यासाठी नाहीत. पाय नृत्याकरिता आहेत, तर हात इतर कलांकरिता आहेत, आलिंगनासाठी आहेत. अगदी नाइलाज म्हणूनच फार तर कष्ट करावेत, पण त्या वेळी शरमेची जाणीव असावी. श्रमाचे कसले आले कौतुक? खरूज आहे म्हणून खाजवावे फार तर, पण खरजेला अलंकार समजणे पूर्ण भाबडेपणाचे आहे! आयुष्य अमुक आहे, या नजरेने मी त्याच्याकडे पाहत नाही. कारण, मुळात मलाच कसला आकार नाही. मद्य ज्या भांड्यात घालावे त्याचा आकार घेते तसा माझा आकार! माझ्या लहानपणी आमच्या घराशेजारी एक तळे होते. त्यातल्या पाण्यावर सतत पिवळसर तरंग दिसे. पण मी मात्र त्याच्याकडे तासन्तास पाहत बसे. कारण, त्यात एका क्षणी हत्तीची रांग दिसे, पण वाऱ्याची झुळूक आली की हत्ती जाऊन शेकडो सैनिक लढत असल्याचे दिसे. झाडे, पक्ष्यांचा थवा, उतरणीवर मेंढ्या सोडून उभा असलेला मेंढपाळ, एखादे गलबत, सारे त्यात दिसे. मी स्वतः दगड टाकून अथवा काठीने आकार निर्माण करण्याचा प्रयत्न केला नाही, कारण ते मला नको होते. आयुष्यातही मी असाच वाऱ्याला शरण आहे. शेवटी आपल्याला कोणता आकार येणार, हे उत्सुकतेने पाहत मी आयुष्याच्या काठावर बसून आहे. काहीतरी क्षुद्र घटना आपण घडवण्यापेक्षा मोठ्या घटना घडत असलेल्या पाहणे, हे मला जास्त आनंदाचे आहे. थोडक्यात म्हणजे, मी गवतात पडून ढग न्याहाळणारा माणूस आहे. पण ते जाऊ दे. माणूस स्वतःविषयी ऐकवू लागला की शेवटी आपणच एकटा श्रोता होण्याची पाळी येते. हं, बोल, तू काय पिणार?''

त्याने हसून मान हलवली व म्हटले, ''खरे म्हणजे मला काहीतरी खायला पाहिजे म्हणून मी येथे आलो. मला मद्य वर्ज्य आहे.''

''मग तू आम्हांला पाजणार तरी काय?'' अधीरपणे जवाहिऱ्याने विचारले.

''माफ करा मित्रांनो,'' मान हलवून तो पुन्हा म्हणाला, ''तुमच्या आनंदावर डाग टाकण्याची माझी इच्छा नाही. पण मद्याच्या बाबतीत इतरांनाही आतिथ्य दाखवणे माझ्या श्रद्धेविरुद्ध आहे. पण आपण सगळ्यांना जर काही खायची इच्छा असेल –''

पण त्याचे उरलेले शब्द कवीच्या जोरदार विव्हळण्यात विरून गेले. कवीने कपाळावर हात मारला व म्हटले, ''व्यर्थ माझा जन्म! असला माणूस याच डोळा पाहण्याचे माझ्या नशिबी आले! पीतही नाहीस; पाजतही नाहीस! अरे, तू माणूस आहेस की बाटलीचे बूच आहेस? मग माणसाचे सोंग तरी कशाला घेतलेस?''

‘‘तसे पाहिले तर आपण सगळेच माणसांची सोंगे घेऊन जगात वावरत असतो, कारण –’’ तत्त्वज्ञाने सुरुवात केली, तेव्हा जवाहिऱ्या साऱ्या मद्यागाराला ऐकू जाईल एवढ्या मोठ्याने ओरडला, ‘‘आणि त्यात ही भर! अरे, कोणी तरी धावा आणि या तत्त्वज्ञाच्या तोंडात एक सफरचंद कोंबा!’’

‘‘तोंड बंद केल्याने विचारांचा उच्चार थांबेल, पण विचारांचा जन्म थांबणार नाही; मी नाही तर दुसरा कोणीतरी हे विचार जगापुढे मांडेलच. मानवाच्या इतिहासाचे तुम्ही सूक्ष्म आणि निःपक्षपाती जर परीक्षण केले –’’ निधडेपणाने तत्त्वज्ञ बोलू लागला, तोच कोणीतरी द्राक्षांचा एक घोस त्याच्याकडे फेकला. तो नेमका त्याच्या तोंडावर आदळला. तत्त्वज्ञाने शांतपणे त्यातील दोन टपोरी द्राक्षे तोंडात टाकली.

क्रिससने सलगीने त्याच्या खांद्यावर हात ठेवला व म्हटले, ‘‘मित्रा, ज्याने मद्य कधी घेतले नाही, त्याने आयुष्यातील एक अद्वितीय अनुभव यावा म्हणून ते घेतले पाहिजे. ज्याने ते घेतले आहे, त्याने तो आनंद पुन्हा मिळावा म्हणून ते घेतले पाहिजे. द्राक्षधर्म हा एकच एक धर्म आहे की ज्याच्या संस्थापकाला अनुयायी मिळवण्यासाठी चमत्कार करून दाखववावे लागले नाहीत, की शब्दांच्या अवडंबराचे तत्त्वज्ञान निर्माण करावे लागले नाही. तो एकच धर्म असा आहे की ज्याचे अनुयायी धार्मिक होताना चार दिवस पाण्यात पडलेल्या प्रेतांसारखे दिसत नाहीत. मी नासक्या धान्यातून किंवा काकवीतून फसफसून येणाऱ्या आगपाण्याविषयी बोलत नाही. ते डुकरांसाठी असते. मी या द्राक्षरसाविषयी बोलत आहे.’’ त्याने एक अतिशय नाजूक स्फटिकपात्र उचलून त्याच्यासमोर धरले. त्यात आता हळूहळू कठीण माणिक तयार होत आहे असा भास निर्माण करणारा लाल रंग किंचित हलत होता. ‘‘या लाल रंगात काय नाही? ही द्राक्षे जेथे जन्मतात, त्या जमिनीचा गंध व तेथल्या सूर्यप्रकाशाची ऊब यांचा रंगीत संगम त्यात आहे, आणि आमच्या देशासारखी गंधित माती आणि येथल्यासारखा सुखकर सूर्यप्रकाश साऱ्या पृथ्वीवर तुला दिसायचा नाही.’’

‘‘हिंदच्या अत्तरांचा शौक करावा, डोळ्यांनी सूर्यनेत्र पाहावा आणि अल्थीयाच्या ओठांना ओठांनी जागे करावे व रात्रीच्या अंधारावर व्हलेनिमच्या दरीमधील या लाल मद्याची मखमल पसरून आयुष्यातील एक दिवस तरी अमर करावा –’’ जणू स्वतःशीच म्हणत असल्याप्रमाणे कवीने सुरुवात केली, तोच तत्त्वज्ञाने उरलेला द्राक्षघोस त्याच्या कपाळावर आदळला.

या साऱ्यांच्या खेळकरपणामुळे तो अधिकच सुखावला. त्याला वाटले, सारी रात्रच अशी गेली तरी आपली हरकत नाही. धीवर खरेच आपली वाट पाहत राहील का? का सकाळी तो गलबताजवळ येईल? आला तर आला, नाही तर नाही. मग पुन्हा आपली भ्रमंती तरी सुटत नाही. सेरिपी इस्कहार एली. कोणास ठाऊक सेरिपीपलीकडे आपणाला जाताही येणार नाही. आणि मग सेरिपीच्या निळ्या पात्याचा अर्थदेखील समजणार नाही.

‘‘ही अल्थीया कोण?’’ त्याने एकदम विचारले.

या प्रश्नामुळे तरुणांच्या घोळक्यात एकदम शांतता पसरली व कवीने आपला चेहरा दोन्ही तळव्यांनी झाकून घेतला. सगळेजण त्याच्याकडे टक लावून पाहू लागताच तो गोंधळला व क्रिससकडे पाहू लागला.

पण क्रिससचे त्याच्याकडे लक्ष नव्हते. प्रार्थना करत असल्याप्रमाणे हात जोडून क्रिसस म्हणाला, ‘‘हे परमेश्वरा, या माणसाला उचल आणि ताबडतोब तुझ्याच शेजारी त्याला अढळ स्थान दे! तो इतरत्र शोभणार नाही. असली माणसे जर तू येथे मोकाट सोडशील तर ती सुरवंटाप्रमाणे आमच्या आयुष्याची पालवी कुरतडून टाकतील!’’ नंतर त्याने त्याला प्रथमच पाहत असल्याप्रमाणे पाहून घेतले व डोळे मोठे करीत भेदरल्यासारखा चेहरा करून झटक्याने स्फटिकपात्र रिकामे केले.

‘‘परमेश्वर तसे न करील तर काय! त्यानेच तर असली माणसे निर्माण करून ठेवली आहेत! आणि विशेष म्हणजे, असल्या हद्‌पार लोकांसाठीच तर स्वर्ग नावाची वसाहत आहे!’’ तत्त्वज्ञ म्हणाला.

‘‘म्हणजे निवड करण्याचाच जर प्रसंग आला – तुझ्या बाबतीत तो येणार नाहीच म्हणा – तर तू स्वर्गाची निवड करणार नाहीस तर?’’ जवाहिऱ्याने भोळेपणाने विचारले.

‘‘म्हणजे निव्वळ हवामानाचा विचार केला तर तसा ठीक आहे स्वर्ग!’’ विचार करीत तत्त्वज्ञ म्हणाला, ‘‘पण संगतसोबत या दृष्टीने दुसरी जागा जास्त मसालेदार वाटते. सतत स्वर्गात राहिल्याने, सतत त्याच त्या चिकट शब्दांत स्वतःची स्तुती ऐकत राहिल्याने साऱ्या विश्वात परमेश्वराइतकी अगदी कंटाळून गेलेली दुसरी व्यक्ती नसेल!’’

‘‘होय ना!’’ क्रिसस म्हणाला, ‘‘म्हणून तर तो वरचेवर येथे येतो. त्याचे येणे हे तुझ्यामाझ्यासारख्याला सोडवण्यासाठी नसतेच. ते असते स्वतःची तात्पुरती तरी सुटका करून घेण्यासाठी!’’

‘‘तू चुकलास, क्रिसस,’’ तत्त्वज्ञ म्हणाला, ‘‘त्याचे येणे एका दृष्टीने तुझ्यामाझ्यासारख्याला सोडवण्यासाठीच असते, कारण परमेश्वर तसा फार दयाळू आहे. तो आला की प्रत्येक वेळी टेहळणी करतो व काही माणसांना नेऊन स्वर्गात बसवतो. म्हणजे तो आपली थोडी सुटकाच करीत नाही का?’’

क्रिससने त्याला एकदम मिठी मारली. तो म्हणाला, ‘‘मित्रा, पाच वर्षांपूर्वी तू गाईची धार काढल्यावर तिच्या अंगातील दूध कमी होऊन भांड्यात जमा होते, असे बोलला होतास, त्यानंतर तू आजच प्रथम काहीतरी सुसंगत बोलत आहेस. याचे एकच कारण आहे. तू अजून पुरता भरला नाहीस. तेव्हा तू माझ्या खर्चाने पीत राहा.’’

‘‘मी आल्यापासूनच तुझ्या खर्चाने पीत आहे. माझ्या मद्याचा खर्च माझ्या स्वतःच्याच पैशाने व्हावा असा माझादेखील संकुचित आग्रह नाही,’’ तत्त्वज्ञ हसून म्हणाला.

"मी काही भलताच प्रश्न विचारला का?" त्याने नम्रपणे विचारले.

"भलता म्हणजे अतिशय भलता!" क्रिसस म्हणाला, "मुशाफिराने यावे व या नगरात दोन गोष्टी पाहाव्यात. त्यांतील एक आहे अल्थीया. मी तिचे वर्णन काय करू? पाचूचे तेज अश्रूमधून पाहावे, चंद्राचे प्रतिबिंब स्तब्ध तलावात न्याहाळावे, अमरंथ फूल कुसकरून त्याचा वास घ्यावा, आणि रत्नदीपाचा प्रकाश रेशमी जाळीदार पडद्यातून मंदपणे शय्येवर येत असता तेथे आपल्या शेजारी अल्थीयाचे सौंदर्य जाणावे!"

"ती स्वतः धुंद तारुण्याचा शब्द असल्यामुळे शब्दापलीकडे आहे. तिची साधी हालचाल म्हणजे नृत्य आहे, आणि तिचे लाल ओठ म्हणजे तर या द्राक्षांचे तीर्थस्थान आहे —" कवी म्हणाला व त्याने अंगावरील सैल वस्त्रात हात घालून कागदाची सुरळी बाहेर काढली. तेव्हा इतका वेळ स्वस्थ पडलेल्या घोडे-व्यापाऱ्याने ताड्कन उडी मारली व ती सुरळी हिसकावून चुरगळून दूर फेकून दिली. "अल्थीयाचे नाव माहीत नसलेला हा मुशाफीर, आणि त्यात भर म्हणजे तुझ्या कविता! एखाद्या बुजगावण्याचेदेखील मडके फुटून जाईल!" आपल्या जागेवर बसताबसता घोडे-व्यापारी रागाने म्हणाला.

"बरे. आणखी दुसरी गोष्ट कोणती? ती समजली तर पुन्हा अशी चूक होणार नाही."

"आता तिच्याबद्दल सांगून उपयोग नाही," क्रिसस म्हणाला, "आज ना उद्या अल्थीया तुला पाहायला मिळेल. पण ही दुसरी वस्तू पाहायला तुला तीन वर्षे थांबावे लागेल. एका दृष्टीने तू दुर्दैवी आहेस. जर आपली भेट काल झाली असती तरी मी ती तुला सूर्यास्तापर्यंत दाखवू शकलो असतो. ती गोष्ट म्हणजे मंदिरातील स्कहार रत्न! सूर्याचा एक डोळा खाली पडावा त्याप्रमाणे वाटणारे तळहाताएवढे लाल रत्न. स्कहार म्हणजेच सूर्यनेत्र. अर्शियामध्ये ते एका भव्य मूर्तीच्या डोळ्यात होते. मग अर्शियाचा विध्वंस झाला आणि ते येथे आले. दर तीन वर्षांनी ते एकदाच बाहेर येते आणि सूर्योदयापूर्वी पुन्हा तळघरात जाते आणि तीन वर्षांत एकदा येणारा दिवस तर रात्र उलटल्यावर संपून जाईल!"

"इस्कहार रत्न?" कानांवर विश्वास न बसून त्याने विचारले. पण त्याच्या प्रश्नामुळे सारेजण सैलावल्याप्रमाणे होऊन एकदम हसू लागले.

"इस्कहार नव्हे; – स्कहार," क्रिसस म्हणाला, "तू पूर्वेकडचा माणूस आहेस की काय? तिकडच्या माणसांना सुरुवातीला सचे जोडाक्षर असले की आधी इ म्हटल्याखेरीज ते उच्चारताच येत नाही. आता तर या नगरात तसे बोलणारे शेकडो गुलाम आहेत."

"माझे आयुष्य तसे भटकण्यातच गेले आहे, त्यामुळे माझी स्वतःची अशी भाषा नाही. मला स्वतःला स्कहार सरळ म्हणता येते. परंतु मी आजच एके ठिकाणी इस्कहार शब्द ऐकला होता —"

“मग तो बोलणारा खात्रीने पूर्वेकडचाच असला पाहिजे. माझा एक गुलाम आहे. तो स्किलारला इस्किलार म्हणतो.” जवाहिऱ्या म्हणाला व एकदम हसू लागला.

“तरी तू भाग्यवान आहेस. त्यांतल्या काही अडाण्यांना तर सरळ र देखील म्हणता येत नाही,” तत्त्वज्ञ रडवा चेहरा करून उदासपणे म्हणाला, “माझा एक नोकर स्किलारला इस्किलाड म्हणतो! नशीब माझे!”

त्यावर सगळेजण एकमेकांवर रेलून हसू लागले. क्रिसस म्हणाला, “तुला यातली गंमत तशी समजणार नाही. अरे, स्किलार म्हणजे नाटक, पण इस्किलार म्हणजे प्रेताभोवती करून ठेवलेल्या पिवळ्या पिठाच्या लहानलहान स्त्रीपुरुषांच्या बाहुल्या. प्रेत रात्री उठते व त्या बाहुल्या एकेक खाऊन टाकते, अशी एक समजूत या ठिकाणी आहे. आणि इस्किलाड म्हणजे –” तो पुन्हा उसळून हसला. “जरा इकडे ये. मी तुझ्या कानात इस्किलाडचा अर्थ सांगतो.” मग क्रिससने त्याच्या कानात सांगण्याचा आविर्भाव करत पण सगळ्यांना ऐकू जाईल एवढ्या मोठ्यानेच त्या शब्दाचा अर्थ सांगितला. “इस्किलाड म्हणजे सम्राटाच्या मनरंजनासाठी खास सादर केलेला हिजड्यांचा नाच!”

परंतु आता त्याचे लक्ष त्यांच्याकडे नव्हते. आजूबाजूचे सगळे चेहरे एकदम विरळ झाल्याप्रमाणे अस्पष्ट झाले होते व त्यांच्याभोवती दाट धुके पङ्क्यापङ्क्याने फिरत आहे असे त्याला वाटू लागले होते. रंगमंचावरील निळसर धुरात रंग असलेले अंग मधूनच वळतवळत असल्यासारखे दिसत होते व त्यात मध्येच काळ्या डोळ्यांचा चेहरा दिसून लगेच नाहीसा होत होता. साऱ्या जमिनीतून वाफाऱ्याप्रमाणे अविरत येत असल्याप्रमाणे ताणलेले अधीर संगीत सर्वत्र थरथरत होते. सेरिपी; इस्कहार; पितळी नख्यांचा किणकिण आवाज, निळसर धुरात आतबाहेर होणारे रंगीत सर्पशरीर, वाट पाहत असलेले, पण घाई नसलेले काळे डोळे...

त्याची होती ती भूकही एकदम मेली व त्याला आता तेथे बसवेना. तो उठला व जाण्यासाठी निघाला.

“अरे, अरे, थांब; रात्र अद्याप मुरली नाही. तिला असे टाकून द्यायचे नाही,” कवी म्हणाला, “थोडी गीते तरी ऐकून जा. निआलम रिमी सने अल्थीया... व्हेसिलिए सिएप निझास – अल्थीया, तुझे डोळे ग अतिविषारी, पण त्या विषावर तोडगादेखील तुझ्याचपाशी आहे – तो तुझ्या ओठांचा –”

त्याने विमनस्कपणे मान हलवली व म्हटले, “नको, आता जाऊ दे. सकाळी मला गलबतावर लौकर जायचे आहे.”

त्याच्या आवाजातील धार जाणवून क्रिसस शांतपणे म्हणाला, “जशी तुझी इच्छा!”

त्यावर त्याला एकदम अपराधी वाटले व तो नम्रपणे म्हणाला, “मित्रा, मला क्षमा कर. वेळ असता तर सारी रात्र मी येथेच काढली असती. तुमच्यासारखे सोबती मला पूर्वी

कधीच मिळाले नाहीत. उद्या मी दूर देशात जाईन, पण मला तुमची अशी आठवण राहील – निळ्या आभाळाचा आणि मद्यासारख्या गडद समुद्राचा हा देश; येथील लोक नेहमी सूर्यप्रकाशास सामोरे जातात; ते देहाला एक जिवंत थडगे न मानता एक तंतुवाद्य समजतात. आणि स्त्री-पुरुषांनी ओठावर ओठ ठेवले तर ते त्यांना भीषण पाप वाटत नाही. कारण त्यांचा पिंड संन्याशाचा नसून रसिक भोक्त्याचा आहे!''

''आता सुखाने जा. अनीव्हियोला, अनीव्हियोला!'' क्रिसस म्हणाला, ''अनीव्हियोला म्हणजे गोड मध्यरात्र. त्याचा खरा अर्थ म्हणजे द्राक्षाचा साधा रस ज्या क्षणी मद्य होतो तो जादूचा क्षण!''

त्यावर त्याने साऱ्यांना लवून अभिवादन केले व तो झटकन निघाला.

''तो आला व न पिता न गाता निघून गेला,'' कवी म्हणाला, ''एखाद्या रुक्ष धर्मसंस्थापकाचा योग्य मृत्युलेख होईल हा!''

''धर्मसंस्थापकाच्या बाबतीत आणखी थोडी भर घालावी लागेल,'' तत्त्वज्ञ म्हणाला, ''तो आला, न पिता न गाता निघून गेला, आणि जर तुम्ही गाऊ किंवा पिऊ लागाल तर माझी सावली तुमच्यावर पडेल, असा त्याने इतरांना शाप दिला!''

या साऱ्या संभाषणात लोकरी झगा घातलेल्या व्यापाऱ्याने काही भाग घेतला नव्हता. त्याचे मद्यपात्र पुन्हा भरले होते की काय कोणास ठाऊक, पण ते त्याच्यापुढे पूर्ण भरलेलेच होते. तोदेखील जायला उठला व त्याने लवून सगळ्यांना अभिवादन केले. पण तो जात असता त्याला कोणीही थांब म्हटले नाही.

''ज्याला स्वतःची संगत एवढी आवडते त्याला कशाला अडवा?'' क्रिसस म्हणाला.

रंगमंचावरील नृत्याची लय वाढली होती. आणि अति ताणल्याप्रमाणे संगीत विलक्षण जलद, आसुसलेले, उतावीळ झाले होते. नर्तिकेचे अंग जास्त गतीने वळत निळसर धुक्यात वेगाने फिरू लागले होते. ती शेवटच्या झेपेत आपल्या रोखानेच येऊन आपणाला वेटाळून टाकणार, असे त्याला एकदम वाटू लागले. तो घोळक्यातून वाट काढत बाहेरच्या मोकळ्या जागेत आला तेव्हा आवळलेला गळा मोकळा झाल्याप्रमाणे झाले. मालक अद्याप दाराशीच रेंगाळत होता. तो येताच अत्यंत प्रेमळपणाने मालक पुढे झाला व त्याने त्यास कवटाळून मिठी मारली व म्हटले, ''मित्रा, एवढ्यातच चाललास? की आणखी कोणती जास्त महत्त्वाची गाठभेट आहे? अरे, चालायचेच. तारुण्य आहे. पुन्हा येशील त्या वेळी हा तुझा नम्र सेवक तुझ्या तैनातीला तयार असेल.''

त्याला कसेबसे बाजूला करून तो बाहेर पडला, तेव्हा मालकाने त्याच्या सैल वस्त्रातून चलाखीने काढलेली पिशवी उलटी करून पाहिले. पण तिच्यात कुरळ्या सोनेरी केसांचा एक वळसा, वाळून गेलेली काही फुले आणि चंदनाचा एक तुकडा, यांखेरीज काही मिळाले नाही.

''चेहऱ्यावरून भोळा दिसला, पण अट्टल दरोडेखोर दिसतो!'' मालक रागाने म्हणाला, ''त्याने नाणी दुसरीकडेच ठेवली आहेत की!''

तो बाहेर पडून चालू लागला तेव्हा त्याला कोणीतरी हाक मारली व थांबवले. एका घराच्या कट्ट्यावरून एक माणूस उतरला व त्याच्याकडे आला. त्याने किंचित आश्चर्याने पाहिले व लगेच त्याला ओळख पटली. तो माणूस मघाचा व्यापारी होता.

''मी तुझीच वाट पाहत थांबलो होतो, हे ऐकून तुला आश्चर्य वाटेल, नाही?'' व्यापारी म्हणाला. त्याच्या आवाजात रेशमी कापडाच्या घडीचा मृदुपणा होता. त्याच्या बरोबर चालू लागता त्याने हात मागे एकमेकात अडकवले व तो म्हणाला, ''तूही एक प्रवासी आहेस, तू कोठेही जायला मोकळा आहेस, म्हणून मी तुझ्याशी बोलायला थांबलो होतो. जर तू पायमोकळा आहेस, तर तू एखादे काम स्वीकारशील? त्यात तुला भरपूर द्रव्य मिळेल, अनेक शहरे पाहता येतील आणि तुझ्यावर कसलीही जबाबदारी राहणार नाही.''

''म्हणजे अगदी मनाजोगते काम दिसते हे!'' तो हसून म्हणाला, ''खरे म्हणजे मी प्रवासी नाही, तर एक भटक्या आहे. मला काही काम स्वीकारून स्वतःला बांधून घ्यायचे नाही, कारण मी भटकत असतो तरी काहीतरी शोधण्याचा प्रयत्न करत आहे. तेव्हा तोंडात लगाम घेऊन चालणार नाही. पण काम तरी कसले, काय आहे?''

''काम असे आहे. मी व्यापारी आहे, तो हिऱ्यामोत्यांचा नाही, तर गुलामांचा आहे. उद्याच सकाळी गुलामांचा एक तांडा कारवा गाठण्यासाठी माझ्या गलबतातून जाणार आहे. तेव्हा त्यांच्याबरोबर जाण्यासाठी मला एका ताठ तरुण माणसाची फार गरज आहे. मी तुला पाहिले त्या वेळी मला वाटले, हा माणूस आपल्याला मिळाला तर फार बरे होईल. हा माणूस पाहू लागला की याच्या नजरेत कोठे क्षितिज आड येत नाही.''

पण या शब्दांनी तो आज फार अस्वस्थ झाला. त्याने तुटकपणे विचारले, ''पण आपल्यासारख्याच माणसांची खरेदी-विक्री करून पोट जाळण्यात कमीपणा नाही का?''

''तू हा प्रश्न प्रथमच विचारणार हे मला माहीत होते व त्याच उत्तराची मी तयारी करत होतो,'' व्यापारी शांतपणे म्हणाला, ''शिवाय, तो प्रश्न विचारणारा तूच काही पहिला नाहीस. इतर वेळी मी हसून गप्प राहत असे. कारण, प्रश्न काय, – कोणीही मूर्ख माणूस प्रश्न विचारू शकतो. पण ज्यांच्या प्रश्नांना उत्तरे द्यावीत अशी लायकी असणारा हजार-लाखांत एकटाच असतो. त्यात का बरे कमीपणा वाटावा? मेंढ्या, घोडे, उंट यांचा व्यापार करण्यात शरम नाही, तर माणसांचाच व्यापार करण्यात कसली शरम आली आहे? हे प्राणी अगदी क्षुद्र आहेत, माणूस तेवढा उच्च आहे, म्हणून त्याला त्यांची खरेदी-विक्री करण्याचा अधिकार आहे, हे तुला कोणी सांगितले? घोडा माणसाप्रमाणे कृतघ्न नाही. उंट वादळाच्या प्रसंगी मालकाला एकटा टाकत नाही. स्वतःची स्त्री देऊन

त्या जनावरांपैकी कोणी मोठेपणा मिरवत नाही. माणूस जेवढा खालच्या पातळीवर उतरू शकतो, तेवढे उतरणारे जनावर तुला माहीत आहे? शिवाय, एखाद्याला हातपाय आहेत, तो पोट भरतो, तो प्रजा निर्माण करतो, केवळ एवढ्यामुळेच का तो तुझ्या बरोबरीचा ठरतो? मग तर तू वेडा आहेस. काही माणसे खास तुझ्या बरोबरीची नाहीत, आणि हेही लक्षात ठेव, तू स्वतः काही माणसांच्या बरोबरीचा नाहीस. सर्व माणसांत ज्या गोष्टी समान आहेत, त्या फक्त माणसांतच आहेत असे नाही. त्या सगळ्या प्राण्यांतच आहेत. पण ज्या गोष्टींमुळे माणूस इतर प्राण्यांपेक्षा वेगळा आहे, त्यांच्याबाबत समानता असणे केवळ अशक्य आहे. आणि गुलामगिरी तू समजतोस तेवढी दुर्मीळ नाही. धर्मसंस्थापक काहीही खुळचट बोलला तरी ते शब्द गळ्यात अडकवून तुम्ही हजारोंनी गुलाम होता, हजारो वर्षे गुलाम राहता, आणि विशेष म्हणजे ही गुलामगिरी जेवढी प्राचीन, तेवढा तुम्हांला तिचा फार अभिमान वाटतो. तुझा सम्राट सांगेल त्या देशाविरुद्ध तुम्ही आंधळेपणाने तलवारी उगारता! अरे, तू या देशात जन्मला असतास, तर येथल्यासारखाच पोशाख करायच्या साध्या गुलामगिरीतून सुटायला तुला फार धैर्य दाखवावे लागले असते! काही गुलामांना तांड्यातांड्याने निरनिराळ्या देशांत विकले जाते. बाकीचे आपल्या घरात राहूनच गुलाम म्हणून मरतात.''

``तुझा तो धंदाच असल्याने तू त्याला असले स्वरूप देत आहेस इतकेच!'' तो म्हणाला.

``नाही. तू चुकलास. तो माझा धंदाच असला तरी माझ्या अनेक धंद्यांपैकी तो एक आहे. माझे पोट काही त्यावर अवलंबून नाही. मला संपत्तीचा मोह नाही. तुझ्याएवढे उंच असे दिनारांचे ढीग माझ्या हाताखालून जात असले तरी माझे स्वतःचे घर अगदी साधे आहे. त्यात दरबारी गालिचे नाहीत, आणि माझ्या घरात एकही गुलाम नाही.''

``मग हा धंदा चालू ठेवण्याचे कारण काय?'' त्याने विस्मयाने विचारले.

``तेच तुला तू जर माझे काम स्वीकारशील तर चांगले समजेल. दीडदोनशे गुलामांवर तुझी सत्ता असेल. तू काय, मी काय, आम्ही त्यांना गुलाम केले नाही. ते गुलाम झाल्यावरच आमचा त्यांच्याशी संबंध आला. तेव्हा मनाला कसली टोचणी असण्याची गरज नाही. तुझ्या सत्तेला मर्यादा असणार नाही त्याचप्रमाणे त्यांच्या जीविताची तुझ्यावर कसलीच जबाबदारी राहणार नाही. त्यांतील काही मेले तर तुझा त्यात काहीच दोष नाही असे खुद्द इतर गुलामच तुला सांगतील. जबाबदारी आणि कर्तव्ये यांपासून मुक्त असलेली अनिर्बंध सत्ता अत्यंत उन्मादकारी असते, हा नवा अनुभव तुला येईल. ते गुलाम काही वेळा चांगले वागतील पण चांगले वागले की हटकून त्याचे पारितोषिक मिळतेच असे नाही, हे त्यांना माहीत असते. त्यामुळे त्यांचा चांगुलपणा अत्यंत निरपेक्ष असतो. उलट पाठीवर चाबकाचा फटकारा बसला की त्यांना फारसा खेद नसतो, कारण अशा तऱ्हेचे प्रायश्चित्त मिळते, ते आपल्याकडून अपराध झाला म्हणूनच

नव्हे, हेदेखील त्यांना माहीत असते. तुझी लहर म्हणजेच तुझा न्याय, हेच त्यांच्या मनात पूर्ण ठसलेले असते. मित्रा, तू अगदी देवाप्रमाणे त्यांच्यावर हुकमत गाजवशील! मद्याच्या नशेत तू बरळलेला एक शब्द म्हणजे धर्म, तू केलेले एखादे अर्थहीन कृत्य म्हणजे न्याय आणि केवळ चाळा म्हणून तू दिलेला आसुडाचा प्रहार म्हणजे कदाचित स्वतःच्या पापाचे प्रायश्चित्त – असले वातावरण तुला इतर कोणत्या व्यवसायात मिळेल ते तरी सांग!''

"पण हे असे काही कायम चालणार नाही. हे काम म्हणजे झोपलेल्या ज्वालामुखीच्या टोकावर बसल्यासारखे आहे. दीडदोनशे चालतीबोलती माणसे – त्यांतील एक माणूस तरी कधीतरी जागा होईल, संतापाने प्रतिकार करील आणि मग तुझे साम्राज्य फुटून जाईल!'' तो म्हणाला.

गुलामांचा व्यापारी किंचित वाकला व मोठमोठ्याने हसू लागला. तो म्हणाला, ''हे बघ, तुझी सारी उमर आहे त्यापेक्षा जास्त वर्षे मी या धंद्यात काढली आहेत. आणखी एक गोष्ट, मला वाटते, मी तुला सांगितली नाही. मी स्वतः गुलाम म्हणून तांड्यात भटकलो आहे. अरे, तू म्हणतोस ते स्वातंत्र्याचे प्रेम माणसात भूकतहानेप्रमाणे उपजत आणि अखंड नसते. हां, तसे काही प्राण्यांत असू शकेल,'' व्यापाऱ्याने आपल्या एका बोटाकडे पाहत आठवत म्हटले, ''उदाहरणार्थ, डोंगरी ससाणा घे. तू त्याला पाचसात वर्षे खाणेपिणे दे. पण पहिली संधी मिळताच तो तुझे बोट फोडील. तू जर निष्काळजी राहिलास तर तो तुझे डोळे कोचून काढील आणि निघून जाईल. त्यांच्यातला हा निखारा कधीच विझत नाही. काही मुठीएवढी पाखरे असतात, पण ती पिंजऱ्यातच दाण्यांना स्पर्श न करता मरून पडतील. माणसाचे तसे नाही. स्वातंत्र्यप्रेम ही एक मुद्दाम निर्माण केलेली जाणीव आहे, आणि ती सतत जागी ठेवण्याचा प्रयत्न केला नाही तर ती सहज मरून जाते. म्हणूनच काही प्रबळ युयुत्सू देश शतकानुशतके दास्यात राहतात. आणि त्या अवधीत प्रजेची संख्यादेखील भरमसाट वाढते. तू दोन वर्षे एक माणूस माझ्या ताब्यात दे. हातात आसूड न घेता, त्याच्या पायात साखळदंड न घालता मी त्याचा गुलाम करून दाखवीन. मी काय करतो माहीत आहे? मी या साऱ्यांपेक्षाही भयंकर अस्त्र वापरतो. मी त्यांना चांगले कपडे देतो, खायला भरपूर घालतो आणि रात्री शांतपणे झोपू देतो. यात जखडलेला माणूस गुलामगिरीतून काय सुटणार? एकदा मी माझ्या सगळ्या गुलामांना सांगितले, ज्यांना जायचे आहे त्यांनी खुशाल निघून जावे.''

''मग काय, ते तात्काळ नाहीसे झाले असतील नाही?'' त्याने उत्सुकतेने विचारले.

''चुकलास. अवघी तीन माणसे गेली, आणि त्यांतील दोन आठवडाभरातच परतली. कारण काय तुला माहीत आहे! येथे काय, अन्यत्र काय, गुलामगिरी होतीच. निदान या ठिकाणी त्यांच्या भुका तरी निश्चितपणे भागत. आणखी एक गोष्ट ध्यानात घे. ते जरी गेले असते तरी स्वतंत्र झालेच नसते. दुसरी कसलीतरी गुलामगिरी त्यांनी आनंदाने

स्वीकारली असती, कारण माणूस गुलाम असतो तो मुख्यत्वेकरून आपल्या मनात! मग ते कोणत्यातरी प्रमुखामागून आंधळेपणाने गेले असते, मठात राहिले असते, किंवा कोणत्यातरी नव्या प्रेषितामागे मेंढरासारखे हिंडले असते. आपण स्वतंत्र, स्वतः म्हणून जगण्याचे ओझे सगळ्यांनाच पेलते असे का तुला वाटते? या ठिकाणी सारे ठीक असते. दुसरा कोणीतरी विचार करतो, हुकूम सोडतो, नियम करतो, त्यामुळे स्वतः जगण्याची व त्याचे प्रायश्चित्तही भोगण्याची जबाबदारी आपोआपच नाहीशी होते. ही गोष्ट धर्माला देखील फायद्याचीच आहे. जेथे प्रश्न विचारण्याची, स्वतंत्रपणे वागण्याची पूर्ण मुभा आहे, असे किती धर्म आजपर्यंत जगात टिकले आहेत? प्रत्येक धर्मावर अशी पाटीच लावलेली असते – 'आपले वृषण येथे फोडून घ्या. तुम्हांला शांती मिळेल!' यात शेवटी एकच कठोर सत्य राहते. आपण एकेका शब्दाचे गुलामच राहतो. पण शब्दांसारखी मायावी पिशाच्चे दुसरी नसतील. तेव्हा जर प्रथम कोणती गोष्ट करायचे आपण धैर्य दाखवले पाहिजे तर एकामागोमाग कासवे उलटी करीत गेल्याप्रमाणे शब्द पालथे करीत जायला शिकले पाहिजे, म्हणजे त्यांचे फिकट दुबळे भागदेखील आपणाला दिसतील. प्रत्येक शब्दातच त्याचे विरुद्ध, विरूप दर्शनदेखील कोठेतरी दडलेले असते. आणि तू शब्दाचे एकच रूप ध्यानात घेऊन त्याच्यावर विसंबलास की भलत्याच वेळी बरोबर विरुद्ध असे रूप दाखवून तो तुला फशी पाडेल. दीर्घकाल मनात द्वेष बाळगून सूड मिळवून विजय हस्तगत करावा, तर तो क्षण रिकाम्या करवंटीसारखा ठरून जय हाच पराजय ठरतो. मंगल प्रेमाच्या परिपूर्तीत क्षणिक वासनांच्या क्षणिक समाधानाचा लगदा हाताला चिकटतो. आपणाला अंतिम ज्ञान झाले असा हर्ष होतो, तो क्षण तर केवळ पूर्ण आत्मवंचनेचा तरी असतो किंवा आपल्या लहानशा आवाक्यात जास्तीतजास्त काय आले याची अखेर कबुली असते. स्वातंत्र्याची आपल्या मनाप्रमाणे व्याख्या करून माणूस त्याविषयी बडबडतो, त्या वेळी तो कुंभारकिड्याच्या त्या लहान घरट्यात गुलाम होऊन राहतो; तर आपण गुलाम आहो अशी कठोर जाणीव पूर्णपणे स्वीकारणारा माणूस स्वतंत्र होतो. आणि आपल्या ज्ञानवंतांनी केले आहे काय, तर अमर्याद वाळवंटात असल्या शब्दांची बुजगावणी उभी करून आपण वाळवंटाचा नकाशा केला आहे व प्रवास सहज केला असा तोरा मिरवला आहे. आपण सामान्य माणसे अगतिक होतो; म्हणून दिशा नसली तरी गती तर आहे एवढ्या क्षुल्लक समाधानाने या कासवाच्या पाठीवर बसून प्रवासाला निघतो.''

"पण तुला जर ते जीवन एवढे आवडते तर तूच का हिंडत नाहीस त्या गुलामांबरोबर?'' त्याने विचारले व त्याच्या शब्दांत थोडा उपरोध होता.

"त्याचे असे आहे. मी केवळ गुलामांचा व्यापारीच नाही, तर थोडा हकीम आहे. थोडा नक्षत्रे न्याहाळणारा आहे. थोडा किमयागार आहे. यासाठी मला खरा वेळ पाहिजे. हां, हकीम होताना माणसांचे रोग बरे करून त्यांना सुखी करावे असला वेडगळ हेतू माझा

नाही, कारण रोग्यांपेक्षा मला रोगाविषयी जास्त उत्सुकता आहे. तो हलक्या पावलांनी कसा येतो व पाहतापाहता कसा विध्वंस करून जातो, हे मला सूक्ष्मपणे नोंदायचे आहे. लोखंडापासून सोने करीत बसायचीदेखील मला फारशी गरज नाही. पण एक क्षुद्र धातू कसा उमलत, उजळत जाऊन सोने बनतो किंवा उलट सोने सडत जाऊन अखेर कसे लोखंड होते, हे मला पाहायचे आहे. यात भावना, आत्मीयता किंवा मानवाचे कल्याण असला काहीच फाफटपसारा नाही. शुद्ध ज्ञानाला असला चिकट मळ कधी असत नाही.''

व्यापाऱ्याचे शब्द ऐकून तो मोठ्याने हसला. आपल्याच शब्दांत गढून गेलेल्या व्यापाऱ्याने त्याच्याकडे फार आश्चर्याने पाहिले तेव्हा तो म्हणाला, ''रागावू नको. पण हे झाले तरी, मला वाटते, शुद्ध ज्ञान या शब्दांच्या गुलामगिरीचेच एक उदाहरण आहे. कारण काही वेळा तू ज्याला चिकट मळ म्हणतोस तो मनावर येतोच. तू कितीही प्रयत्न केलास तर स्वतःच्या माणूसपणापासून काही तुला दूर जाता येणार नाही. आजच एका बाजारबसवीच्या प्रेताची व्यवस्था करायला तू मूठभर दिनार काढून दिलेसच ना?''

व्यापारी थबकला व त्याच्याकडे रोखून पाहू लागला. नंतर त्याने त्याचा हात हातात घेतला व म्हटले, ''तू बुद्धिवान आहेस. स्वतःचे खाणे खायला स्वतंत्र ताट मागणारा तू माणूस आहेस. दुसऱ्यांच्या ताटातील अन्नाला तू स्पर्श करणार नाहीस. तू फार जिव्हार प्रश्न विचारलास!'' पण पुढे सांगावे की नाही याबद्दल तो साशंक होऊन क्षणभर स्तब्ध झाला. मग त्याने मान वर करून म्हटले, ''जर तू माझे काम स्वीकारलेस तर आज ना उद्या तुला सारे समजणारच. नाही स्वीकारलेस तर उद्या मी निघून जाणार, तू देखील निघून जाशील व मग आपली भेटही होणार नाही. म्हणून सारे सांगतो. ती बेवारशी बाजारबसवी अशीतशी कोणी नव्हती. ती माझी लग्नाची बायको होती.''

व्यापाऱ्याने ते शब्द शांतपणे म्हणताच तो चमकला व त्यास अपराधी वाटून तो म्हणाला, ''माझे चुकले. मला क्षमा करा. ते मला माहीत नव्हते. जे मी ऐकले तेच मूर्खपणाने बोललो.''

''क्षमा करायला अपराधच झाला नाही,'' व्यापारी म्हणाला, ''तू म्हटल्याप्रमाणे आज ती खरोखरच बाजारबसवी होती. मी तिला पहिल्यांदा बगदादच्या रस्त्यावर भीक मागत असताना पाहिले. मी तिला घरी नेले, तिला किमती वस्त्रे दिली व तिच्याशी लग्न केले. मी काही काळ गुलाम होतो तरी माझ्या संपत्तीच्या आधारे मला थोर घराण्यातील स्त्री मिळविणे अशक्य नव्हते. शिवाय मला लग्नाची गरज होती असेही नाही. पण मी सांगितले ना, मला किमयाशास्त्रात रस आहे म्हणून. ती पुढे कशी वाढते हे मला पुढे पाहायचे होते. थोडा काळ – दोनचार महिने ती माझ्याजवळ राहिली – म्हणजे माझ्या घरात राहिली. त्या काळातही ती खलाशी, सैनिक, जुगारी यांच्या संगतीत दिसे. आणि एक दिवस, ती नाहीशी झाली. माझ्या घरात त्या वेळी सोन्याची नाणी होती, मूल्यवान

वस्त्रे, भांडी होती. पण जाताना तिने एक जरीसूतदेखील नेले नाही. ती गेली यापेक्षा ती का गेली, या प्रश्नाने मी व्यथित झालो. मी तिला फार मोठी, तिच्या आवाक्याबाहेरची भीक घातली म्हणून? कारण, माणूस एखाद्या वेळी उपकाराबद्दल क्षमा करू शकतो, असल्या भिकेविषयी कदापि नाही. कोण खरे, कारण काय असावे हे जाणण्यासाठी मी निरनिराळ्या शहरांत तिच्या मागोमाग हिंडलो. दोनदा तर गाठ पडायची अगदी थोडक्यात चुकली. मी आलो याचा तिला कसा काय पत्ता लागे कोणास ठाऊक, ती रातोरात नाहीशी होत असे. मी तिचा सूड घेण्याच्या इराद्याने कट्यार घेऊन तिच्यामागे लागलो आहे, अशी तिची समजूत झाली होती. मी एकदा निरोपही पाठवला, 'मला सूड नको, तू परत येणे नको, मला फक्त तासभर तुझ्याशी बोलायचे आहे.' तरीदेखील मी जाऊन पाहतो, तो ती नाहीशी झालेली! म्हणूनच मी या खेपेला निरोप पाठवला नाही. तिला नकळत तिच्यापाशी मला नेऊन सोडण्यासाठी मी एका थेरडीला नाण्यांची एक पिशवी दिली. मी जिना चढून वर गेलो, त्या वेळी दरवाजा अर्धवट उघडा होता. ती आरशासमोर उभी होती व स्वतःकडे पाहत हसत होती. त्या हसण्यापाठीमागचे कारण मला हवे होते. ती कशापासून पळाली? तिला काय हवे होते? आता तरी तिला ते मिळाले का? मी हलकेच दरवाजा उघडताच तिने वळून पाहिले. ती मला पाहताच गोठल्यासारखी झाली आणि तिचा चेहरा भयाने कवटीसारखा झाला. ती एकदम ओरडली व तिने गच्चीतून खाली उडी घेतली. भोवती रक्ताचा शिडकावा असलेले तिचे प्रेत बराच वेळ पडून होते. लोखंडाचा तुकडा द्रवात टांगून ठेवावा, त्याप्रमाणे मी तिच्यावर एक प्रयोग केला होता, पण परिणाम नोंदून घेण्याआधीच सारे नष्ट झाले! मी तिच्या प्रेतावर वस्त्र टाकले नाही, तर माझ्या एका फुकट गेलेल्या प्रयोगावर कफन टाकले होते. चालेल, जगात अजून माणसे आहेत, मलाही अद्याप आयुष्य आहे.''

तो एकदम स्तब्ध झाला. ते दोघे थोडा वेळ न बोलता तसेच चालले होते. व्यापारी मध्येच थबकला व म्हणाला, ''पण तू असे का करीत नाहीस? तू माझे काम स्वीकार-न स्वीकार, पण माझ्याबरोबर आता चल. आपण बोलत बसू थोडा वेळ. तू मद्य घेत नाहीस, पण तुला फळे मिळू शकतील.''

त्याला वाटले, आपण स्वच्छंद भटकायचे ठरवले असता ते बदलू पाहणारे हे दुसरे आमंत्रण. जावे का? नाहीतरी आपणाला काही काम आहे असे नाही. धीवराकडे गेलो नाही, याच्याकडे जावे? गप्पा मारताना रात्र सहज उलटेल. पण लगेच त्याला वाटले, नको. आपणाला रात्र मोकळी पाहिजे.

''मी खगोलशास्त्राचा, औषधांचा अभ्यास केला आहे. त्याबाबत थोडा विचार केला आहे,'' व्यापारी म्हणाला, ''माझ्या काही कल्पना तुला फार विक्षिप्त वाटतील. तू त्या ऐकूनही घेणार नाहीस कदाचित.''

''नाही, उलट विक्षिप्त कल्पनांविषयी तर मला अपार उत्सुकता आहे. आपणाला जे

थोडेफार ज्ञान झाले आहे, ते असल्या विक्षिप्त जगावेगळ्या कल्पनांमुळेच झाले आहे. मात्र ती कल्पना कोणाकडून येते याचे फार महत्त्व आहे. केवळ गंमत म्हणून रस्त्यावरच्या माणसाने एक कल्पना सांगणे व त्या विषयाचा अभ्यास असलेल्या माणसाने तीच कल्पना सांगणे यात फार फरक आहे. मी तुला एक उदाहरण देतो. काही वर्षांमागे मला दरवेश्यासारखा दिसणारा एक माणूस भेटला होता. तोदेखील कधीकाळी एक हकीमच होता म्हणे. पण एकदा मध्यरात्री तो कोठलेतरी प्रेत कापून चिरत असता लोकांनी पाहिले. तेव्हा त्यांनी त्याची सारी औषधे रस्त्यावर उधळली, त्याचे डोके भादरले व चाबकाचे फटके देत त्यांनी त्याला हाकलून लावले होते. त्याने अगदी मोकळेपणाने हे सारे सांगून टाकले. मला तो थोडा भ्रमिष्टच वाटला. त्याची एक कल्पना अशी – आपल्या अंगातले रक्त एकाच जागी राहत नाही, तर कालव्यांतून पाणी वाहते तसे ते अंगभर खेळते. आता बघ, पायातले रक्त वर चढते हे म्हणणे किती चमत्कारिक आहे. पण इतर लोक हसत असतानाही मी तासभर त्याचे बोलणे ऐकत होतो, कारण तो त्या धंद्यातला होता.''

''होय का?'' व्यापाऱ्याने अत्यंत आतुरतेने विचारले. त्याने खिशातून एक लहान पुस्तक काढत म्हटले, ''मलाही एक नवा विचार सुचला आहे. पृथ्वी मध्यभागी असून सूर्यचंद्र सारे तिच्याभोवती फिरतात, हे तर सगळ्यांनाच माहीत आहे. पण समज, हे खोटे असून जर पृथ्वीच सूर्याभोवती फिरत असेल तर? मी काही आकडेमोड केली आहे –''

तो डोळे मोठे करून त्याच्याकडे पाहत राहिला, पण नंतर मोकाट हसत सुटला. ''माफ कर. हे मात्र अगदी आवाक्याबाहेरचे झाले. शहरे, समुद्र, नद्या, पर्वत यांचे सारे लटांबर घेऊन पृथ्वी सूर्याभोवती गरगरत जाते? अरे, पतंगाच्या दोऱ्याप्रमाणे विक्षिप्तपणालाही थोडा व्यवहाराचा आधार असावा. नाहीतर नंतर तू माणसे लहानलहान घरे बांधून त्यांत बसून आभाळात उडतात व अत्यंत वेगाने प्रवास करतात, असली कल्पना मांडशील! त्या हकिमाला काय झाले माहीत आहे ना?''

व्यापारी वरमला व त्याने पुस्तक परत ठेवले. ''खरी गोष्ट अशी की, तीच कल्पना नंतर मी तुला सांगणारच होतो. बराय, मी जातो आता. आपण खूप बोललो,'' तो म्हणाला, ''तारुण्यात बोलायला शिकलो. पण बोलणे केव्हा थांबवावे हे शिकण्याचे वय आता आयुष्यात आले आहे. पण तू माझ्या सूचनेचा विचार कर. गुलामांचा तांडा घेऊन तू कोणीकडेही जा. उत्तरेला जा, दक्षिणेला जा. त्याबाबत तू पूर्ण स्वतंत्र आहेस. जर तुला काम नको असेल तर नाही म्हणायला तू अर्थातच मोकळा आहेस. तू यायचे ठरवलेस तर काही अंतरावर माझे गलबत 'शिराझ' उभे आहे. मी सकाळीच निघेन, कारण आता या शहरात राहायला मला प्रयोजन उरले नाही. सकाळी ये. नाहीतर तू भेटलास हाच आनंद आहे. परमेश्वर तुला मनःशांती देवो!'' गुलामांच्या व्यापाऱ्याने त्याला लवून अभिवादन केले व हात मागे तसेच एकमेकांत अडकवून तो निघून गेला.

तू उत्तरेला, दक्षिणेला जायला मोकळा आहेस? काहीही करायला, काहीही न

करायलादेखील मोकळा आहेस? त्याच्या डोक्यात व्यापाऱ्याचे शब्द प्रश्न होऊन घुमू लागले. असा मी मुक्त आहे तरी केव्हापासून? स्वतःचे रक्त पिणारे पोर; आपल्याच झाडाचे मूळ तोडणारा; सेरिपी इस्कहार एली; पण तो फास तर गळ्याभोवती जन्मापासूनच आहे. त्याच्याच अदृश्य ओढण्याने तर मी येथे आलो. काहीही करायचे स्वातंत्र्य आहे? मग मुळातच जन्मण्याचे वा न जन्मण्याचे स्वातंत्र्य आपणाला कोणी दिले होते का? डोक्यावर काठीने प्रहार केला तर मृत्यू येतो. म्हणजे कोणाच्याही हातात काठी असली की आपला मृत्यू त्याच्या हातात असू शकतो. काठीचा प्रहार झाला तरी न मरण्याचे स्वातंत्र्य आहे? समुद्रात पडलो तर न बुडण्याचे, जाळात हात घातला तर न जळण्याचे? जन्माचे स्वातंत्र्य नाही, मरणाचे स्वातंत्र्य नाही, शरीर बदलण्याचे नाही, एक चेहरा टाकून दुसरा निवडण्याचे नाही. कोठे म्हणून मोकळीक नाही, आणि म्हणे दक्षिणेला जायला मोकळा आहेस, उत्तरेला जायला मोकळा आहेस! कोणती उत्तर-दक्षिण, कोणती पूर्व-पश्चिम कोणास ठाऊक. सूर्याचा प्रवास असाच का, याला काही पटणारे कारण नाही. तो उलट देखील फिरू शकला असता. मग पूर्व ती पश्चिम, पश्चिम ती पूर्व! बंधनाचे स्वातंत्र्य आणि स्वातंत्र्याचेच सर्वांत मोठे बंधन! आणि शेवटी काय, तर सेरिपी इस्कहार एली —

आणि तेही जन्माच्या आधीपासून! जन्माबाबत निवड नाही. आणि शेवट तरी कोणी जाणला आहे? रस्त्यावर अस्ताव्यस्त झालेले प्रेत; अंगावरून शत्रूचा घोडा धावताना युद्धभूमीवरील निद्रा; आनंदाने हसत असतानाच निघून गेलेला शेवटचा श्वास; वाळून गेलेल्या पापुद्र्यासारख्या कातडीत अडकलेला अंथरुणावरचा सांगाडा — यातही निवड नाही. मुळाला स्वातंत्र्य नाही, अंताला निवड नाही. स्वातंत्र्याची कल्पना हीच सर्वांत महत्त्वाची गुलामगिरी आहे.

आता रस्त्यावरील माणसे कोणीतरी फुंकर मारून नाहीशी करून टाकल्याप्रमाणे नाहीशी झाली होती, आणि दगडी चौकोन बसवलेल्या निर्जन रस्त्यावर चांदणे नीरव तलमपणाने पसरले होते.

चालताना जर त्याने तात्काळ पाऊल मागे घेतले नसते तर ते रस्त्याच्या बाजूला अस्ताव्यस्त पडलेल्या एका आकृतीवरच पडले असते. त्याची पावले ऐकून तो माणूस धडपडत उठून बसला व किंचित डुलत म्हणाला, ''मला त्या कोपऱ्यापर्यंत पोहोचवशील तर फार उपकार होतील.''

त्याने त्याला खांद्याला धरून उठवले व त्याला आधार दिला. तो माणूस अगदीच कोवळा पोरगा दिसत होता व त्याच्या चेहऱ्यावरील लव अद्याप केस झाली नव्हती. पण त्याचा चेहरा घामाने ओलसर झाला असून केस कपाळावर चिकटले होते. त्याला आधार

मिळताच तो चालण्याचा प्रयत्न करू लागला. पण दर पावलाबरोबर त्याचा तोल जाऊ लागला. तेव्हा त्याला जवळजवळ ओढतच तो पुढे सरकू लागला. मध्येच तो थांबला व हातवारे करत मोठ्याने गाणे म्हणू लागला :

“मनेलए वरीलन् सियाली एलिरा पेरी
सनिलार जेसनीन मिलकान जिस मालीए”

गाणे त्याने अर्ध्यावरच सोडले व त्याला विचारले, “याचा अर्थ तुला माहीत आहे? ती नाटक करणारी माणसे आली आहेत, त्यांच्या नव्या नाटकातले गाणे आहे हे! त्याचा अर्थ आहे : बघ, काळ्या बियांतून हिरवी पाने कशी निर्माण होतात? तुझ्या निळ्या डोळ्यांतून सगळ्यांना प्रिय वाटणारे काळे जहर कसे येते?”

त्याने त्यास कसेबसे शांत केले व तो पुढे चालला. आता त्याला स्वतःलाच श्रमाने दमल्यासारखे वाटू लागले व कोपरा तर अद्याप बराच दूर होता. पण थोड्या अंतरावर पोरगा मध्येच थांबला व त्याने रस्त्यावरच बैठक मारली. एवढेच नाही तर त्याचा हात धरून त्यालाही खाली बसवले.

“मी इतकी कधी पीत नाही, पण आज दुपारपासून सतत पीत आहे,” तो म्हणाला, “माझे नाव अनीस. म्हणजे कधी न पिणारा, आणि आता बघ माझ्याकडे!”

तो एकदम हिंदकळल्यासारखा हसला. त्याने एक दीर्घ निःश्वास सोडला व उठण्याचा प्रयत्न केला, पण अनीसने त्याच्या खांद्यावर हात दाबून त्याला खाली बसवले व म्हटले, “तुला लिहायला येते?”

त्याने मान हलवली व म्हटले, “हां, येते थोडेबहुत!” पण आता त्यालादेखील थोडे असहायच वाटू लागले होते. मद्यामुळे जीभ जड होऊन गप्प बसणारी माणसे असतात. पण अनीस मात्र जीभ अगदी उत्साही होऊन मोकाट होणाऱ्यांपैकी दिसत होता. त्यामुळे तो रस्त्यावर ऐसपैस बसला व अनीसला मोकळेपणाने बोलू देऊनच रिकामे करण्याचे त्याने ठरवले.

“येते होय?” अनीस म्हणाला, “मग मी सांगतो ऐक. शहाणा असशील तर कधी लिहू नकोस. लिहिलेस तर कधी कोणाला वाचून दाखवू नको. समोर कोपऱ्यावर एका इमारतीला मनोरा आहे. तेथील अगदी वरची लहान खोली म्हणजे आमचा राजवाडा होता. तेथे रात्रभर माझा बाप सतत लिहीत असे. समोर समुद्रातील दीपस्तंभ रात्रभर जळतो, तशी त्याची मेणबत्ती रात्रभर जळत असे. घट्ट कानटोपी घालून पाठ वाकवून तो लिहायला बसला की मग एकामागोमाग एक पाच सात पीसकाड्या झिजून जात. मी रात्री मध्येच जागा झालो की माझ्याकडे पाहून थोडा हसे व पुन्हा लिहू लागे. त्याच्या लेखणीची कुरकूर चालू असल्याखेरीज नंतरनंतर मला झोपच येईनाशी झाली. नंतर कायकाय लिहिले याच्या सुरळ्या घेऊन तो अगदी सकाळीच बाहेर पडे आणि तो त्या सुरळ्या लोकांमध्ये वाटू लागे. नाटकगृह, खेळांच्या स्पर्धा, गारुड्याचा खेळ – जेथेजेथे

माणसे जमत तेथे हिंडून तो कागद वाटत असे. आणि हे सगळे स्वतःचे पोट मारून बरे का! त्याचे कपडे ठिगळाचे असत. त्याने कधी जेवताना एखादे फळ घेतलेले मला आठवत नाही. तो काय एवढे लिहीत असे हे मला कधीच समजले नाही. पण तू मात्र शहाणा असशील तर कधी लिहू नको. पैसा असेल तर पोटभर खा, नाहीतर उपाशी राहून झाडाप्रमाणे वाळून जा; पण पीसकाडी, शाई यांच्याशी संबंध येऊ देऊ नको!''

कोवळ्या ओठांचा हा काकडीच्या उभ्या फाकीसारखा पोरगा आपणाला इतक्या गंभीरपणे उपदेश करीत आहे याची त्याला गंमत वाटली व त्याला थोडे हसू आहे. ''हे बघ अनीस, आता रात्र होत आली आहे. तू घरी जाऊन थोडा वेळ झोप. मी तुला सावरून नेतो. जाताजाता तू सांग मला सगळे,'' तो त्याला समजावत म्हणाला.

''घरी होय?'' अनीस उसळून म्हणाला, ''आता आहे काय तेथे? धुरकटलेली भिंत आणि राख. आता काही तेथे माझा बाप माझी वाट पाहत राहणार नाही. मी आल्यावर न बोलता माझ्या खांद्यावर मऊ हात ठेवणार नाही. परवा हातात उघड्या तलवारी घेतलेले राक्षसासारखे सैनिक आले. त्यांनी असेलनसेल ते जाळून टाकले व बापाला घेऊन ते निघून गेले. त्यांची जणू वाटच पाहत असल्याप्रमाणे बापही त्यांच्याबरोबर बिनतक्रार निघून गेला. जाताना त्याने मला एकदा मिठी मारली – आयुष्यात अगदी प्रथमच त्याने मला उघडपणे माया दाखवली. त्या वेळी आपला ताईत माझ्या कपड्यांत टाकत तो शांतपणे म्हणाला, 'हा तुझ्या मुलाला नंतर दे. मी आता परत येणार नाही.' माझा बाप इतका भयंकर आहे हे मला माहीतच नव्हते. तो अगदी जवळून चालला तरी अंगणातल्या चिमण्या कधी भीतीने बाजूला होत नसत. तो लिहीत असता जर खिडकीच्या चौकटीवर पारवा घुमू लागला तर त्याला हुसकवण्याऐवजी तो लिहिणे थांबवून स्वस्थ बसे. आजूबाजूला दीडदोन वर्षांचे एक पोर नसेल की ज्याने माझ्या बापाची दाढी ओढत तिच्याशी मनसोक्त खेळ केला नसेल. परंतु हा माणूस म्हणे भयंकर होता, कारण त्याच्यापासून राजसत्तेला धोका होता.''

त्याने अनीसला बळेच उठवले, व मोठ्या कष्टाने त्याला सावरत थोडे अंतर ओलांडले. अनीस स्वतःशीच काहीतरी गुणगुणत होता. मध्येच तो थांबला व त्याने एक पाऊल पुढे टाकून, छातीवर एक हात ठेवून व दुसरा हात उंचावत नाटकी आविर्भाव केला व गाण्याची एक ओळ मोठ्याने म्हटली,

''एरिझिया सिनाली अ हर्मिओनी एली''

धडपडणाऱ्या हालचालीने तो अनीससह रस्त्यावरील एका प्रकाशासमोर आला, तेव्हा त्याने अनीसकडे जास्त निरखून पाहिले. त्याला वाटले होते त्यापेक्षाही अनीस पोरगेला होता. त्याचे कपडे साधे सुती होते आणि ठिकठिकाणी मळले होते व तो अनवाणी होता. त्याचे मन एकदम मृदू झाले, व त्याने अनीसचे कपडे झटकण्याचा प्रयत्न करत आपुलकीने विचारले, ''मग पुढे काय झाले?''

‘‘पुढे होय?’’ आठवण्याचा प्रयत्न करीत अनीस म्हणाला, ‘‘हां, पुढे! काल त्यांनी बापाला मोकळ्या मैदानात नेले व त्याच्या हातापायांना चार दोऱ्या बांधल्या. मग त्या दोऱ्या चार बाजूंना उभ्या केलेल्या घोड्यांना बांधल्या आणि चाबूक हाणून त्यांनी घोडे चार निरनिराळ्या दिशांना उधळून लावले. नंतर म्हणे त्यांनी बापाचे सगळे तुकडे समुद्रात फेकून दिले. आमची सगळी पापपुण्ये स्वीकारायला समुद्र तर बिचारा रात्रंदिवस तयारच असतो. आणि गंमत काय माहीत आहे?’’ अनीसने एकदम हसून मध्येच विचारले, ‘‘खरी गंमत अशी, की कोपऱ्यावर घोडा दिसला की माझ्या बापाचे अंग थरथर कापू लागे, आणि शेवटी त्याच्यासाठी एक नव्हे, तर चार घोडे बिचारे राबले!’’

आपल्या अंगावर हळू दाट शेवाळ चढत आहे असे त्याला वाटले व काय बोलावे हे त्याला समजेना. त्याने मध्येच थांबून आपला चेहरा पुसून घेतला.

त्याला आपले मघाचे शब्द आठवले : मला दूर देशात तुमची अशी आठवण राहील...! एवढीच आठवण राहील का? मग अरिबाचे काय? चार दिशांना उधळलेल्या या घोड्यांचे काय? संगमरवरी दगडांना स्वप्ने पडावीत त्याप्रमाणे दिसणारी ती भव्य मंदिरे आणि त्यांतील शिल्प, क्षितिजावरील जळमटे झाडून प्रकाशाचा मार्ग सुकर करणारे त्यांचे तत्त्वज्ञान, प्राचीन गुहेत घुमणाऱ्या महासागराप्रमाणे वाटणारी त्यांची महाकाव्ये, तेजस्वी नक्षत्राप्रमाणे उदयाला आलेली अजिंक्य तलवार, अमूल्य अशा काळ्या-तांबड्या रंगात असलेली, विशुद्ध, चित्रांनी सजलेली रक्षापात्रे –

आणि अरिबा व हे चार घोडे!

आता मनोरा अगदी जवळ दिसत होता. अनीसने त्याचा हात खांद्यावरून दूर केला व तो स्वतंत्रपणे पण अद्याप थोड्या अस्थिरतेनेच उभा राहिला. ‘‘तुझे फार उपकार झाले!’’ तो म्हणाला, ‘‘आता मी जाईन. एवढा रस्ता ओलांडला की झाले. पण आता तू मात्र तेथपर्यंत येऊ नको. मी पिऊन आल्यामुळे एका वाटसरूने मला येथपर्यंत आणून सोडले, हे बापाला आवडले नसते. प्यायला त्याची फारशी हरकत नव्हती, पण घेतलेले मद्य सांभाळता आले नाही की मात्र तो संतापत असे. एरिझिया सिनाली अ हर्मिओनी एली –’’

तो जाण्याकरता वळणार, तोच काहीतरी आठवल्याप्रमाणे अनीस थांबला व त्याने खिशात हात घालून भरली मूठ काढली व त्याच्यापुढे धरत तो म्हणाला, ‘‘बस्स, एवढेच आहे माझ्याकडे. अनीसवर कोणी उपकार केला व तो रिकाम्या हाताने गेला, असे मी कधी घडू देणार नाही.’’

त्याने अनीसच्या मुठीत पाहिले. तिच्यात अगदी हलकी अशी आठदहा तांब्याची नाणी होती, पण त्यात अद्याप तुटका दोरा अडकलेला चांदीचा जुना ताईत पाहताच मात्र तो झटकन मागे सरला. तो म्हणाला, ‘‘यात तुझ्या बापाने दिलेला ताईत आहे. तू तो जरूर ठेवून घे जवळ.’’

अनीसचा चेहरा एकदम आवळल्यासारखा झाला व तो एकदम संतापला. ''मी तुला ताईत देत आहे, हे न समजण्याइतकी माझी शुद्ध गेली आहे असे का तुला वाटते? मी तो तुला मुद्दामच देत आहे. म्हणे जरूर ठेवून घे! आणि ठेवून घेऊन काय करू? तो जवळ ठेवायला मन दगडाचे होत नाही; समुद्रात टाकायला हात उचलत नाहीत! तू थोडा उपकार माझ्यावर केलाच आहेस, आणखी थोडा कर. तू तो कोणालातरी दे, खातेऱ्यात फेक किंवा पाण्यात भिरकाव; पण मला त्यापासून वाचव! तो ताईत जर माझ्याजवळून गेला तर काही काळानंतर तरी डागून टाकल्याप्रमाणे जखम बरी होईल, एखाद्या निर्बुद्ध जनावराप्रमाणे का होईना, मी कोठेतरी आयुष्य ढकलू शकेन. पण तो जर जवळ असला तर आयुष्य जनावराचेच राहील, पण ते धगधगीत जहर प्यालेल्या जनावरासारखे राहील. माझ्या बापाने मला कधी प्रहार केला नाही की कधी शिक्षा दिली नाही. पण आपण परत न येण्यासाठी जाताना मात्र हा साप माझ्या आयुष्यात खुपसून तो निघून गेला!'' अनीसचा आवाज कर्कश होत चिंबल्यासारखा झाला व त्याने आपला चेहरा हातांनी झाकून घेतला.

''बरे, राहू देत. उगाच अशा डागण्या देत राहू नको मनाला. आण ते सगळे!'' तो शांतपणे म्हणाला व त्याने नाणी ताइतासह हातात घेतली. अनीसने चेहऱ्यावरील हात काढला व त्याच्याकडे पाहत तो हसला. मनमोकळे आणि स्वच्छ. एका क्षणी त्याच्यातला कोवळा पोरगा त्याला स्पष्ट दिसला.

''मला खात्री होती तू सगळेच स्वीकारशील,'' अनीस म्हणाला व आवेगाने त्याने त्यास मिठी मारली.

त्या वेळी त्याने हलक्या हाताने ताईत परत अनीसच्या खिशात सरकवला. दुःखाची देखील एक नशा असते. ती उतरून गेल्यावर, आपण ताईत घेतला नाही याचा अनीसला आनंदच वाटेल, अशी त्याला खात्री होती. त्याने सौम्यपणे अनीसचे हात खांद्यावरून काढले व म्हटले, ''तू आता जाऊन झोप थोडा वेळ. पण सांभाळून जा —''

अनीस तोल काळजीपूर्वक सांभाळत जायला वळला व त्याने गाणे पुन्हा सुरू केले.

''एरिझिया सिनाली अ हर्मिओनी एली —''

एली? तो शब्द ऐकताच तो दचकला व एकदम ओरडून म्हणाला, ''अनीस, एक क्षण थांब.'' अनीस मध्येच रस्त्यात थबकला. त्याला तो म्हणाला, ''आता हे तू गाणे म्हटलेस त्याचा अर्थ काय?''

''आवडले तुला? मग उद्या जाऊन तू ते नाटकच पाहा. त्याचा अर्थ असा — नजराण्याच्या तबकावरील वस्त्र काढावे त्याप्रमाणे हर्मिओनी, तुझ्यासाठी वसंतऋतू वैभव दाखवत आला आहे.''

''एली म्हणजे?''

''अरे, एली म्हणजेच वसंतऋतू.''

तो विचार करत परतला. अनीसने हात वर करून गाण्याची आणखी एक ओळ

मोठ्याने म्हटली – ''सिवनेला इमारा, लमनए इसल मिनेली –'' व सावकाश पावलाला पाऊल जोडत तो रस्त्याच्या कडेला जाऊ लागला.

तोच रस्त्याच्या एका टोकाकडून, पिवळसर पाण्याचा प्रवाह गर्जना करीत यावा त्याप्रमाणे, चिलखत घातलेल्या सैनिकांचे घोडे चांदणे हादरत भरधाव आले, आणि ओळीत चार-चार असे वेगाने पुढे सरकले. प्रत्येकाच्या शिरस्त्राणात लाल पिसांचा उंच तुरा होता, आणि त्यांच्या अंगावर चांदणे पिवळे होत होते. धावताना घोड्यांच्या टापांच्या आवाजात त्यांच्या आखूड तलवारींचा खणखण आवाज मिसळत होता. चारसहा रांगा धातूच्या रसाच्या लाटेप्रमाणे निघून गेल्या. त्यामागील रांगेतील एकाने जाताजाता लांब सापाप्रमाणे दिसणाऱ्या कातडी गोफाच्या चाबकाने अनीसवर प्रहार करताच एकदम तोडल्याप्रमाणे अनीस आडवा झाला. एक सैनिक झट्दिशी खाली उतरला व अनीसच्या कपड्यांना धरून त्याने त्याला रस्त्यापलीकडे दरदरा ओढत नेले व टाकून दिले. रस्ता जेथे संपला होता तेथून पलीकडे उतार होता. सैनिकाने अनीसला पायाने ढकलताच एकदा-दोनदा लोळण घेऊन अनीस खाली अंधारात नाहीसा झाला. सैनिक पुन्हा घोड्यावर चढला व काडकाड आवाज करीत उरलेले सैनिक पुसून टाकल्याप्रमाणे नाहीसे झाले.

एक भीषण स्वप्नच पाहत असल्याप्रमाणे सारे क्षणात नाहीसे झाले. आता रस्ता पूर्णपणे निर्जन झाला होता आणि घोड्याच्या टापांनी सारा आवाजच पूर्ण चिरडून गेल्याप्रमाणे सर्वत्र नीरवता उरली होती.

पण थोड्याच वेळात तुषारांचा हलकाच शिडकावा व्हावा त्याप्रमाणे बासरीचा मधुर ध्वनी येऊ लागला आणि त्यात मधूनमधून हलवलेल्या घुंगुरघोसांचा आवाज मिसळू लागला. त्यामुळे एखादी युवती पैंजणाचा नाद करीत बासरीचा स्वरच होऊन चालली आहे, असा भास होत होता. चांदीचे दांडे असलेल्या तबकांवर खोचलेले जळते पलिते घेतलेले आठ सेवक मागोमाग आले. मग बासरीवादकांचा समूह दिसू लागला व घुंगुरांच्या छुमछुमछुमक नादासह पुढे सरकला. त्यानंतर पुढे सहा व मागे सहा असे काळे धिप्पाड हबशी वाहक असलेला, झगझगीत सोन्याच्या कोरीव कामाने जडावलेला मेणा दिसू लागला. वाहकांनी खाली चमकती निळी वस्त्रे नेसली असून, डोक्याला रक्तासारख्या लाल रंगाचा कपडा गुंडाळला होता. त्यांची शरीरे तेलाने माखलेल्या शिसवी लाकडामधून कोरल्याप्रमाणे रेखीव व बलवान दिसत होती, आणि चालण्याच्या लयबद्ध हालचालीने त्यांच्या उघड्या, चमकणाऱ्या अंगातील स्नायू, काळ्या पाण्यातून वर उडू पाहणाऱ्या उतावीळ मासोळ्यांप्रमाणे हलत असल्याचे दिसत होते. प्रत्येकाच्या उजव्या बाजूला मुठीच्या पुढे फार रुंदावत गेलेली अर्धचंद्राकार भीषण खड्गे लटकलेली

होती आणि पलित्यांच्या हलत्या प्रकाशामुळे त्यांच्या जिभा मधूनमधून लवलवत होत्या.

मेणा त्याच्यासमोर येताच वाहकांना इशारा मिळाला असावा, कारण ते सारे त्यांच्यातील प्राणच एकदम शोषला गेल्याप्रमाणे त्याच क्षणी थांबले व शिलाकृतींप्रमाणे ताठ, स्तब्ध झाले. बासऱ्या-घुंगुरांचे नाद देखील विरले. मेण्याच्या बाजूचा तलम रेशमी पडदा थोडा बाजूला झाला व आतून कोणीतरी त्याला म्हटले, ''अरे, तू इकडे ये.''

ती हाक इतर कोणासाठीतरी असावी असे वाटून त्याने न हलता बाजूला मागे पाहिले. तेव्हा तोच आवाज जास्त उर्मटपणे आला, ''असे आडदांडासारखा वागू नको. मी तुलाच हाक मारली.''

आवाज निःसंशय स्त्रीचा होता. पण सतत आज्ञा देण्याची वृत्ती रक्तातच उतरल्याप्रमाणे त्यात धारदार जरब होती. तो थोड्या विस्मयानेच मेण्यापाशी गेला.

''तू नवखा आहेस की काय या नगरात?'' ती म्हणाली. ''माझा मेणा रस्त्याने जात असता धीटपणे तू रस्त्यावर उभा राहतोस आणि माझ्याकडे पाहतोस!''

त्याचा चेहरा एकदम संतप्त झाला व इतका वेळ दाबून ठेवलेला द्वेष वर उसळला.

''मी येथे नवखा आहे. पण तू या रस्त्याने जाणार हे मला माहीत नव्हते, आणि मी येथे थांबलो होतो तेही काही तुझ्यासाठी नव्हे!''

मेण्याचा पडदा पूर्णपणे सरकवला गेला तेव्हा त्याला स्त्रीचा चेहरा पूर्ण दिसला.

''तू जरा जवळ ये. तू माझे एक काम करणार आहेस.''

तो नकळत एक पाऊल पुढे गेला, पण त्याच्यात संताप अद्याप धुमसत होता.

''आणि मी ते करण्याचे नाकारले तर! मी काही तुझा सेवक नाही! माणसे मारण्यासाठी तुझ्यापाशी उन्मत्त दास आहेत; तुझे काम करायला तुला तुझा दास मिळत नाही?'' तो म्हणाला.

त्या स्त्रीने आपले लाल ओठ आवळत त्याच्याकडे डोळे मोठे करून पाहिले. त्या काळ्याभोर डोळ्यांत एकच भावना दिसत होती – निखळ उग्र द्वेष! असले डोळे, त्यांतील घातक द्वेष आपण खासच पूर्वी पाहिला आहे हे त्याला आठवले – पायाजवळ पडून मान उंचावून पाहणाऱ्या रंगीत सापाच्या डोळ्यांत. त्या वेळी ते डोळे पायापाशी होते, नंतर ते नर्तकीच्या डोळ्यांवाटे वर चढून आता ते समोरासमोर डोळ्याला डोळा भिडवीत आहेत!

''तू एक अत्यंत उद्धट, गाढव माणूस आहेस!'' शब्द थुंकत असल्याप्रमाणे ती म्हणाली, ''नाही म्हणायला तू पूर्ण मोकळा आहेस. पण तू नकार दिलास तर काय होईल ते तुला पाहायचे आहे का? मलादेखील ते पाहायला फार आनंद वाटेल! नाहीतरी तोच तो अरिबा पाहून माझे मन विटून गेले आहे. आता एकदा मला क्रिनट फळाचा रस वापरायचा आहे. तो रस प्यायला दिल्यावर काय होते माहीत आहे? आठवड्यातच अंगावरील मांसाचे तुकडे खवल्यांप्रमाणे गळून पडतात. मग अशा माणसाच्या अंगावर रानातील

आगमुंगळे सोडले की फार गंमत येईल, नाही? चालेल तुला? पाहा, विचार कर आणि नकार दे. म्हणजे तुला पाहायला मिळेल आणि मलाही!''

त्याचे अंग नकळत शहारले व मनात द्वेष तडकल्यासारखा झाला. बोटाच्या पेराएवढे हे रानमुंगळे एकदा आकडे रुतवून मांसात बसले की तोडले तरी ते तुटत नाहीत आणि त्यांचा दंश तर आग लागल्याप्रमाणे वेदना करतो, हे त्याला माहीत होते. तो क्षणभर स्तब्ध झालेला पाहून ती स्त्री हसली व म्हणाली, ''येथे जवळ ये, म्हणजे तुला निर्णय घेणे सोपे जाईल.''

मेण्याच्या आत दोन कोपऱ्यांत मेणबत्त्या स्फटिकांच्या सुबक नळ्यांत शांतपणे तेवत होत्या. निळ्या मखमली गादीवर ती रेशमी धाग्याच्या सहज वळणाने मागील त्याच रंगाच्या लोडाला टेकून रेलली होती. तिने एक कोपर लालभडक गिरदीवर टेकले होते. ते जेथे रुतले होते तेथे काळ्या लालसर रंगाचा लहान डोह झाला होता व त्यातून तिचा गोरा हात कोवळ्या विषारी कंदाच्या देठाप्रमाणे वर आला होता.

कोणत्याही वस्त्रात तिच्या प्रत्यंगांच्या रेषा डौलदारपणे दिसल्याच असत्या, पण आता तिने घातलेल्या झिरझिरीत वस्त्रात, हस्तीदंतावर लालसर प्रकाश पडावा त्याप्रमाणे वाटणारी तिची कांतीदेखील स्पष्ट होती. ती किंचित हलली तेव्हा प्रकाशाची रेषा तिच्या पैंजणांवरील रत्नांवरून सरकत झटदिशी वर चढली, अंगावरील रेशमी वस्त्रांवरून पुढे जात मेखलेवरील रत्नांत एकदम उजळली, आणि तिच्या वक्षःस्थलावरील विविधरंगी रत्नहारावर लालसेने किंचित् रेंगाळून तिच्या कर्णभूषणांवर स्थिरावली. त्यांना नाजूक साखळीने जोडलेले, लहान द्राक्षांएवढे टपोरे मोती होते. ते मानेच्या साध्या हालचालीनेही सतत डुलत होते – आला क्षण, गेला क्षण. पण या स्त्रीच्या सान्निध्यात मात्र आला क्षण मोत्याचा, गेला क्षण मोत्याचा!

त्याला वाटले, या स्त्रीमुळे दगडी पुतळ्यालादेखील अभिलाषा वाटेल. शब्दांत विणलेले स्त्रीचे सौंदर्य बहुधा ती स्त्री प्रत्यक्ष पाहिल्यावर टिकत नाही. पण येथे मात्र निराळीच निराशा आहे. या सौंदर्यापुढे नेहमीचे शब्द मळक्या किड्यांप्रमाणे वाटतात. जर शब्द विजेचे असतील आणि जर त्यांना आपल्या वासाने सारी रात्रच वासकसज्जा करणाऱ्या रातराणीचा मदिर गंध असेल, तरच त्यांना हे शरीर सजवता येईल! हळूहळू त्याचा द्वेष विरून गेला आणि सारा देह लालसेने भरला. राहिली ती वासना. भूतभविष्याची जाणीव नसलेली, केवल शारीर, झगझगीत नग्न वासना. वासनेच्या सेरिपीचे डोळे दिपवणारे उत्सुक पाते!

त्याच्या चेहऱ्यावरील तो तिला अतिपरिचित भाव पाहून ती पुन्हा हसली, आणि तिच्या नितळ पापण्यांच्या उघडझापेखाली तिच्या डोळ्यांतील संतापाचा अंगार विझला.

''तू शहाणा नाहीस, पण तू निदान शिकू शकतोस. तू योग्य निर्णय घेतला आहेस,'' ती मंजुळ आवाजात म्हणाली, ''माझे काम एवढेच आहे. हे पत्र मंदिरात पोहोचवायचे

आहे. ते तू घेऊन जा.''

''मंदिरात?'' त्याने विस्मयाने विचारले, ''रात्री मंदिरात कोणालाच प्रवेश असत नाही, शिवाय खालचा मार्ग अद्यापही पाण्यात असणार व वरच्या मार्गावर सैनिकांचा पहारा असतो.''

त्यावर ती थोडी त्रस्त झाली व तिच्या कपाळावर आठी दिसली. ''हे सारे तुला नवख्याला माहीत आहे ते मला माहीत नसेल का? तू हे पत्र सैनिकप्रमुखाला दे. तो ते पाठवण्याची व्यवस्था करील. त्याला ही अंगठीची निशाणी दाखव व पत्र अल्थीयाचे आहे म्हणून सांग.''

''अल्थीया कोण म्हणून त्याने विचारल्यास मी काय सांगू?'' पत्र घेत त्याने विचारले.

तिने संतापाने मूठ गिरदीवर आदळली. त्यावर तिचे सर्वांग हिंदकळले. माणिक-हिरेपाचूंमधल्या प्रकाशरेषा थरकल्या. ''म्हणजे तुला अल्थीया माहीत नाही?'' तिने अविश्वासाने विचारले.

त्याला तिचा आविर्भाव फार आवडला. तो भोळेपणा दाखवत म्हणाला, ''मी येथे अगदीच नवखा आहे. मला येथे येऊन दोनतीन प्रहरही झाले नसतील. ते नाव कानांवर पडले आहे, पण नावासारखी नावे पुष्कळ असतात.''

''तू खरोखरच अत्यंत निर्बुद्ध आहेस!'' ती हताशपणे म्हणाली, ''म्हणे नावासारखी नावे असतात! मेलेल्या जनावरावर जेवढ्या माशा घोंगावत असतात त्यांपेक्षा जास्त अलेक्झांडर तुला येथल्या गल्लीबोळांत दिसतील. पण अलेक्झांडर एकच. तशी मी अल्थीया एकटीच. इतका वेळ झाला तरी तुला अल्थीया माहीत नाही! म्हणजे कामासाठी मी तुलाच बोलावले हा एक चांगला योगायोगच म्हटला पाहिजे. नाहीतर एका पुरुषाला नगरात येऊन काही प्रहर झाले तरी त्याला अल्थीया कोण याचा पत्ता नव्हता, हा माझ्या आयुष्यावर कायमचा डाग पडला असता! आणि हे बघ, त्या प्रमुखाला ती अंगठी माहीत आहे, एवढेच नाही तर ती अंगठी घालणारी बोटेदेखील त्याला अपरिचित नाहीत. आता जा. जीभ जास्त हलवून उद्धटपणा करू नकोस!''

''आणि हे पत्र पोहोचवल्याची माहिती येऊन प्रत्यक्ष कळवू का – कधीतरी?'' त्याने विचारले.

ती काही न बोलता पुन्हा संदिग्ध हसली. तिच्या पापण्या जलद हलल्या. तिने सर्रदिशी पडदा ओढताच एक रंगीत सुगंधी नक्षत्र मावळल्याप्रमाणे सारे नाहीसे झाले. एका जिवंत झटक्यात वाहक हलू लागले. त्यांच्या गतीला बासरीच्या मंजुळ स्वरांची किनार लागली व मेणा निघून गेला.

तो थोडा वेळ तेथेच राहिला व त्याने हातातील लाकडी नळीकडे पाहिले. हे घडले ते सारे खरेच का, याचा त्याला संभ्रम पडला. या जमिनीवर आपण पाय ठेवला व लगेच

एका अदृश्य जाळ्यात ओढले गेलो; आता तेजस्वी रंगाचे तुकडे, धुरातील आकृती आणि वेदना यांचे एक मोहोळ आपल्या भोवती उठले आहे, असे त्याला सतत वाटू लागले. उद्याच येथून जा, मंदिरात जाऊ नको असे म्हणणारा धीवर; रंगीत साप; निळसर धुरात नाचणारी नर्तिका; सेरिपी; स्कहार; चार बाजूंना एकाच वेळी ओढले गेलेले वृद्ध शरीर; तोडलेला ताईत; एली म्हणजे वसंतऋतू; मेखलेवर चमकणारा प्रकाश, मांसात रुतलेले आगमुंगळे, ही अंगठी असली की तू लवकर परत येशील; आता तिचे मन या जगात नाही; अंगठीच नव्हे तर अंगठी घालणारी बोटेही त्याला अपरिचित नाहीत. आला क्षण – मोत्याचा. गेला क्षण – मोत्याचा.

तो भारावल्यासारखा रस्त्याच्या कडेला गेला व त्याने किंचित वाकून पाहिले. पण पलीकडे अंधाराखेरीज काही नव्हते. ''अनीस! अनीस!'' त्याने दोनदा हाक मारून पाहिली पण अंधाराने उत्तर दिले नाही. तो निराशेने चालू लागला. आता रस्त्यावर त्याचीच पावले वाजत होती. पण आता हळूहळू समुद्राचा आवाज भोवती जमू लागला, आणि थोड्या वेळाने तर चांदणी पाण्यावरील सरकत येणारी शुभ्र रेषा संथपणे येऊन किनाऱ्यावर विसर्जित होताना दिसू लागली.

सेरिपी इस्कहार एली. कट्यार, लाल रत्न आणि वसंत ऋतू. पण तीनही एकत्र आल्यावर त्यांचा अर्थ काय? आणि त्यात आपला कोणता रंगीत साप दडला आहे? निळा, लाल आणि हिरवा. म्हणजे निळ्या समुद्रावर वसंतऋतूत आपण प्रवास करत असता आपल्यामुळे गलबताला आग लागणार आहे का? किंवा आपल्यामुळे कोणाचेतरी अमूल्य रत्न हरवणार, असेही असेल. किंवा, किंवा... किंवा काय? जे घडणार ते वसंतऋतूतच आणि समुद्रावरच, याबद्दल त्याला फार विश्वास वाटू लागला. पण समुद्रप्रवासच टाळला तर, किंवा निदान वसंतऋतूत तरी प्रवास टाळला तर आपण सुटू का? पण सुटकेची निव्वळ शक्यता जरी असली तर नियतीचे भय का? आणि सुटकेची काहीच आशा नसेल तर चिंतेचा तरी ताप का? का, काय, कोठे, केव्हा आणि किंवा, किंवा...

तो त्या अरुंद उघड्या पुलापाशी येताच दोन सैनिकांनी भाले एकदम तिरपे केले व त्यास अडवले. प्रमुखाला भेटायचे आहे म्हणताच त्यांनी भाले सरळ केले, पण त्यास आत जाऊ दिले नाही. त्यांपैकी एकाने तेथील मोठ्या गोल तबकडीवर प्रहार करताच स्फटिकासारखी स्वच्छ हवाच तडकल्यासारखी झाली. घंटेचे तरंग उठले व विरले. पण तेवढ्यात सैनिकांप्रमाणेच सजलेला पण शिरस्त्राणात पांढरा तुरा असलेला एक भव्य, देखणा सैनिक पुढे आला व काही न बोलता पाय रुंदावून त्याच्यासमोर उभा राहिला.

''हे पत्र मंदिरात पोहोचवायचे आहे,'' तो म्हणाला, ''अल्थीयाने ते तुझ्याजवळ देण्यास सांगितले आहे.''

''अल्थीया! होय, तिची अंगठी मला माहीत आहे,'' प्रमुख हसून म्हणाला,

“आता मला तिच्या अंगठीची निशाणीच तेवढी दिसत असते. एके काळी ती मद्यागारात मूठभर नाण्यांसाठी नाचत असे; आज ती सम्राटांना, सेनापतींना आपल्या पैंजणांच्या नादावर नाचवते! म्हणजे अल्थीयाने दिले आहे तर हे पत्र! हे बघ, मी आपला साधा सरळ शिपाईगडी आहे. अल्थीयाच्या चिठ्ठ्या आणि पत्रे म्हणजे काळजात ठेवलेला निखारा! जरा काहीतरी कोठे बिघडले की डोके गमावण्याची भीती! तेव्हा एवढ्यासाठी मी माझ्या सैनिकांपैकी कोणाची मान उगाच कशाला फासात घालू? तेव्हा तूच का जात नाहीस वर पत्र घेऊन?”

“मी?” त्याने चमकून विचारले व तो एकदम गोंधळून गेला.

“होय तू. तू येथे नवखा दिसतोस. तू अल्थीयाचे पत्र आणलेस. त्याचे प्रायश्चित्त काय, पारितोषिक काय, जे आहे ते तूच का स्वीकारीत नाहीस? तू स्वतः जाऊन मंदिरात पत्र पोहोचवलेस, असेही तुला अल्थीयाला सांगता येईल आणि ती एकदम खूष होईल. आत ये आणि तूच वर जा मंदिरात.”

आता त्याला सैनिकांनी आत सोडले. कमानीतून तो प्रत्यक्ष पुलावर जाणार तोच प्रमुखाने खांद्यावर हात ठेवून त्याला थांबवले व कोपऱ्यात बोट दाखवले. “ती मेणबत्ती पाहिलीस? ती नुकतीच पेटवली आहे. ती पूर्ण जळून जायच्या आत तू परत आले पाहिजेस. नाहीतर – तू नवखा आहेस म्हणून तुला एक प्रश्न विचारतो. तू अरिबा नावाचा प्राणी कधी पाहिला आहेस का?”

“मी तो पाहिलेला नाही, पण त्याच्याविषयी ऐकले आहे,” अंग शहारत तो म्हणाला.

“मग तेवढे बस्स आहे. तुला काही सांगायला नको!” घडाघडा हसत प्रमुख म्हणाला.

“पण मी इथून गेल्यावर तू ही मेणबत्ती बदलणार नाहीस कशावरून?”

“म्हणजे मला तू वाटलास तेवढा हिरवट नाहीस तर! अल्थीयाविषयी तुला बरीच माहिती दिसते,” मान हलवत प्रमुख म्हणाला, “अल्थीयाने पाठवलेल्या अनेक माणसांचा आकस्मिक व चमत्कारिक मृत्यू झाला आहे हे खरे आहे. पण तुझ्या बाबतीत तरी मला तिने आधी कसली सूचना दिलेली नाही. आणखी एक गोष्ट अशी आहे बघ. तुला जर नाहीसेच करायचे असेल तर त्या मेणबत्तीचे तरी निमित्त वापरण्याची मला काय गरज आहे? तलवारीचा एक आघात आणि नंतर समुद्र! येथे हजारो मुशाफीर येतात जातात. तुझी चौकशी करायला वेळ आहे कोणाला? एका माणसाचे एवढे महत्त्व, तो स्वतः सोडला तर इतर कोणालाही नसते. नंतर फार तर तलवार पुसून स्वच्छ करण्याची कटकट मात्र राहते खरी. होय की नाही? तेव्हा तू निःशंक मनाने जा. मात्र ही मेणबत्ती संपायच्या आत ये.”

त्याला वाटले, हा सैनिक सरळ घावाचा माणूस आहे आणि त्याचे म्हणणेही खरे

आहे. तो कमानीतून बाहेर पुलावर आला. पूल अगदीच अरुंद असून पाण्यापासून फारसा उंच नव्हता. पूल दुसऱ्या बाजूला जेथे मिळाला होता तेथूनच वर जाण्यासाठी पायऱ्या होत्या. त्याला एका गोष्टीचे मात्र पायऱ्या चढत असता नवल वाटत होते : पुन्हा मंदिरात पाऊल टाकू नको असे दासीने बजावले होते. धीवराने तर आपणाला मंदिरात जाणे शक्यच नाही असे स्पष्ट सांगितले होते. आणि येथे पुन्हा यायची आपली तरी इच्छा कोठे होती? म्हणजे एकंदरीने आपण ठरवल्यापेक्षा निराळे काही घडू नये अशी माणसाची इच्छा असेल तर मुळात काही ठरवूच नये हाच खरा शहाणपणा आहे! सेरिपी, इस्कहार, एली. कट्यार, रत्न, वसंतऋतू – बस्स. नगाला नग म्हणून तीन शब्दांना तीन शब्द. मग आतापर्यंत आपण मिळवले काय? तर तीन अंडी देऊन तसलीच तीन अंडी मिळवली! थोड्या अंतरावर समुद्रात दोन गलबते आहेत. त्यातील एक 'शिराझ' आहे का? मी जाणार का त्या गलबतावर? तू दक्षिणेला जा की उत्तरेला जा. तू मोकळा आहेस. आहे का मी मोकळा? मी म्हणजे कोणता आकार येणार हे उत्सुकतेने पाहत आयुष्याच्या काठावर बसलेला माणूस आहे. अल्थीयाच्या काळ्या डोळ्यांतील प्रिय जहरावर तोडगाही आहे – तिच्याच लाल ओठांचा.

तो पायऱ्या चढून वर आला, त्या वेळी पूर्वीपेक्षाही नीरवता होती व पटांगण चांदण्याने भरले होते. खूप खाली समुद्र उसळी घेऊन खडकावर पांढराशुभ्र आदळत होता, परंतु त्याचाही आवाज आता कापसात घालून ठेवलेल्या मोत्याप्रमाणे वाटत होता. मंदिराच्या सभागृहात हंड्या तेवत होत्या, परंतु आता त्यांचा विविधरंगी प्रकाश जास्त उजळ दिसत होता. गाभाऱ्याचा दरवाजा उघडा होता. त्यासमोर खांबांमधून आलेल्या चांदण्यात भोवती पसरलेल्या शुभ्र वस्त्राच्या वर्तुळामध्ये सेविका छातीवर हात आडवे ठेवून डोळे मिटून बसली होती. आता काय करावे हे त्याला समजेना. त्याने पावलांचा उगाचच आवाज केला. पण ध्यानस्थ बसलेल्या सेविकेत कसलीच जाणीव दिसली नाही. ती हात पसरून जमिनीवर वाकली व पुन्हा उठताना तिने क्षणभर डोळे उघडले. त्याला पाहताच दबलेले कमलदेठ सरळ व्हावे त्याप्रमाणे ती तात्काळ उभी राहिली व तिच्या तोंडून भीतीचे स्वर बाहेर पडले. त्याबरोबर खांद्यावर चवरी टाकलेली वृद्ध दासी गाभाऱ्याबाहेर आली व त्याच्यासमोर उभी राहून कर्कशपणे म्हणाली, "तू कोण आहेस? सूर्यास्तानंतर येथे येणाऱ्याला मृत्यूची शिक्षा मिळते, माहीत आहे ना? मी येथील घंटा वाजवू लागू का?"

"मी स्वतः होऊन येथे आलो नाही, आणि माझ्या स्वतःच्या कामासाठीही आलो नाही. हे पत्र देण्याची जबाबदारी माझ्याकडे आली. हे पत्र तू घेतलेस तर मी तात्काळ माघारी जाईन. येथे क्षणभरही न रेंगाळण्यात माझेच हित आहे."

"तू? पुन्हा येथे आलास?" त्याचा स्वर ओळखून संतप्त आवाजात वृद्ध दासी म्हणाली, "पुन्हा येथे पाऊल टाकू नको असे मी तुला स्पष्टपणे बजावले होते."

त्याने पुढे होऊन पत्र तिच्या हातात दिले व म्हटले, ''मला क्षमा कर. माझे काम झाले.''

''थांब,'' दासी म्हणाली, ''हे पत्र काय आहे? कोणीतरी वाचून दाखवल्याखेरीज आम्हांला त्याचा काय उपयोग आहे? हिला बिचारीला वाचून बघ म्हणण्यात तर अर्थच नाही. तिचे डोळे ज्यावर खिळलेले असतात त्याच्या पलीकडे तिची नजर असते. इतर दासींत एकटीलाच वाचायला येते. आणि ती तर कित्येक दिवस अंथरुणाला खिळून आहे. आता तू आलासच, तर ते वाचून दाखव.''

तो पायऱ्या चढून वर येताच सेविका थरथर कापत गाभाऱ्याच्या दाराशी जाऊन उभी राहिली व त्याच्याकडे शून्य डोळ्यांनी पाहू लागली. वृद्ध दासीने तेथील पुरुषभर उंच समई पेटवली व पत्र वाचण्यासाठी त्याला दिले. त्याने अंगठीची निशाणी काढली व तो वाचू लागला.

''दुर्दैवी सखे,

अल्थीया या नावाची आता तुला पुसटशीही आठवण असणार नाही. परंतु त्या वेळी मात्र तू आपुलकीने माझे नाव विचारले होतेस. तुझ्या व माझ्या वयात तसे फारसे अंतर नव्हते, पण तुझ्या आवाजात आईची माया होती. माझ्या आईच्या मृत्यूनंतर आईप्रमाणे माझ्याशी बोललेली तूच मला एकटी भेटलीस. युद्धात धरून आणलेल्या सगळ्यांनाच त्या प्रचंड अंधाऱ्या तळघरात डांबून ठेवण्यात आले होते. एकमेकीपासून शेकडो मैलांच्या अंतरावर जन्मलेल्या, अनेक भाषा बोलणाऱ्या अनेक स्त्रिया एकाच भीषण वादळामुळे एकत्र आलो होतो. तू राजकन्या. तुझी उघडी पावले कधी जमिनीला लागली नसतील. तुझी साधी इच्छा म्हणजे आज्ञा मानली जात असेल –''

त्याने मध्येच थांबून सेविकेकडे विस्मयाने पाहिले. भीतीने कापत असलेली, उघड्या पायांची आणि रित्या डोळ्यांची ही स्त्री राजकन्या होती, ही गोष्ट त्याला विलक्षण वाटली. वृद्ध दासीने चवरीच्या दांड्याने त्याला खांद्यावर खूण करून म्हटले, ''हं, पुढे वाच. तुला फार वेळ राहता येणार नाही येथे!''

''– आणि मी? मी एका लहान खेड्यातील धर्मोपदेशकाची मुलगी. या व्यवसायात संपत्तीचा मोह निष्ठेने टाळायचा असतो. पण हा मोह टाळण्यासाठी माझ्या बापाला फारसा मनोनिग्रह करावा लागला नसेल इतके दारिद्र्य घरात होते. पण त्या वेळीही मला तुझ्या भाग्याचा हेवा वाटला नसता इतकी मी सुखी होते. माझ्या बापाने माझ्या वयाच्या मुलांपेक्षाही जास्त शिक्षण मला दिले होते. आपले स्वतःचे घर असावे, स्वतःचा साधा संसार असावा एवढीच त्या वेळी माझी जीवनापासून अपेक्षा होती आणि ती तशी अगदी आवाक्याबाहेरची नव्हती. तुझ्यात आणि माझ्यात शेकडो मैलांचे अंतर होते, पण तसाच एक जीवनदायी धागादेखील होता. माझ्या खेड्याजवळून गेलेली नदी पुढे भव्य विशाल होऊन तुझ्या नगराभोवती फिरली होती.

‘‘आणि मग हे वादळ आले आणि सारे अंतर तोडून आपण दोघी इतर हजारो स्त्रियांबरोबर या तळघरात आलो. कारण दुसऱ्या दिवशी विजयोत्सव होता आणि आपणा सगळ्यांचे रस्त्याच्या दुतर्फा राहिलेल्या गर्दीपुढे प्रदर्शन होणार होते. पण दोन दिवस आपणाला अन्नपाणी मिळाले नव्हते, आणि त्यात मी आधीच दोन दिवस उपाशी होते. त्या वेळी मी तुला काही सांगितले नाही, पण तेव्हाच माझ्याजवळ लज्जेचे, आब्रूचे एक चिरगूटदेखील उरले नव्हते. पायपोसावर कोणीही पाय पुसावे त्याप्रमाणे मी एका दैत्याकडून दुसऱ्या दैत्याकडे फेकली जात होते. पण त्या वेळी मनात रखरखली होती ती पोटातली उग्र, जाळासारखी भूक! स्वतःचाच हात कडकडून फोडावा असे वाटण्यासारखी भयंकर भूक! पराभूत झालेली पण एक राजकन्या म्हणून एका वृद्ध सैनिकाने तुला काहीतरी खायला आणून दिले. त्या वेळी गर्दीतून वाट काढत माझ्याकडे आलीस व माझे नाव विचारलेस. एवढ्या अस्ताव्यस्त घोळक्यात मी तुला दिसले होते, इतकेच नाही तर माझी वखवखलेली भूकही तुला जाणवली होती. हावऱ्याप्रमाणे तुझ्या हातातून अन्न हिसकावून खातानादेखील मला जाणवले ते तुझे डोळे! मला वाटले, देवा, असे डोळे मला हवे होते. असे गडद निळे, गडद निळे, गडद निळे, की साध्या खड्यावरून त्यांची नजर फिरली तरी त्याचा नीलमणी व्हावा! तीच आपली एकुलती एक भेट. दुसऱ्या दिवशीच्या उत्सवात हातपाय बांधलेली तू एक राजकन्या असल्यामुळे अग्रभागी होतीस, तर आमचा घोळका शेवटच्या रथाला बांधला होता. रथाचा सारथी धुंद असल्याने रथ वेडावाकडा भरधाव जात होता व आम्ही सगळ्या इकडूनतिकडे फरफटत जात होतो. माझ्या अंगावर वीतभर भागदेखील पूर्ण कातडीचा राहिला नाही. भोवती लोक जनावरांप्रमाणे ओरडत व हातात सापडेल ते आमच्यावर फेकत. अजूनही त्या प्रसंगाची शरम माझ्या अंगावरून जात नाही!

‘‘आणि तेदेखील इतक्या वर्षांनंतर – इतका सूड घेतल्यानंतर!

‘‘मग मला भर बाजारात एखाद्या जनावराप्रमाणे विकण्यात आले व मी रेशीमकपडा विकणाऱ्या एका व्यापाऱ्याच्या घरी आले. येथे मला दोन वेळ जेवण मिळत होते. पण या घरात येताच मी स्वतःशीच प्रतिज्ञा केली होती; मी चिरडले गेले तरी दंश ठेवून चिरडली जाईन. यापुढे मी आयुष्याच्या हातातले क्षुद्र बाहुले न बनता, मी माझ्या सामर्थ्याने आयुष्याला माझ्या मनाजोगता आकार देण्यात जळून जाईन. मला झालेल्या यातना क्षुद्र वाटाव्या एवढ्या यातना मी माझ्या पीडकांना देईन. या ठिकाणी सारा व्यवहार पुरुषांच्या हातात आहे आणि त्या पुरुषांच्या मनात वखवखणारी वासना निर्माण करणारे शरीर माझ्याकडे आहे. माझ्याकडे ते एकच अस्त्र होते; पण मी ते जर कठोर निर्विकारपणे वापरले तर अत्यंत प्रभावी होऊ शकणार होते.

‘‘आता इतकी वर्षे झाली. जगात असा एकही विश्वासघात नसेल की मी जो केला नाही; असे एकही क्रौर्य नसेल की मी जे माझ्या हेतूसाठी कोरड्या कठोर डोळ्यांनी

वापरले नसेल. आमच्या जळत्या घरातून बाहेर पडताना ठेचाळलेल्या माझ्या बापाच्या गळ्यावर पाय देऊन तो सावकाश चिरडणाऱ्या सैनिकाचा मी मुद्दाम शोध केला, व माझ्या त्या वेळच्या प्रियकराकडून मी त्याला माझा गुलाम म्हणून भेट मिळवली. नंतर या माझ्या हातांनी मी स्वतः तापलेल्या सळ्यांनी त्याच्या मांसाचे लचके तोडत त्याला असह्य यातनेनंतर जाळून टाकले व त्याच्या कवटीवर चांदी मढवून मी माझ्या कुत्र्याला पाणी पिण्यासाठी भांडे म्हणून तिचा उपयोग केला. ज्याने माझ्या भावाचे तुकडे केले, त्याच्या अंगातील हाडे मी माझ्या प्रासादाच्या पहिल्याच पायरीवर रुतवून आकृती करवली. म्हणजे माझ्याकडे येणारा प्रत्येक माणूस त्याची हाडे तुडवल्याखेरीज पुढे येऊच शकत नाही. सखे, कधीतरी चुकून फांदीवरून निसरून एखादी खार पाठ मोडून जमिनीवर पडली तर तिच्या वेदना संपवण्यासाठीदेखील तिला मारण्याचे मला पूर्वी कधी धैर्य झाले नाही; पण आतापर्यंत मी अनेक गर्विष्ठ सरदारांना, धनिकांना माझ्या पैंजणांखाली किड्याप्रमाणे चिरडून टाकले आहे. सारे मी गर्वाने सांगत नाही. उलट, आज तुझ्यापुढे प्रत्यक्ष उभे राहण्याचेदेखील मला धैर्य नाही. जेजे पवित्र, कोमल आणि उदात्त म्हणून मला शिकवण होती, ते सारे मी पूर्ण उघड्या डोळ्यांनी, कारुण्याचा एक अश्रूदेखील आड येऊ न देता जाळून टाकले आहे. आयुष्याने मला घडवण्यापेक्षा मी माझ्या रूपरेषेप्रमाणे आयुष्य घडवले – ते अत्यंत भीषण राक्षसी रूप घेऊन सजीव झाले. पण मला त्याबाबत क्षणाचाही पश्चात्ताप नाही. कारण ते मला तसेच घडवायचे होते. तशा तऱ्हेचे जीवन म्हणजे माझा पराभव नसून माझे पूर्ण यश आहे. माझ्यापासून हिरावले जाईल असे माझ्याजवळ काही नव्हतेच, पण इतरांचे हिरावून घेता येईल अशा गोष्टींनी जग भरून गेले होते. मी जगात आले ते एकाच जळत्या भावनेवर – द्वेष! न शमणारा, सदैव अतृप्त असा द्वेष! व्हायनप सापाविषयी आमच्या लोकांत एक समज होता. हा साप अत्यंत विषारी समजला जातो. त्याच्या श्वासाने झाडाची पाने जळतात व त्याच्या विषाचा एक थेंब दगडावर पडला तर दगड दुभंगतो, असा त्यांचा विश्वास आहे. पण भूक लागली की हा साप स्वतःचे विष बाहेर काढतो व ते खाऊन जगतो. मी असा एक सर्प झाले व स्वतःच्या कडव्या द्वेषावरच जगले. अजूनही माझी एक लहर आहे. तो खेळ मी अनेकदा खेळते. मी नुसती खूण करताच आज्ञापालनासाठी शेकडो सेवक तयार असतात, पण त्यात मला खरा आनंद नाही. काही झाले तरी ते मला बांधलेले असतात. स्त्री म्हणून माझ्या सामर्थ्याचे दर्शन मला त्यात दिसत नाही. त्यामुळे नाटकगृह, बाजार, हमरस्ता यावर मी कोणत्या तरी चांगल्या कुळातल्या अनोळखी माणसाला बोलावून काहीतरी क्षुद्र काम सांगते. एखादे पत्र घेऊन जाणे, फुले आणणे, फळ कापून देणे असली कामे. जरा डोळे हलवले, शरीराला किंचित वळण दिले की अत्यंत गर्विष्ठ धनाढ्य माणसेही खूप लाचारीने तसलीदेखील कामे करण्यात धन्यता मानू लागतात – हा माझा खऱ्या आनंदाचा क्षण! क्षुद्राचा पायपोस म्हणून जगण्यास सुरुवात केली आणि वाटेल

त्याला पायपोस करण्याचे सामर्थ्य मी मिळवले –''

पत्र वाचत असता त्याचा चेहरा शरमेने लालसर झाला व आतून संतापाची एक लहर अंगभर पसरली. हे वृद्ध दासीच्या ध्यानात तर आले नाही ना, हे पाहण्यासाठी तो थांबला. पण तिने त्याला चवरीच्या दांड्याने खुणावत म्हटले, ''अजून संपले नाही ना? मग वाच पुढे. फारसे काही समजले नाही मला, पण पुढे पाहू.''

''– मी कायकाय केले हे सारे तुला सांगत बसत नाही. तुझ्या त्या स्वच्छ निळ्या डोळ्यांनी ती पिशाच्च नाटके पाहू नयेत. पण या साऱ्यांत एका गोष्टीचा मात्र मला कधी विसर पडला नाही. ती म्हणजे तू! आयुष्यात एकच कोवळा भाग म्हणजे तुझी आठवण – विशेष म्हणजे मनातील स्फटिक भग्न होऊन वेड्यावाकड्या, फुटक्या आकृती दिसाव्यात त्याप्रमाणे झालेली तुझी मनःस्थिती! तू फार भयानक गोष्टी पाहिल्यास आणि तुला त्या साहवल्या नाहीत, आणि तू या क्रूर विद्रूप जगापासून हलकेच बाजूला झालीस. मी मात्र त्याच विषाचा आधार घेतला – आणि जोमाने जगले. पण त्यातही मला प्रथम भेटलेली वाहत्या रानझऱ्याच्या सहजप्रेमाची राजकन्या अद्यापही अभंग आहे असा माझा विश्वास आहे, म्हणूनच मी हे कबुली प्रायश्चित्त घेत आहे. जिच्यापुढे मी नम्र होईन अशी आता मला तूच एकटी; आणि मला क्षमा करायचा हक्क असणारी तूच! मी काय लिहिले हे तुझ्यापर्यंत उतरो न उतरो. सायंताऱ्याकडे टाकलेले फूल सायंताऱ्यापर्यंतच गेले पाहिजे असे नाही. राजकन्ये, तू जर वेडी, तर मग जगात शहाणे कोण? तू जर भ्रमिष्ट, तर ज्ञानी कोण?

''आज माझ्या खुणेने सैन्य चालते, सम्राट नम्र होतो व माझ्या भृकुटिभंगावर गीते लिहिण्यात कवींमध्ये स्पर्धा निर्माण होते. या साऱ्यांत एकच उणीव होती. तुझ्यासाठी काही करण्याची माझी धडपड मात्र यशस्वी होत नव्हती. परंतु आता स्थिती बदलली आहे. म्हणून तर मी हे पत्र लिहीत आहे. मला आता सम्राटाचे प्रत्यक्ष छत्र लाभले आहे. महिनाभराच्या सतत विनवणीने तुला मुक्त करण्याचे वचन मी त्यांच्याकडून मिळवले आहे. उद्या सूर्योदयाला तुझ्यासाठी गलबत तयार राहील आणि तुला जेथे जायचे आहे तेथे सुखरूप नेऊन पोहोचवतील. एवढेच नाही तर तुझा पिता – जर तो हयात असेल तर – आणि तुझा भाऊ यांच्यासाठीही मी जीवदान मिळविले आहे.

''हे मी तुझ्यासाठी जे आणले ते फारसे नाही, कारण माझ्या कर्तृत्वालाही मर्यादा आहेत हे मला प्रथमच जाणवले. हे मी आतापर्यंत विसरले होते. आपले आकर्षण मर्यादित ठरेल व काही काळाने ते उरणारही नाही हे उमगताच मी हादरल्यासारखी झाले. तुमचे राज्य मात्र परत करण्याची सम्राटांची बिलकूल तयारी नाही. अखेर त्या क्षणी सम्राटांना माझ्या लालसेपेक्षा महत्त्वाकांक्षा जास्त महत्त्वाची वाटली. मोठ्या मिनतवारीने मी आणखी एक गोष्ट त्यांना स्वीकारायला लावली. राज्य नाही तर निदान राजवैभवाची निशाणी ते लाल रत्न तू आपल्या बरोबर घेऊन जाऊ शकशील. दर तीन वर्षांनी एक दिवस नव्हे, तर ते कायमचेच तुझ्या अंगावर राहील.

"आता आपले राज्य उद्ध्वस्त होऊन गेले आहे. मी एकदा त्या ठिकाणी जाऊन आले व रात्रभर माझ्या डोळ्यांतील अश्रू थांबले नाहीत. सर्वत्र अर्धवट पडलेली घरेदारे आहेत. भग्न झालेल्या संगमरवरी दगडांनी रस्ते भरले आहेत. मी ज्या घरात जन्मले तेथे पुरुषभर रानवेली वाढल्या आहेत. पण तुला एका गोष्टीचे तरी स्वास्थ्य लाभेल. जीवदानाची माहिती जाहीर होताच तुझा पिता तुला येऊन भेटेल आणि शेवटच्या काळात तरी मुलीच्या मायेचा हात त्याच्या कपाळावरून फिरेल. तुझ्या भावाचा हात तुझ्या मदतीला येईल. आज माझ्याजवळ पोत्यात भरता येतील इतकी मूल्यवान रत्ने आहेत; एका टोकाहून दुसऱ्या टोकाला जाताना मध्ये विश्रांतीसाठी थांबावे लागेल एवढा माझा महाल आहे. पण माझे असे कोणीच उरले नाही. आज माझ्याभोवती माझ्या वस्त्रांचा ओझरता स्पर्श झाला तरी स्वतःला धन्य समजणारे धनिक आणि सत्ताधारी आहेत. पण आणखी काही वर्षांनी माझ्या पायरीवरील धुळीत बाहेरच्या कोणाचीही पावले उमटणार नाहीत, याची मला पूर्ण जाणीव आहे. आपल्या मृत्यूने अनेकांच्या डोळ्यांत पाणी आणणारी माणसे पुष्कळ असतील – पण माझ्या मृत्यूने जितक्या लोकांना हर्ष होईल, तितका दुसऱ्या कोणाच्याही मृत्यूने होणार नाही. हेच माझे अद्वितीयत्व आहे! हे मी स्वतःविषयीच्या अनुकंपेने सांगत नाही. मी मुद्दामच आयुष्याला हा आकार दिला. आणि घडलेले सारे जर पुन्हा घडले तरी मी हाच मार्ग स्वीकारीन, याबद्दल मला किंचितही संदेह नाही. खरे म्हणजे मी आता मी उरलेच नाही. ती खेडवळ, घरकुलात वाढलेली मुलगी घरकुल जळताना त्यातच मेली! आता जी मी आहे ती स्वतःच्या द्वेषाने काळवंडलेली, पण धारदार तलवार आहे! ज्यांनी मला मदत केली त्यांचा जास्त सत्तेसाठी मी द्रोह केला; ज्यांनी दिनारांचे ढीग माझ्यापुढे केले त्यांचे द्रव्य मी स्वीकारले, पण माझ्या योग्य क्षणी मी त्यांचा नाश केला. मला सुख व्हावे म्हणून काही त्यांनी मला मदत केली नाही की द्रव्य दिले नाही. त्यांना हवे होते माझे उन्मादक शरीर आणि ते मी त्यांना दिले. निव्वळ देहाला कसला आला आहे पश्चात्ताप? किंवा कृतज्ञता? आणि आता मी देहाखेरीज आहे तरी काय?

"आणि तोही राहणार नाही व तो मला नको आहे. त्याचे वैभव अद्याप झळझळत असतानाच मी तो स्वतः कधीतरी फेकून देणार आहे. माझ्याकरिता मात्र एक गोष्ट कर. हे पत्र नसून माझे प्रेत समज. कधी आठवण झाली तर माझ्या गावच्या नदीकडे जा. एका मडक्यात हे पत्र घाल व त्यावर माझ्या घरातील मूठभर माती टाकून मडके पाण्यात टाक. त्या पाण्या-मातीवर मी वाढले पण माझा हा विषारी देह तेथे प्रत्यक्ष टाकण्याची कृतघ्नता मात्र माझ्याकडून घडणार नाही. मातेच्या स्तनाला पीत असता दंश करण्याचे पातक माझ्याकडून घडेल – आणि अल्थीया देखील करणार नाही असे ते एक पातक आहे!

"या क्षणी तरी मी तुला भेटावे अशी तुझी अपेक्षा असेल. नेमक्या याच क्षणी मी तुला भेटणार नाही, कारण तुझे अपार दुःख पाहण्याची माझी इच्छा नाही. मी आपण

होऊन दुःख शोधत जाणारी स्त्री नव्हे, इतकेच नव्हे तर एका ठिकाणी दुःख आहे म्हणताच तेथून दूर राहणारी आहे. आवडते माणूस मरत असता त्याला भेटायला जाणाऱ्या माणसाला मी सहृदय म्हणत नाही, अत्यंत मूर्ख म्हणते. मी माझ्या वाट्याचे सारे दुःख भोगले आहे व आता मी कोणाचीही मिंधी नाही. आता इतरांचे, तुझेही दुःख मला नको. संतापू नको. समजून घे.

"आता आपण पुढे कधी भेटू असे वाटत नाही. तू आता कोठे जाणार हे मला माहीत नाही, पण तेथे तरी तुला मनःशांती मिळो! ती देणे मात्र मानवाच्या हाती नाही!

अल्थीया"

पत्र वाचून झाल्यावर तो स्तब्ध झाला व आत कोठेतरी आपल्यात नवा डोळा उघडत आहे, असे त्याला वाटले. सेविका अद्याप गाभाऱ्याच्या दारातच अगदी लहान होऊन उभी होती व तिचा एक हात उरावर होता. आतील मूर्तीसमोर लावलेल्या मेणबत्त्यांच्या ज्योतींपैकी काही पिवळ्या-कोवळ्या पालवीप्रमाणे तिच्याच अंगाच्या रेषेतून बाहेर येत आहेत, असा भास होत होता. थरथरत्या अंगाने वृद्ध दासी जमिनीवर बसली व तिने जमिनीला कपाळ लावून वंदन केले.

"पण हे सगळे मी तिला सांगणार तरी कसे, केव्हा?" ती अडखळत म्हणाली. "मी हात धरून तिला खोल समुद्रात नेले तरी ती विश्वासाने माझ्याबरोबर येईल. पण आता आपण मुक्त आहो आणि आपल्या भूमीकडे चाललो आहो, हा आनंद मी तिला कळवू तरी कसा?"

गाभाऱ्यात जळत असलेल्या मेणबत्त्यांपैकी एकीचा तडतड आवाज झाला आणि प्रकाशाच्या रांगेतील एक रेषा विझली. तो एकदम जागा झाल्याप्रमाणे झाला व त्याचे अंग शहारले. त्याने पत्र खाली टाकले व झटदिशी तो जायला वळला. इतका वेळ स्तब्ध असलेली सेविका त्यामुळे दचकली व जणू त्याच्याकडून येत असलेला प्रहार चुकवण्यासाठी तिने घाबरून हातवारे केले. तेव्हा तिच्या खांद्यावरील उत्तरीय खाली ढळले आणि तिच्या गळ्यातील रत्नावरचा पडदा बाजूला झाला.

त्या गडद रक्तवर्णाच्या वर्तुळाने तो एकदम थबकला. अकस्मात कोणी एक विशाल नेत्र उघडून त्याच्यावर मोहिनी टाकल्याप्रमाणे तो खिळल्यासारखा झाला व जळत असलेल्या मेणबत्त्यांचा त्याला क्षणभर विसर पडला. रत्नावरील मंद प्रकाश एका पैलूवरून दुसऱ्यावर सतत बदलत असल्यामुळे ते रत्न शांतपणे श्वासोच्छ्वास करत आपल्याकडे पाहत आहे, असे त्याला वाटू लागले. आता उद्या तर ते रत्न कायमचे निघून जाणार, या आठवणीने तर त्याची लालसा एकदम जागी झाली. समोरील लाल वर्तुळ जास्तजास्त विस्तृत होऊन विशाल झाले व त्याला आत घेऊन त्याच्याभोवती सर्वत्र पसरले. आत जाताच आपण त्या रंगाने न्हाऊन निघालो आहो व त्या तेजाच्या प्रभावाने गात्रेन् गात्रे धुंद होत आहेत, असे त्याला जाणवू लागले आणि त्या लाल क्षितिजाच्या

मध्यभागी असलेल्या अथांग गडद रक्तवर्णी डोहाकडे तो विलक्षण वेगाने खेचला जाऊ लागला.

त्याने हात एकदम पुढे केला व रत्न हातात घेऊन जोरात हिसका दिला. आता सेविकेच्या तोंडून आर्त किंकाळी येताच त्याचे सर्वांग बेभान झाले व तो आवाज खालीपर्यंत तर पोहोचला नाही ना, या भीतीने त्याचे कपाळ ओलसर झाले. त्याने एक हात तिच्या तोंडावर धरला व दुसऱ्या हाताने कट्यार काढून तिचे टोक सेविकेच्या गळ्यावर धरले.

तेवढ्यात दासी लगबगीने उठली व तिने मागून येऊन चवरीच्या दांड्याने त्याच्या खांद्यावर सर्व शक्तीने प्रकार केला. बाण सोडल्याप्रमाणे त्याचा हात वेदनेने पुढे झटकला आणि सेरिपीचे पाते सहजपणे गोऱ्यापान नाजूक गळ्यात उतरले. तो धक्क्याने मागे सरला व निर्जीव, असमज डोळ्यांनी पाहू लागला. सेविकेच्या गळ्यातून रक्ताची धार उसळली आणि खाली उतरत तिचे वस्त्र रक्तरंगाने भरू लागले. त्याचा आधार सुटताच सेविका तशीच खाली आली व सोडून टाकलेल्या वस्त्राप्रमाणे हालचाल मंदावत निश्चल झाली. दासीचे डोळे अतिभयाने मोठे झाले व तोल जाऊन ती फरशीवर कोसळली.

तो स्वतःला नकळत सेविकेकडे गेला व खाली वाकून त्याने तिला स्पर्श केला. पण तिच्यात सजीवतेचे कोणतेच लक्षण नव्हते. कट्यार रुतलेल्या जागेतून रक्ताचा ओघळ उतरून डाव्या बाजूला वळला होता व जमिनीवर तळहाताएवढ्या ओलसर रत्नाप्रमाणे वाटणाऱ्या डागात जमत होता. पण तो दचकला ते निराळेच दृश्य पाहून. सेविकेच्या उराखाली नितळ पोटावर वर्तुळाला तीन पाय असलेले चिन्ह गोंदवले होते आणि त्याखाली नाव होते — एलिथिया!

तो किती वेळ तसाच वारुळासारखा उभा होता हे त्यालाच जाणवले नाही. गाभाऱ्यातील आणखी दोन मेणबत्त्या विझल्या व चांदण्यातील खांबाच्या सावल्या लांब झाल्या. त्याच चांदण्यात आणखी एक लांब सावली पडली, पण ती त्याच्याकडेच येऊ लागताच तो सावध झाला, आणि आघात होत असल्याप्रमाणे हात उंचावून तो म्हणाला, ''मला तिला मारायचे नव्हते.''

त्याने समोर पाहिले. निथळत्या अंगाने धीवर त्याच्याकडे येत होता व त्याची रुंद पावले जेथे उमटत होती, तेथे चांदणे ओलसर, जास्त चमकदार होत होते. धीवराने त्याच्याकडे दुर्लक्ष केले व तो सरळ सेविकेकडे गेला. गुडघे टेकून त्याने हात तिच्या उरावर ठेवून पाहिला. पण तो उठला त्या वेळी पाठीवर अचानक ओझे आल्याप्रमाणे वाकला होता. तो माघारी आला व कमरेवर हात ठेवून त्याच्याकडे पूर्ण विझून गेलेल्या डोळ्यांनी पाहत राहिला.

''मला तिला निव्वळ भीती दाखवायची होती. तिच्या किंकाळीने माझा माझ्यावरचा ताबा सुटला,'' तो म्हणाला. पण धीवराचा चेहरा पूर्णपणे निर्विकार राहिला

हे पाहून तो पिळवटून म्हणाला, ''ठीक आहे. माझ्या हातून नकळत का होईना, तिची हत्या घडली. आता तू मला प्रायश्चित्त दे.''

''प्रायश्चित्त देणारेघेणारे आम्ही कोण?'' एका पायरीवर अंग टाकत धीवर विषण्णतेने म्हणाला, ''ज्या वेळी इतर कोळी पाण्यात होडी टाकायला धजत नाहीत तेथे मी समुद्र तरून आलो. पण थोडा वेळ आधी आलो असतो तर हे घडले नसते. तुझ्याबरोबर सावलीप्रमाणे राहून तुला गलबतात घातले असते तर तू कायमचा गेला असतास. शपथ घालून मी तुझ्यापुढे दाताच्या कण्या केल्या की तू पुन्हा मंदिरात येऊ नकोस म्हणून! अखेर एवढेच खरे, आपल्याविरुद्ध एक भीषण कट होता आणि तू काय, मी काय, आपण होऊन त्या कटात सामील झालो!''

संतापून आपल्यावर झेप घेण्याऐवजी तो उन्मळून पडल्याप्रमाणे बसलेला पाहून तो फार बावरला व म्हणाला, ''म्हणजे तू काय बोलत आहेस?''

''तुला कधीतरी समजणारच होते, पण मला ते माझ्या तोंडून मात्र नको होते. आता मीच सांगितले तरी काही बिघडणार नाही. तेव्हा लक्षपूर्वक ऐक. नंतर तुला ऐकण्याची संधी मिळणार नाही – आणि मलाही सांगण्याची! मी धाग्याला पुष्कळ निरगाठी घालत आलो, पण त्या अदृश्य हाताने धाग्याची टोके अशा अटळ कौशल्याने ओढली की माझ्या साऱ्या निरगाठी सुरगाठीच ठरल्या, उलगडल्या आणि धागा पूर्वीसारखाच सरळ झाला. माझे सारे प्रयत्न मातीमोल झाले आणि एक क्षुद्र अहंमन्य बाहुलेच ठरलो!

''तिच्यावर गोंदलेले चिन्ह पाहिलेस? तेच तू अर्शिपॉलिसला पाहिले होतेस. आठवते? 'पडेन, पण पडून राहणार नाही.' कारण ते तेथल्या राजघराण्याचे चिन्ह आहे. ही तेथील राजकन्या असून तिचे खरे नाव आहे एलिथिया – वसंतऋतूत जन्मलेली कन्या!''

धीवर मध्येच झटका आल्याप्रमाणे उठला व त्याच्यासमोर येऊन त्याने आपले डावे मनगट त्याच्यासमोर धरले. मनगटावरील रुंद, बलवान दिसणाऱ्या भागावर डागलेला गोल व्रण होता.

''माझ्याही हातावर अगदी अशीच डागल्याची खूण आहे,'' तो विस्मयाने म्हणाला. धीवराने मान हलवली व तो पुन्हा पायरीवर बसला.

''तो इशारा मी ध्यानात घ्यायला हवा होता,'' तो म्हणाला, ''माझ्या हातावरही तेच चिन्ह होते, कारण मीदेखील त्याच राजवंशातला आहे. इतकेच नाही तर मी अर्शियाचा अधिपती होतो. एली माझी मुलगी आहे – आणि तू माझा मुलगा! म्हणून तर तुझ्याही हातावर ते चिन्ह जन्माला आले होते. पण एक महिन्यानंतर तुझ्या बारशादिवशी या साऱ्या शोकाची सुरुवात झाली. मला स्वतःला थोडे रमल समजते, कारण मी त्याचा अभ्यास केला आहे. राजज्योतिषाने कुंडली मांडली, पण तो तोंड झाकून निघून गेला. म्हणून मी स्वतः पुन्हा कुंडली मांडली. पण तीनदा तेच भीषण शब्द प्रकट झाले : 'हे मूल

आपल्या बहिणीची हत्या करील आणि बापाच्या हत्येला कारणीभूत होईल!' माझ्या आयुष्यातील तो सर्वांत भीषण क्षण! तुला जन्म देताना तुझ्या आईला प्राणाचे मोल द्यावे लागले. तू एकुलता मुलगा माझ्या पाठीमागे राज्यधुरा सांभाळणारा आणि तू तर अशा रक्ताळलेल्या नखांनी जन्मलास! एक अतिशय एकाकी क्षण, कारण आता जो निर्णय घ्यायचा होता तो सर्वस्वी मी एकट्याने!

''आणि मन मारून मी तो कठोर निर्णय घेतला. त्यावर डाग देऊन तुझ्या हातावरील चिन्ह मी बुजवून टाकले. मलादेखील स्वतःचे चिन्ह तसेच पुसावे लागेल असा एक काळ माझ्या आयुष्यात येईल, ही मात्र कल्पना मला त्या वेळी नव्हती. तू मला या देशात देखील नको होतास. म्हणूनच 'स्वतःचे रक्त पिण्यासाठी जन्मलेले हे मूल आहे,' असा स्पष्ट इशारा देणारी चिठ्ठी लावून मी तुला बंदराच्या भिंतीवर ठेवले आणि सोबत सोन्याच्या नाण्यांची पिशवी ठेवली. त्या ठिकाणी विदेशांतील अनेक गलबते येत, खलाशी प्रवासी थांबत. तुझ्या जागी मी अनाथालयातील एक मुलगा आणला, पण तो माझ्या रक्ताचा नसल्याने त्याला राजचिन्ह दिले नाही. पण त्याला इतर साऱ्या सुखात प्रासादात वाढवला.

''आणि मग वणवा पेटला. परचक्र आले आणि साऱ्याचाच विध्वंस झाला. माझ्या एका एकनिष्ठ सेवकाने मला सैनिकाचा वेष दिला आणि माझी राजवस्त्रे एका मृत शरीरावर टाकून ती अर्धवट जाळून टाकली. असा मी परागंदा झालो. मुलाचादेखील काही वर्षे पत्ता लागला नाही. एली मात्र शत्रूच्या हाती पडली. तिच्या वाट्याला आलेला अवमान आणि यातना आठवल्या की माझ्या डोळ्यांत रक्ताचे अश्रू येतात आणि भररात्री सात लाल सूर्य दिसू लागतात. अरे, फुलांचे गंध वाऱ्यावर येत असतात ते तपासून, तिला सहन होतील असेच नाजूक गंध तेवढे मी तिच्या महालात जाऊ देत असे, अशा आतड्याने मी तिला जोपासले. ती गाऊ लागली की वृद्धांच्या चेहऱ्यावरील दोनचार सुरकुत्या कायमच्या नष्ट होत आणि संगमरवरी दगडात आतल्या बाजूला आपोआप मूर्ती घडू लागे. पण तिच्यावरील माझे छत्र अत्यंत दुबळे, क्षुद्र ठरले. त्या प्रलयानंतर तिला गुलामांच्या मिरवणुकीत अनवाणी चालावे लागले, तिच्या सावलीचेदेखील प्रतिबिंब पाहायची ज्यांची लायकी नाही, अशा माणसांनी तोंडे फाकवून तिच्यावर थुंकून घेतले! नंतर ती या मंदिरात आणखी एका खांबाप्रमाणे निर्जीवपणे जगली, आणि आता बघ, कोणालाही नको असलेले आणि कोणालाही हिरावून न घेता येण्याजोगे लालभडक, ओलसर रत्न गळ्याशी घेऊन ती निघून गेली! कोणीतरी सुबक स्फटिकपात्रे घडवत पुढे निघून जातो आणि मग त्याचा कुबडा, आंधळा गुलाम त्यांच्यात रक्त, अश्रू, मद्य, समुद्राचे पाणी, अगर जहर ओतत जातो. कोणत्या पात्रात काय ओतले जाईल यात न्याय-अन्याय काही नाहीच.

''मी एखाद्या गुन्हेगाराप्रमाणे भटकत राहिलो. पण पाऊल बाहेर ठरेना. अखेर

ओढल्याप्रमाणे येथे आलो, कारण आता मृत्यूचीदेखील भीती किंवा खंत उरली नव्हती. पण अखेर तेच शहाणपणाचे ठरले. शत्रूपासून सुरक्षित राहायला सर्वांत योग्य जागा म्हणजे त्याच्या नजरेसमोरच राहणे! समुद्राचे पाणी तर माझ्या रक्तातच होते. दररोज हे मंदिर दिसे. ते दररोज अर्धा तास मुक्त असे. त्या वेळी मी फुले घेऊन वर जात असे व आपण तिला न दिसता एली कोठे दिसते का पाहत असे. महिनेच्या महिने जात आणि तिच्या वस्त्राचे टोकदेखील मला दिसत नसे. नंतर तर सारेच संपले. मी प्रत्यक्ष जाऊन तिच्याशी बोललो असतो तरी ते तिला उमगले नसते. पण कधीतरी ती दिसली की मात्र मला वाताचा झटका आल्यासारखे होत असे. द्वेष, शरम अंग जाळत, पण त्यातही थोडा विरंगुळा वाटे.

''तो पाळलेला पोरगा – तोही असाच वाऱ्यावर गेला होता. पण मी त्याला एका गलबतावर पाहिले. आता तो डोलकाठीसारखा उंच व शिडासारख्या छातीचा झाला होता, पण आम्ही एकमेकाला तात्काळ ओळखले. पण ते दाखवले नाही. थोड्या दिवसांनी तो एक परदेशी म्हणून आला आणि माझ्याजवळ सर्वस्वी परका म्हणून राहिला. पण तो झपाटला होता. रात्रन् रात्र तो झोपत नसे. पोटात काहीतरी ढकलण्याकडे देखील त्याचे लक्ष नसे. शेवटी तो उठला व समुद्र पोहून मंदिरात गेला. एलीला सोडवण्यासाठी. एकाकी. त्यानंतर काय झाले हे मी तुला सांगितलेच आहे. अरिबाने त्याची आतडी कुरतडली आणि ते सगळे समोर राहून मला कोरड्या डोळ्यांनी पाहावे लागले. तो तरुण पोरगा मंदिरातील एका दासीकडे संकेतभेटीसाठी गेला होता, असा त्यांचा समज होता व सारे तेवढ्यावरच भागले. आता असे पाहा. मी तुला दूषण देत नाही. जो सारे समजून घेतो त्याला दूषण देण्याचे अज्ञान किंवा क्रौर्य दाखवताच येत नाही. पण हे चित्र तरी पाहा. तो खोपट्यात जन्मला, पण प्रासादात सुखाने वाढला आणि शेवटी ना नात्याच्या, ना रक्ताच्या बहिणीसाठी तो मरून गेला – आणि तू! तू महालात जन्मलास, पण माळावर वाढलास, दरवेश्याप्रमाणे जगलास आणि शेवटी रक्ता-नात्याच्या बहिणीचे रक्त कट्यारीवर घेतलेस!''

पण या चित्राने स्वतःच दडपून गेल्याप्रमाणे धीवर गप्प झाला व येरझारा घालू लागला. त्याचे लक्ष दासीशेजारी पडलेल्या पत्राकडे गेले. पण ते वाचून झाल्यावर इतका वेळ सावरून धरलेला त्याचा चेहरा विसकटला व तो गुडघ्यात मान घालून बसला. त्याने विमनस्कपणे पत्र चुरगाळले व मागे फेकून दिले. तो चुरगळलेला गोळा वरच्या सज्जात पडला व वाऱ्याने थोडाथोडा पुढे सरकत पलीकडे जाऊन खाली नाहीसा झाला.

''मला जीवदान! मला दान द्यायला आता जीवच उरलेला नाही, आणि एलीने तर निराळेच रत्न सोबत घेऊन सर्वांत मोठी मुक्तता करून घेतली आहे!'' तो जडपणे म्हणाला व त्याचे खांदे झटकत असल्याप्रमाणे हलू लागले. दासी आता उठून बसली होती. ती बसून रखडतच सेविकेजवळ गेली आणि त्या निश्चल चेहऱ्यावर हात फिरवताना

तिचा सुरकुतलेला चेहरा सैल झाला व ती कोरड्या डोळ्यांनी, मान थरथरत हुंदके देऊ लागली.

तो हे सारे स्तब्धपणे पाहत होता. त्याने उभ्याउभ्याच सेरिपी पायऱ्यांमागील कठड्यावरून समुद्रात फेकून दिली व शांतपणे म्हटले, ''यातील मला काही जरी माहीत असते तर मी माझी बहीण, माझा बाप यांच्याविरुद्ध कधी नियतीला फितूर झालो असतो का? आत कोणते भीषण प्राणी आहेत याची कल्पना न देता तू मला समुद्रात ढकललेस! म्हणजे माहीत असते तर मी त्यांच्याशी झुंजण्यात यशस्वी झालो असतोच असे नाही; पण झुंजलो तरी असतो. तू हे सारे मला पहिल्या भेटीतच का सांगितले नाहीस?''

धीवराने मान वर केली तेव्हा त्याचे डोळे ओलसर दिसत होते. तो म्हणाला, ''कारणे न सांगता मी तुला सारे सांगण्याचा प्रयत्न केलाच होता. मी जाळे घेऊन घरी गेलो तेव्हा तर सगळे सांगून का होईना, शेवटची धडपड केली पाहिजे, असे माझे आतडे तुटू लागले. खांद्यावरील जाळेदेखील खाली न ठेवता मी परत आलो तेव्हा तू गेला होतास. मी मद्यागारात पाहिले, सर्व रस्ता धुंडाळला. या एवढ्या नगरात मी शोधू तरी कोठे? शेवटी तुला सारे सांगून दूर ठेवण्याऐवजी येथेच रक्षण करावे म्हणून मी आलो. तुझ्या शोधात वेळ न घालवता मी आधीच येऊन बसलो असतो तर एलीवर तुझी नजर देखील मी पडू दिली नसती.'' त्याचा आवाज एकदम उसळू लागला, पण आता सारेच शून्य आहे हे जाणवल्यामुळे तो एकदम गप्प झाला.

''तरीही पर्वा नाही. मी काही शेणामेणाचा नाही आणि अंधारातून घातलेल्या घावांनी खचून जाणारा नाही. चांगुलपणा दाखवला की परत चांगुलपणाच मिळतो, न्यायाला न्यायानेच उत्तर मिळते, असल्या भाकडकथांवर माझा पिंड वाढला, म्हणून मी असा फशी पडलो. हे सगळे माझ्या अज्ञान या पापामुळे घडून आले. अल्थीयासारख्या केवळ स्त्रीला हे ज्ञान फार लवकर आले, आणि तिने कलाकाराच्या कुशल हातांनी नव्हे, तर गुलामांवर पडणाऱ्या मस्तवाल लाथांनी आपल्या आयुष्याला आकार दिला. तिला जे शक्य झाले ते मला एका प्रसंगातही साधणार नाही की काय? मी माणूस आहे. आता मागे भिंत तटली तरी मी झुंजल्याशिवाय मरणार नाही. प्रतिकार करण्याचे सामर्थ्य नसलेल्या पुतळ्यावर सतत प्रहार करून तो भग्न करण्याइतके मला नष्ट करणे सोपे नाही! भविष्य अर्धे खरे झाले असले तरी मी ते पूर्णपणे कधी सत्य होऊ देणार नाही! या अनंत अदृश्य हातांच्या शक्तीचा शेवटच्या क्षणी तरी मी अर्धवट पराभव करीन! हा तरी माझा सूड आहे, विजय आहे —''

तो वेगाने पायऱ्या चढून वरील सज्जात आला. धीवराने मान वर करून काचेप्रमाणे वाटणाऱ्या डोळ्यांनी त्याच्याकडे पाहिले. पण त्याचा हेतू ध्यानात येताच, त्या भव्य शरीराच्या बाबतीत केवळ अशक्य वाटावे अशा चपलतेने तो उठला व पुढच्या पायऱ्या चढून तो त्याच्यासमोर उभा राहिला. ''अरे थांब. माझे आणखी थोडे ऐकून घे,'' तो

ओरडला व त्याने त्याची वस्त्रे धरली.

"जेवढे ऐकायचे आहे तेवढे मी ऐकले आहे. आता जास्त ऐकत बसण्याची वेळ गेली. आतापर्यंत मी जाळ्यात अडकून जाळ्यातच हिंडलो. हा एकच क्षण माझ्या मीपणाचा आहे. कारण या क्षणी मी काय करावे, करू नये हे ठरवण्याचे कर्तव्य सर्वस्वी माझे आहे, एकट्याचेच आहे व ते करायला मी मुक्त आहे. तू सरक आता –"

पण धीवराने त्याची वस्त्रे जास्तच आवळून धरल्याने त्याने त्वेषाने त्यास मागे ढकलले. पण त्यामुळे धीवराचा तोल गेला व त्याचे शरीर कठड्यावर आदळताना त्याने कठड्याचा आधार घेतला. पण कर्रकर्र आवाजानंतर हाताला असलेला आधार गेला हे जाणवून धीवराच्या चेहऱ्यावर विस्मय आणि विलक्षण भय दिसले. त्याच्या तोंडून तोंडवळा नसलेले शब्द बाहेर पडले आणि तो दुसऱ्याच क्षणी समुद्रात कोसळला. त्याचे शरीर प्रथम एका खडकावर आदळले व नंतर खाली घरंगळून खूप उंचावून समुद्रलाटांनी निर्माण केलेल्या फेसात नाहीसे झाले.

आता मात्र त्याच्यातील प्रतिकार संपला. पाय वितळून गेल्याप्रमाणे तो तेथेच मटकन बसला. गाभाऱ्यात आता एकच मेणबत्ती उरली होती. तिचीही ज्योत लांबसडक प्रकाशाच्या पात्यासारखी झाली, क्षणभर ती तशीच रेंगाळली व विझून गेली. आता चांदणे मंदावले होते व विक्राळ जबडा उघडून खडकावर झेप घेत असल्याप्रमाणे दिसणाऱ्या लाटांतील आवेशही आता उतरला होता. दाटलेल्या चांदण्यात सतत राहून विरून गेल्याप्रमाणे एक गलबत नाहीसे झाले होते. फिकट दिसणाऱ्या वाळूच्या पट्ट्यामागे भिंतीपलीकडे रस्ता पूर्णपणे गोठल्यासारखा दिसत होता. पण नेमक्या त्या रस्त्यावरच आता थोडी हालचाल दिसली. एक माणूस रस्त्यावरून वाळूत उतरला व मऊ वाळून पावले बुडवत पाण्याजवळ आला. त्याने एका हातात धरलेली चपटी टोपली डोक्यापर्यंत वर उचलली व पाण्यात फेकून दिली. पाण्यावरच्या चांदण्यात क्षणभर लहानसा खळगा झाला, चकचकीत थेंब हातभर उडाले व पाणी पुन्हा सांधून गेले.

खाली खडकाच्या पायथ्याशी मात्र एकच प्रश्न रात्रंदिवस विचारत असल्याप्रमाणे समुद्राच्या लाटा त्याच त्या अविरत फेसाळ आवाजात फुटत होत्या व माघारी जाऊन पुन्हा नव्या आशेने परतत होत्या.

साऱ्या आयुष्यात तांडेलाला आपण तांडेलच का झालो हे समजले नाही. रात्रंदिवस अस्वस्थपणे विचार करणाऱ्या समुद्रालासुद्धा, अनंत काळ जाऊन देखील, 'आपण समुद्रच का झालो?' याचे उत्तर कदाचित अद्यापही मिळाले नसेल!

मौज, दिवाळी १९७३